ജോ എന്ന പെൺകുട്ടി

Jo Enna Penkutty
World Classic

Louisa May Alcott

Translation
K P Sumathi

CHINTHA PUBLISHERS
Thiruvananthapuram

First Edition
October 2010

Second Edition
November 2021

Second Impression
January 2023

Published
Chintha Publishers, Thiruvananthapuram

Printed at
Repro India Ltd, Mumbai

Cover Design
Alice Cheeval

ISBN : 978-81-26205-48-6

CR - 3049 / 6281

₹ 250

Email: chinthapublishers@gmail.com
Website: www.chinthapublishers.com

A version is available at National Libraries
Kolkata, Mumbai, Chennai and Delhi

Distribution
DESHABHIMANI BOOKHOUSE
H O Thiruvananthapuram 695035

Branch
Head Office Kunnukuzhi • Statue Thiruvananthapuram
KSRTC Bus Terminal Thampanoor • Saphalyam Complex Thiruvananthapuram
KSRTC Bus Station Alappuzha • KSRTC Bus Station Ernakulam
Machingal Lane Thrissur • IG Road Kozhikode
Mavoor Road Kozhikode • NGO Union Building Kannur
Central Bus Terminal Complex Thavakkara Kannur

ജോ എന്ന പെൺകുട്ടി

ലൂയിസ മേ ആൽക്കോട്ട്

പരിഭാഷ

കെ പി സുമതി

ചിന്ത പബ്ലിഷേഴ്സ്
തിരുവനന്തപുരം-695 035
വില : ₹ 250

ലൂയിസ മേ ആൽക്കോട്ട്

പെൻസിൽവാനിയ എന്ന അമേരിക്കൻ പട്ടണത്തിൽ 1832 നവംബർ 29ന് ജനനം. പിതാവ്: ബ്രോൺസൺ ആൽക്കോട്ട്. മാതാവ്: അബിഗേൽ മേ.

ബാല്യകാലം ബോസ്റ്റണിലും കോൺറാഡിലുമായിരുന്നു അക്കാലത്ത് റാൽഫ് വാൽഡോ എമേഴ്സണിന്റെ ലൈബ്രറിയിലെ നിത്യ സന്ദർശകയായിരുന്നു. അത് പിൽക്കാല ജീവിതത്തിന്റെ സർഗാത്മകതയ്ക്ക് വലിയ പ്രചോദനമായി. തന്റെ 22-ാമത്തെ വയസിൽ 1854 ലാണ് സാഹിത്യജീവിതം ആരംഭിക്കുന്നത്. പ്രമുഖ മാസികകളിൽ കവിതകളും ചെറുകഥകളും പ്രസിദ്ധീകരിക്കപ്പെട്ടു. ആദ്യ പുസ്തകം *ഫ്ളവർ ഫേബിൾ. ഹോസ്പിറ്റൽ സ്കെച്ചസ്* എന്ന കൃതി അവരുടെ മാസ്റ്റർ പീസായി കണക്കാക്കുന്നു. സിവിൽ യുദ്ധകാലത്ത് നഴ്സായി ജോലിചെയ്യുമ്പോൾ വാഷിങ്ടണിൽനിന്ന് തന്റെ വീട്ടിലേക്കയച്ച കത്തുകളുടെ സമാഹാരമായിരുന്നു അത്. തന്റെ 35-ാം വയസിൽ ബോസ്റ്റണിലുള്ള പ്രസാധകരുടെ നിർബന്ധപ്രകാരമാണ് *ലിറ്റിൽ വിമൻ* എന്ന കൃതി രചിക്കുന്നത്.

1888 മാർച്ച് ആറിന് അന്തരിച്ചു.

കെ പി സുമതി

1941ൽ കോഴിക്കോട് ജനനം. മലബാർ ക്രിസ്ത്യൻ കോളേജ്, കോളേജ് ഓഫ് ടീച്ചർ എജ്യുക്കേഷൻ എന്നിവിടങ്ങളിൽ വിദ്യാഭ്യാസം. വിവിധ ഗവൺമെന്റ് സ്കൂളുകളിൽ അധ്യാപികയായി ജോലി ചെയ്തു. ഗവ. ടി ടി ഐ ഫോർ മെന്നിൽ പ്രധാനാധ്യാപികയായിരിക്കേ വിരമിച്ചു. പതിനൊന്നോളം കൃതികൾ മലയാളത്തിലേക്ക് മൊഴിമാറ്റം ചെയ്തു.

ഭർത്താവ് : എ വിജയൻ

മക്കൾ : സ്വപ്ന, സ്മിത

വിലാസം : 'കവിത'
എ ആർ ക്യാമ്പ് റോഡ്
മേരിക്കുന്ന് പി ഒ
കോഴിക്കോട് 673012
ഫോൺ: 0495 - 2370772

ഉള്ളടക്കം

കൃതിയെക്കുറിച്ച്

ഒരു അമേരിക്കൻ ക്ലാസിക് രചനയാണ് *ലിറ്റിൽ വിമൻ* (*Little Women*). 1868 ൽ പ്രസിദ്ധീകരിക്കപ്പെട്ട ഇതിന്റെ രചയിതാവ് ലൂയിസാ എം ആൽക്കോട്ട് (Louisa May Alcott). പെൺകുട്ടികൾക്കായി ഒരു പുസ്തകം രചിക്കാൻ ഒരു പ്രസാധകൻ അഭ്യർഥിച്ചതിന്റെ ഫലമാണ് ഈ നോവൽ. വേറെയും പലകൃതികളും അവരുടേതായി ഉണ്ടെങ്കിലും *ലിറ്റിൽ വിമൻ* ആണ് അവരെ പ്രശസ്തയാക്കിയത്.

പട്ടാളക്കാരനായ മിസ്റ്റർ മാർച്ചിന്റെ കുടുംബകഥയാണിത്. അമേരിക്കൻ ആഭ്യന്തരയുദ്ധം നടക്കുന്ന കാലം. പത്നിയും നാലു പെൺമക്കളുമടങ്ങുന്ന കുടുംബത്തിന്റെ സാമ്പത്തികനില അത്രയൊന്നും മെച്ചമല്ല. എങ്കിലുമവർ, സംതൃപ്തിയോടെ സന്തോഷമായി ജീവിക്കുന്നു.

പൊക്കംകൂടിയ, തവിട്ടുതലമുടിയുള്ള 'ജോ' എന്ന ജോസഫൈൻ രണ്ടാമത്തെ മകളാണ്. പതിനാറുകാരിയായ സുന്ദരി. പിതാവിന്റെ അസാന്നിധ്യത്തിൽ കുടുംബം സംരക്ഷിക്കാൻ ചുമതലപ്പെട്ട 'ആൺ' കുട്ടിയാണ് താൻ എന്ന് ജോ അവകാശപ്പെടുന്നു. ഒരു പെൺകുട്ടിയായി ജനിച്ചുപോയതിൽ ദുഃഖിതയാണവൾ.

ലൂയിസ തന്നെയാണ് ഇതിലെ 'ജോ' എന്ന കഥാപാത്രം. ജീവിതതത്തെ അഗാധമായി സ്നേഹിച്ചു, അവർ. സഹജീവികളുടെ ദുഃഖവും വേദനയും സ്വന്തം വേദനയായിക്കണ്ട്, അതിനു പരിഹാരംകാണാൻ ശ്രമിച്ചതിന്റെ ഫലമായി, ലൂയിസ വളരെയേറെ കഷ്ടതകൾ അനുഭവിച്ചുവെന്ന് പറയപ്പെടുന്നു - മനോഹരമായൊരു കുടുംബകഥ.

1

നാലു പെൺകുട്ടികൾ

സമ്മാനങ്ങളൊന്നുമില്ലെങ്കിൽ പിന്നെന്ത് ക്രിസ്തുമസ്സ്?

നിലത്തുവിരിച്ച കമ്പിളിയിൽ കിടക്കുന്ന ജോ നിരുന്മേഷയായി പറഞ്ഞു.

“ദാരിദ്ര്യം എന്നത് ഭയങ്കരമായ സ്ഥിതിതന്നെ” മെഗ് നെടുവീർപ്പയച്ചു.

“ചില പെൺകുട്ടികൾക്കുമാത്രം ഭംഗിയുള്ള വസ്തുക്കൾ സ്വന്തമായിരിക്കുക, മറ്റുള്ളവർക്ക് അതില്ലാതിരിക്കുക. ഇത് നീതീകരിക്കാവതല്ല.” - ആമി അതൃപ്തിയോടെ മൊഴിഞ്ഞു.

“നമുക്ക് അച്ഛനും അമ്മയും ഉണ്ടല്ലോ, നമുക്ക് നാമെല്ലാവരുമുണ്ടല്ലോ.” - ബെത്തിന്റെ സ്വരം സംതൃപ്തിയുടേതാണ്.

അൽപ്പനേരത്തേക്ക് നാലുപേരുടെ മുഖവും ഉന്മേഷഭരിതമായി.

നമുക്ക് അച്ഛനുണ്ട്, എന്നാൽ ഒരുപാടുകാലമായില്ലേ, കണ്ടിട്ട്’- ജോ ദുഃഖത്തോടെ പറഞ്ഞു. അകലെ, യുദ്ധമുന്നണിയിലായ അച്ഛനെയോർത്ത് അവർ നിശ്ശബ്ദരായി.

ഏതാനും നിമിഷങ്ങൾ കഴിഞ്ഞു.

“ക്രിസ്തുമസിന് സമ്മാനമൊന്നും വേണ്ടെന്ന് അമ്മ പറഞ്ഞില്ലേ.” മെഗ് തുടർന്നു: “ കടുത്ത മഞ്ഞുകാലം വരാൻ പോകുന്നു. ഇവിടത്തെ പുരുഷന്മാർ യുദ്ധമുന്നണിയിൽ കഷ്ടപ്പെടുമ്പോൾ, നാം ഉല്ലാസങ്ങൾക്കായി പണം ചെലവാക്കരുത്.വലുതായൊന്നും നമുക്ക് ചെയ്യാനാവില്ല, ചെറിയ ത്യാഗങ്ങൾ മാത്രം.”

“നാം ഇത്തിരികൊടുത്തതുകൊണ്ട് എന്തെങ്കിലും ഗുണമുണ്ടെന്ന് ഞാൻ കരുതുന്നില്ല. നമ്മുടെ കയ്യിൽ ഓരോ ഡോളർ കാണുമല്ലോ. സൈന്യത്തിന് അതൊന്നും പോരാ. അമ്മയോടൊന്നും വാങ്ങരുത്. എന്റെ ഡോളർകൊണ്ട് ഞാനൊരു പുസ്തകം വാങ്ങും” - വായനാതൽപ്പരയായ ജോയുടെ സ്വരം.

"എന്റെ ഡോളർ സംഗീതത്തിനായി ചെലവാക്കും" - ബെത്ത് അഭിപ്രായപ്പെട്ടു.

തനിക്കേതായാലും കുറെ പെൻസിലുകൾ വേണമെന്നായി, ആമി. "കയ്യിലുള്ളത് മുഴുവൻ ചെലവാക്കുന്നത് അമ്മയ്ക്കിഷ്ടമാവില്ല".

അവൾ തുടർന്നു," എല്ലാവരും അത്യാവശ്യമുള്ളത് വാങ്ങുക. അൽപ്പം തമാശയുമാവാം. നാം കഠിനമായി അധ്വാനിക്കണം." മെഗിനു പരാതിയായി;

"എനിക്കറിയാമത്. ഞാൻ പഠിപ്പിക്കുന്ന കുട്ടികൾ ഭയങ്കരന്മാരാണ്. വീട്ടിലിരിക്കാനാണ് തോന്നുക."

"എന്റെ കഷ്ടപ്പാട് നീയറിയാഞ്ഞിട്ടാ. അടച്ചിട്ട വീട്ടിനുള്ളിൽ അരപ്പിരിലൂസായ വൃദ്ധയോടൊപ്പം എപ്പോഴും നടക്കണമെനിക്ക്", എന്നായി ജോ. ബെത്തിനും സങ്കടമുണ്ട്. എപ്പോഴും പാത്രങ്ങൾ കഴുകലും സാധനങ്ങൾ അടുക്കിവെക്കലുമായി അവളുടെ കൈനാശമായി.

"ഇനിയെങ്ങനെ പ്രാക്ടീസ് ചെയ്യും?"

ആമിയും വിട്ടുകൊടുത്തില്ല - "ഞാനനുഭവിക്കുന്ന കഷ്ടപ്പാട് നിങ്ങൾക്കാർക്കും അറിയില്ല. അഹങ്കാരികളായ കുട്ടികൾക്കൊപ്പം നിങ്ങൾക്ക് സ്കൂളിൽ പോകേണ്ടല്ലോ. അച്ഛൻ ധനികനല്ലെങ്കിൽ അച്ഛനൊരു പേരുമിടും!"

"അച്ഛനെന്താ, അച്ചാറു കുപ്പിയാണോ, പേരിടാൻ?" ജോയ്ക്ക് ദേഷ്യം വന്നു.

"ഞാനുദ്ദേശിച്ചത് എന്തെന്ന് എനിക്കറിയാം. നീയെന്നെ കളിയാക്കുകയെന്നും വേണ്ടാ. നല്ല പദങ്ങൾ ഉപയോഗിക്കുന്നതാണ് ശരിയായരീതി. നീ ഭാഷ നന്നാക്കിയെടുക്ക്."

മെഗ് വിലക്കി; "ശണ്ഠകൂടരുത്. നാം കുട്ടികളായിരിക്കുമ്പോൾ പപ്പയ്ക്ക് ഒരുപാട് ചെലവു വന്നിട്ടുണ്ടാവും. കഷ്ടപ്പാടില്ലെങ്കിൽ നമുക്കെന്തു സന്തോഷമായേനെ!"

ബെത്ത് ഇടപെട്ടു - "കഴിഞ്ഞ ദിവസം നീ പറഞ്ഞില്ലേ, കൊട്ടാരത്തിലെ കുട്ടികളേക്കാൾ സന്തോഷമാണ് നമുക്കെന്ന്. പണമുണ്ടായാൽ വഴക്കുകൂടുമെന്നും!"

"ഞാനങ്ങനെ കരുതി, ബെത്ത്", മെഗ്ഗിന്റെ സ്വരം മാറി.

"നാം ജോലി ചെയ്യുന്നുണ്ട്, നാം തമാശപറയാറുണ്ട്. ജോ പറയും പോലെ, നാം ജോളിയാണ്!"

"ജോ അങ്ങനെയൊക്കെ പറയും!" എന്നായി ആമി. നിലത്ത് നീണ്ടുനിവർന്ന് കിടന്നിരുന്ന ജോ എഴുന്നേറ്റിരുന്ന്, കൈകൾ മേൽക്കുപ്പായത്തിന്റെ കീശയിൽ കടത്തി, ചൂളമടിക്കാൻ തുടങ്ങി.

"അരുത്, ജോ, ആൺകുട്ടികളാണ് ഇങ്ങനെ"- മെഗ് താക്കീതു നൽകി.

"അതുകൊണ്ടുതന്നെയാണ് ഞാനിങ്ങനെ ചെയ്യുന്നത്!"

"പരുക്കനായ, ആൺസ്വഭാവം കാണിക്കുന്ന പെൺകുട്ടികളെ എനിക്കു വെറുപ്പാണ്."

"ആരെയെങ്കിലും പറ്റിനിന്ന് "ഞഞ്ഞം മിഞ്ഞം" പറയുന്ന പെൺകുട്ടികളെ എനിക്കും ഇഷ്ടമല്ല".

'കൊച്ചു കിളിക്കൂട്ടിൽ
കിളികളൊന്നായ് നിൽക്കേണം'
സമാധാന പ്രേമിയായ ബെത്ത് പാടി.

"യഥാർഥത്തിൽ നിങ്ങൾ രണ്ടുപേരും തെറ്റ് ചെയ്യുന്നു; മെഗ് തുടർന്നു:"ജോസഫൈൻ, ആൺതന്ത്രങ്ങൾ ഒഴിവാക്കി നന്നായി പെരുമാറാൻ മാത്രം പ്രായമായി നിനക്ക്. നീ നല്ല പൊക്കംവെച്ചു. മുടിയും മേലോട്ട് കെട്ടിവച്ചു. ഒരു ചെറുപ്പക്കാരിയാണെന്ന് നീ ഓർമിക്കണം!"

"ഞാൻ ചെറുപ്പക്കാരിയൊന്നുമല്ല! മുടിയുടെ കുഴപ്പമാണെങ്കിൽ അതു ശരിയാക്കാം. ഞാനത് രണ്ടായി പിന്നിയിടും, ഇരുപതുവയസുവരെ!

മുടിയിലെ നെറ്റ് വലിച്ചുമാറ്റി, ജോ, കടുംതവിട്ടുനിറത്തിലുള്ള മുടി കുടഞ്ഞിട്ടു. ശുണ്ഠിയോടെ പറഞ്ഞു: "മിസ്സ് മാർച്ച് എന്നു വിളിക്കാൻ മാത്രം ഞാൻ വളർന്നുവെന്നും, നീണ്ട ഗൗൺ ധരിച്ച് ഒരു ചൈനാ ശിൽപ്പം പോലെ വെടിപ്പായി നിൽക്കണമെന്നും ഉള്ള കാര്യം ഞാൻ വെറുക്കുന്നു. ഞാൻ ആൺകുട്ടിയാവാത്തതിൽ എനിക്ക് കടുത്ത നിരാശയുണ്ട്. ഇപ്പോഴത് കൂടുതലാവുന്നു. അച്ഛനോടൊപ്പം യുദ്ധഭൂമിയിൽ പോരാടണമെനിക്ക്. അല്ലാതെ ഇവിടെ മൂലയിലിരുന്ന് വയസികളെപ്പോലെ തുന്നണോ?"മെഗ് ആമിയേയും ശാസിച്ചു.

"ആമി, നിനക്കൊരു പ്രത്യേകതയുണ്ട്. എല്ലാം തമാശമട്ടാണ്. ശ്രദ്ധിച്ചില്ലെങ്കിൽ, നീ വലുതാവുമ്പോൾ രോഗബാധിതനായ താറാവിൻ കുഞ്ഞുപോലാവും".

"ജോ ഒരു ആൺകുട്ടിയും, ആമി, താറാവുമാണെങ്കിൽ ഞാനെന്തായിരിക്കും?" ബെത്തിന്റെ ചോദ്യമാണ്.

"നീ ഒരു പ്രിയപ്പെട്ടവൾ മാത്രം" മെഗ് പറഞ്ഞതിൽ ആർക്കും എതിരഭിപ്രായമില്ല. കാരണം, 'ഏലി' കുടുംബത്തിലെ ഓമനയാണ്.

മൂത്തവളായ മാർഗറ്റിനു വയസ്സ് പതിനാറ്. അൽപ്പം തടിച്ച സുന്ദരി. വലിയ നേത്രങ്ങൾ. തവിട്ടുനിറത്തിൽ മൃദുവായ കേശസമൃദ്ധി. മനോഹരമായ ചുണ്ടുകൾ. തന്റെ വെളുത്ത കൈകളുടെ പേരിൽ അഭിമാനിക്കുന്നവൾ.

പതിനഞ്ചുകാരിയായ ജോസഫൈന് നല്ല പൊക്കമുണ്ട്.

മെലിഞ്ഞ് തവിട്ടുനിറമുള്ള ജോ, ഒരു കുതിരക്കുട്ടിയെ ഓർമിപ്പിക്കും. തന്റെ നീണ്ടകൈകാലുകൾക്ക് ഒരു ഉപയോഗം കണ്ടെത്താനാണ് അവളുടെ ശ്രമം. ചാരനിറത്തിൽ, തീക്ഷ്ണതയുള്ള കണ്ണുകൾ. എന്തോ തീരുമാനിച്ചുറച്ച മട്ടിൽ ചുണ്ടുകൾ; നീണ്ട് കനത്ത തലമുടി അവളുടെ സൗന്ദര്യമാണ്. അത് തലയിൽ ഒരു ഉണ്ടയാക്കിവെച്ച് നെറ്റ് ഇടുന്നു. ഉരുണ്ട ചുമൽ. നടക്കുമ്പോൾ, പറക്കും മട്ടിലുള്ള വസ്ത്രങ്ങൾ. ഒരു മുതിർന്ന സ്ത്രീ ആവാൻ ഇഷ്ടപ്പെടാത്ത മട്ട്.

എലിസബെത്തിന് വയസ്സ് പതിമൂന്ന്, എല്ലാവരും ബെത്ത് എന്നു വിളിക്കും. പ്രകാശമുള്ള കണ്ണുകളും ലജ്ജാഭാവവും അൽപ്പം ഭീരുത്വം സ്ഫുരിക്കുന്ന സ്വരവും ശാന്തഭാവവും ഉള്ള സുന്ദരി. സ്വന്തം ലോകത്ത് സന്തോഷവതിയായി കഴിയുന്നു. തനിക്കു വിശ്വാസവും സ്നേഹവും ഉള്ള അപൂർവം സുഹൃത്തുക്കളെ കാണാൻ മാത്രമാണ് പുറത്തുപോവുക.

ഏറ്റവും ഇളയവൾ എങ്കിലും ആമി ഒരു പ്രധാനിതന്നെ; അതവളുടെ അഭിപ്രായമാണ്. നീലക്കണ്ണുകളും ചുമലിൽ വീണുകിടക്കുന്ന ചുരുണ്ട മഞ്ഞമുടിയുമുള്ള 'ഹിമ ബാലിക' മെലിഞ്ഞ് വിളർത്ത ശരീരം, തന്റെ ഭാവപ്രകടനങ്ങളിൽ സദാ ബോധവതിയായാണ് നടപ്പ്.

മണി ആറടിച്ചു. ബെത്ത് ഒരു ജോടി പാദരക്ഷകൾ ഉണക്കാൻ വെച്ചു. ആ പഴയ ചെരിപ്പുകളുടെ കാഴ്ച, കുട്ടികളുടെ ഉള്ളിൽ തട്ടുന്നതായി. മിസിസ് മാർച്ച് വരുന്നുണ്ട്. മെഗ് സംസാരം നിർത്തി, വിളക്കു കത്തിച്ചു. ആരും പറയാതെ തന്നെ ആമി ചാരുകസേരയിൽനിന്ന് ഇറങ്ങി. താൻ ക്ഷീണിതയാണെന്ന കാര്യം മറന്ന ജോ, ചെരിപ്പുകൾ നെരിപ്പോടിലേക്ക് നീട്ടിക്കാണിച്ചു.

"ഇതെല്ലാം ചീത്തയായിരിക്കുന്നു. അമ്മയ്ക്ക് പുതിയതൊന്ന് വാങ്ങണം". തന്റെ ഡോളർ കൊടുത്ത് വാങ്ങാമെന്നായി ബെത്ത്.

"ഞാനാണ് വാങ്ങുക", ആമിയും മുന്നോട്ടുവന്നു.

മെഗ്, "ഞാനാണ് മൂത്തവൾ, അതുകൊണ്ട്....."മുഴുവൻ പറയാൻ ജോ അനുവദിച്ചില്ല.

"പപ്പാ ഇവിടെയില്ലാത്തതിനാൽ, ഞാനിപ്പോൾ, വീട്ടിലെ 'പുരുഷനാണ്.' അത് ഞാൻ വാങ്ങിക്കൊടുക്കും."

"എന്താണ് ചെയ്യേണ്ടതെന്ന് ഞാൻ പറയാം. ഓരോരുത്തരും എന്തെങ്കിലുംമൊന്ന് വാങ്ങിക്കൊടുക്കണം. നമുക്കായൊന്നും വേണ്ടാ." – ബെത്ത് പ്രശ്നം പരിഹരിച്ചു.

"അതുശരി, എന്താണ് വാങ്ങുക?"

ഏതാനും നിമിഷങ്ങൾ അവർ ഗാഢമായാലോചിച്ചു.

"ഞാൻ കയ്യുറകൾ വാങ്ങിക്കൊടുക്കും."മെഗ് പറഞ്ഞു.

"ഞാൻ പട്ടാള ഷൂസുകളാണ് വാങ്ങുക"ജോയുടെ അഭിപ്രായവും പെട്ടെന്ന് വന്നു.

"അരികിൽ ചിത്രത്തുന്നലുള്ള തൂവാലകൾ ഞാൻ മമ്മയ്ക്കു സമ്മാനിക്കും" ബെത്ത് പുഞ്ചിരിതൂകി.

"ഞാൻ കൊളോൺ മേടിക്കും". അതിന്ന് അധികം വില ഇല്ലാത്തതിനാൽ തനിക്കു വേണ്ടിയും എന്തെങ്കിലുമൊന്ന് വാങ്ങുമെന്നായി, ആമി.

"എല്ലാം നമുക്കു വേണ്ടിയാണ് വാങ്ങുന്നതെന്ന് ഭാവിക്കണം. എന്നിട്ട് മമ്മയെ അത്ഭുതപ്പെടുത്തണം. നാളെ ഉച്ചകഴിഞ്ഞ് ഷോപ്പിങ്ങിനു പോകാം. മെഗ്, ക്രിസ്തുമസ് രാത്രിയിലെ കളികൾക്കുള്ളത് ഒരുക്കണ്ടേ?" ജോ ചോദിച്ചു.

–"ഞാൻ ഇത്തവണകൂടിയേ ഉള്ളൂ. അതെല്ലാം കുട്ടികൾക്കുള്ള കളിയാണ്."

–"നീ മതിയാക്കില്ലെന്ന് എനിക്കറിയാം. വെളുത്ത ഗൗൺ നിലത്തിഴച്ച്, മുടി അഴിച്ചിട്ട്, സ്വർണക്കടലാസിന്റെ ആഭരണം ധരിച്ച് നീ അഭിനയിക്കും. ഇന്നു രാത്രിതന്നെ റിഹേഴ്സൽ തുടങ്ങാം. ആമീ, ഇവിടെ വാ. കുഴഞ്ഞുവീഴുന്ന രംഗം ഒന്നഭിനയിക്ക്, അല്ലെങ്കിൽ നീ വടിപോലെ നിന്നുകളയും!"

"നിങ്ങളെ ഒന്നിച്ചുകണ്ടതിൽ സന്തോഷമുണ്ടെനിക്ക്"വാതിൽക്കൽനിന്ന് പ്രസന്നമായൊരു സ്വരം കേട്ടു.

2

ക്രിസ്തുമസ്

അൽപ്പം തടിച്ച ഒരു സ്ത്രീ, മിസിസ്സ് മാർച്ച് - കടന്നു വന്നു. 'ഞാൻ സഹായിക്കണോ' എന്ന ഭാവം.

"ഇന്നെങ്ങനെയിരുന്നു ബെത്ത്, ആരെങ്കിലും വിളിച്ചോ?"

"മെഗ്, നിന്റെ ജലദോഷം എങ്ങനെയുണ്ട്, ജോ, നീ വല്ലാതെ ക്ഷീണിച്ച മട്ടുണ്ടല്ലോ? ബേബീ, എന്നെ വന്നുമ്മവെയ്ക്ക്."

അവർ നനഞ്ഞ വസ്ത്രങ്ങൾ മാറ്റി, ചൂടുള്ള പാദരക്ഷകൾ ധരിച്ച് ചാരുകസേരയിലിരുന്നു. ആമിയെ മടിയിലിരുത്തി.

മൂന്നുപേരും ഓടിനടന്ന് പലതും ചെയ്യുന്നു. മെഗ് ചായമേശയൊരുക്കുന്നു. ജോ നെരിപ്പോടിലെ തീ ആളിക്കത്തിച്ചു. ബെത്ത് അടുക്കളയിലേക്കും തിരിച്ചും പലപ്രാവശ്യം നടന്നു.

കൈകൾ കൂട്ടിപ്പിടിച്ച് ആമി നിർദ്ദേശങ്ങൾ നൽകുന്നു! മിസിസ്സ് മാർച്ച് മേശക്കരികിലേക്ക് വന്നു.

"ഞാൻ നിങ്ങൾക്കൊരു കാര്യം കൊണ്ടുവന്നിട്ടുണ്ട്. ഭക്ഷണം കഴിഞ്ഞ്, തരാം."

എല്ലാവരുടെയും മുഖത്തൊരു പ്രകാശം.

ബെത്ത് കയ്യടിച്ചു. കയ്യിൽപ്പിടിച്ച ബിസ്കറ്റിന്റെ കാര്യമേ അവൾ മറന്നു. ജോ, നാപ്കിൻ തട്ടി വൃത്തിയാക്കി.

പപ്പയിൽ നിന്നൊരു കത്ത്.

"ത്രീ ചിയേഴ്സ്." ജോ വിളിച്ചു കൂവി.

അതെ, നീണ്ടകത്തുതന്നെ. എല്ലാവർക്കും ക്രിസ്തുമസ് ആശംസകൾ അയയ്ക്കുന്നു. പിന്നെ പ്രത്യേക സന്ദേശങ്ങളും.

മെഗ്: "വയസായി യുദ്ധത്തിനു പോകാൻ പറ്റാതായാൽ അച്ഛനു അവിടെ ഒരു പുരോഹിതനാവാം."

ജോ: "പെരുമ്പറ മുഴക്കാനോ, നഴ്സ്ആയോ എനിക്കും പോകണം."

ബെത്ത്: "മാമീ, അച്ഛനെപ്പോഴാണ് വരിക."

"അസുഖമൊന്നുമില്ലെങ്കിൽ വൈകാതെവരും."

മിസിസ്സ് മാർച്ച് വലിയ കസേരയിൽ ഇരുന്നു. മക്കൾ ചുറ്റും നിന്നു. പ്രസാദാത്മകത്വം നിറഞ്ഞ കത്തായിരുന്നു അത്. സൈനികക്യാമ്പിലെ എല്ലാകാര്യങ്ങളും വിശദമായി എഴുതിയിട്ടുണ്ട്. പിതൃസ്നേഹം സ്ഫുരിക്കുന്ന വരികൾ. എല്ലാവരേയും കാണാനുള്ള ആഗ്രഹം എഴുത്തിൽ പ്രകടമാണ്. നന്നായി ജോലി ചെയ്യണം. സ്വന്തം പ്രവൃത്തികളിൽ ജയം കണ്ടെത്താൻ ശ്രമിക്കണം 'അടുത്തതവണ വരുമ്പോൾ, മുൻപെന്നത്തേക്കാളും അഭിമാനിക്കാൻ എനിക്കു സാധിക്കണം.

എല്ലാവരും മൂക്കുതുടച്ചു. ജോയുടെ നേത്രങ്ങളിൽ നിന്നുതിർന്ന കണ്ണുനീർ, മൂക്കിൻതുമ്പിലെത്തി വീഴാൻ മടിച്ചുനിന്നു. നെറ്റിയിലേക്ക് ഉതിർന്നുവീണ തലമുടി ശരിയാക്കാൻ നിൽക്കാതെ അമ്മയുടെ ചുമലിൽ മുഖം വെച്ച് ആമി കരഞ്ഞു;

"ഞാൻ സ്വാർഥയാണ്. ഞാൻ കുറച്ചുകൂടി നന്നാവണം."

മെഗ്: "എല്ലാവരും നന്നാവണം. ഞാൻ എന്റെ കാര്യം മാത്രമാണ് ശ്രദ്ധിച്ചത്. ജോലി ചെയ്യാൻ മടിയായിരുന്നു. ഇനി അങ്ങനെയാവില്ല."

ബെത്ത് ഒന്നും ഉരിയാടിയില്ല. കണ്ണുതുടച്ച്, നീല സോക്സ് തുന്നൽ തുടർന്നു.

മിസിസ്സ് മാർച്ച് മൗനം ഭഞ്ജിച്ചു.

"*പിൽഗ്രിംസ് പ്രോഗ്രസ്*, അഭിനയിക്കുന്നത് ഓർമയുണ്ടോ? ഇത്തവണയും നമുക്കത് സ്റ്റേജിൽ അഭിനയിക്കണം. യഥാർഥജീവിതത്തിൽ നാം എപ്പോഴും ആ നാടകം കളിച്ചുകൊണ്ടിരിക്കുകയാണ്. കഷ്ടപ്പാടുകൾ ഇവിടെയുണ്ട്. വഴി മുമ്പിൽതന്നെ. നന്മയും സന്തോഷവും കൈവരാനുള്ള വാഞ്ഛയാണ് നമ്മെ ജീവിതത്തിൽ ഉടനീളം നയിക്കുന്നത്. ആവട്ടെ, എല്ലാവരും പ്രശനങ്ങൾ പറഞ്ഞു, ബെത്ത് ഒഴികെ."

ബെത്ത്: "എന്റെ പ്രശ്നം പാത്രങ്ങളും തുടപ്പുതുണികളുമാണ്. മനോഹരമായ പിയാനോ കൈവശമുള്ള കുട്ടികളോട് അസൂയയുണ്ടെനിക്ക്. ആളുകളെ ഭയവുമാണ്."

"ക്രിസ്തുമസ് പ്രഭാതത്തിൽ എല്ലാവരും തലയിണച്ചുവട്ടിൽ നോക്കണം," ഗുഡ് നൈറ്റ് പറഞ്ഞ് അമ്മ എഴുന്നേറ്റു.

അടുത്ത പ്രഭാതത്തിൽ ആദ്യം ഉണർന്നത് ജോ. നെരിപ്പോടിനു സമീപം സ്റ്റോക്കിങ് ഇല്ല. നിരാശതോന്നി. തലേദിവസം അമ്മ പറഞ്ഞ കാര്യം പെട്ടെന്നോർത്തു.

തലയിണച്ചുവട്ടിൽ ചുവന്ന പൊതിയിട്ട പുസ്തകം, 'മെറിക്രിസ്തുമസ്സ്' ആശംസിക്കുന്നു. മെഗിനെ ഉണർത്തി. പച്ച പൊതിയിട്ട പുസ്തകം. ഒരാൾക്ക് തത്ത നിറമുള്ള പൊതിയും. ഇനിയുമൊരാൾക്ക് നീലനിറത്തിലുള്ളതും. സ്നേഹസന്ദേശങ്ങളോടു കൂടിയവ.

നാലുപേരും അതേക്കുറിച്ച് സംസാരിച്ചിരുന്നു.

മെഗ്: "നാമിത് വായിക്കണമെന്നാണല്ലോ അമ്മ ഉദ്ദേശിക്കുന്നത്. ഉടനെ ആരംഭിക്കണം. പുസ്തകം മേശപ്പുറത്തുതന്നെ വെക്കും. എല്ലാ പ്രഭാതത്തിലും കുറേശ്ശ വായിക്കും."

ജോ അവളെ ചാരിയിരുന്ന്, വളരെ അപൂർവമായ ഭാവത്തോടെ പുസ്തകത്തിൽ നോക്കിയിരുന്നു.

ബെത്ത്: “മെഗ് ആണ് നല്ലവൾ. കണ്ടില്ലേ? അവൾ തുടങ്ങിക്കഴിഞ്ഞു. വരൂ, ആമീ.”

എല്ലാവരും വായന തുടങ്ങിയപ്പോൾ മുറിയിൽ നിശ്ശബ്ദത. മഞ്ഞിലെ സൂര്യപ്രകാശം. ക്രിസ്തുമസ്സ് ആശംസകളുമായി ജാലകത്തിലൂടെ കടന്നുവന്നു.

അരമണിക്കൂർ കഴിഞ്ഞു. അമ്മയെ അന്വേഷിച്ച് എല്ലാവരും പുറത്തിറങ്ങി; ഹന്നയോട് ചോദിച്ചു.

“ദൈവത്തിന്നറിയാം; ഒരു ഭിക്ഷക്കാരൻ വന്നു, എന്താണ് സ്ഥിതിയെന്നറിയാൻ മമ്മ പോയതാണ്.”

മെഗ് ജനിച്ചകാലം തൊട്ട്, മാർച്ച്കുടുംബത്തോടൊപ്പം അവരിലൊരാളായി കഴിയുന്നവളാണ്, ഹന്ന.

മെഗ്: “അമ്മവേഗം വരും. അപ്പോഴേക്ക് കേക്കും മറ്റും തയ്യാറാക്കി വെക്കാം. അവർക്കു സമ്മാനിക്കാനുള്ള വസ്തുക്കൾ ഒരു കുട്ടയിലിരിപ്പുണ്ട്. അതിൽ കൊളോൺ ഇല്ല.”

“അത് റിബ്ബൺകൊണ്ടു കെട്ടി ഭംഗിയാക്കാൻ ആമി കൊണ്ടുപോയി.”തന്റെ ചെരിപ്പിന് അയവുവരുത്താൻ മുറിനീളെ ഡാൻസ് ചെയ്തുകൊണ്ട് ജോ പറഞ്ഞു.

ബെത്ത്: “എന്റെ തൂവാലകൾ മനോഹരമാണ്, അല്ലേ ഹന്നയാണ് അവ കഴുകി ഇസ്തിരിയിട്ടത്.”

വളരെ അധ്വാനിച്ച് അതിലുണ്ടാക്കിയ വളഞ്ഞുപുളഞ്ഞ ചിത്രത്തയ്യൽ നോക്കി അഭിമാനത്തോടെയാണ് ബെത്ത് പറഞ്ഞത്.

ജോ: “എന്തു തമാശ! മിസിസ്സ് മാർച്ച് -എം എം എന്നതിന്നു പകരം മമ്മയെന്നാണെഴുതിയത്.”

“ഞാനത് കരുതിക്കൂട്ടി ചെയ്തതാണ്. എം എം എന്നായാൽ മെഗും ആവാമല്ലോ. അമ്മമാത്രമേ അതുപയോഗിക്കാവൂ. ഇനിയത് മാറിപ്പോവില്ലല്ലോ?” മെഗ് ബെത്തിനെ നോക്കി ചിരിച്ചു.

“മമ്മവരുന്നു; കുട്ട ഒളിപ്പിക്ക്.” ജോ ധൃതി കൂട്ടി. ആമിയാണ് വന്നത്. സഹോദരിമാർ തന്നെ കാത്തിരിക്കുന്നത് കണ്ടപ്പോൾ ജാള്യത തോന്നി.

മെഗ്: “ നീ എവിടെയായിരുന്നു? എന്താണ് പിന്നിൽ ഒളിപ്പിക്കുന്നത്?”

“എന്നെ കളിയാക്കരുത്, ജോ. സമയം ആകുന്നതുവരെ ആരും അറിയരുതെന്നാണ് കരുതിയത്. ഞാനെന്റെ പണം മുഴുവൻ കൊടുത്ത് ഒരു വലിയ കുപ്പി കൊളോൺ തന്നെ വാങ്ങി. ഇനി ഞാൻ സ്വാർഥിയാവില്ല.”

വീണ്ടും വാതിൽ തുറക്കുന്ന ശബ്ദം.

സഹോദരിമാർ പ്രഭാത ഭക്ഷണത്തിനു തയ്യാറായി ഇരുന്നു.

“മമ്മാ, ക്രിസ്തുമസ് ആശംസകൾ! പുസ്തകങ്ങൾക്കു നന്ദി. ഞങ്ങൾ വായിച്ചു തുടങ്ങി.”

നാലു സ്വരങ്ങൾ ഒന്നിച്ചാണ്.

“നിങ്ങൾക്കും ക്രിസ്തുമസ് ആശംസകൾ. എനിക്കു സന്തോഷമായി. ഭക്ഷണത്തിനു മുമ്പ് ഒരു കാര്യം പറയാനുണ്ട്. അൽപ്പം അകലെ

ഒരു സ്ത്രീ അവശയായിക്കിടക്കുന്നു. നവജാതശിശുവുമുണ്ട്. ആറു മക്കൾ വേറെയും. തണുത്തു മരവിക്കാതിരിക്കാൻ അവർ ഒട്ടിപ്പിടിച്ച് ഇരിപ്പാണ്. തിന്നാനൊന്നുമില്ല. ഒരു ക്രിസ്തുമസ് സമ്മാനമായി നമ്മുടെ പ്രാതൽ അവർക്കു നൽകിക്കൂടേ."

ഒരു നിമിഷനേരത്തേക്ക് ആരുമൊന്നും മിണ്ടിയില്ല. എല്ലാവരും വിശന്നിരിപ്പാണ്. ഒരു മണിക്കൂറായി അവർ അമ്മയെ കാത്തിരിക്കുന്നു.

"മമ്മ വരുംമുമ്പ് ഞങ്ങൾ ഭക്ഷിക്കാത്തതു നന്നായി" ജോയുടെ ഉറച്ച സ്വരമാണ്.

"അവിടേക്കു കൊണ്ടുപോകാൻ ഞാനും വരും"- ബെത്ത് ഉത്സുകയായി.

"ക്രീമും കേക്കും ഞാനെടുക്കാം"വെണ്ണപുരട്ടിയ കേക്ക് ഏറെ ഇഷ്ടപ്പെടുന്ന ആമിയുടെ വാക്കുകൾ.

മെഗ് എല്ലാം പൊതിഞ്ഞു തയ്യാറാക്കി. മിസിസ്സ് മാർച്ച് പുഞ്ചിരിച്ചു.

"നിങ്ങൾ ഇങ്ങനെ ചെയ്യുമെന്ന് എനിക്കറിയാം. എല്ലാവരും എന്റെ കൂടെ വരണം. തിരിച്ചുവന്ന്, പാലും റൊട്ടിയും കഴിക്കാം. പോരാത്തത് ഡിന്നറിനു തയ്യാറാക്കാം."

നേരം പുലർന്നിരുന്നു. അവർ പിറകുവശത്തെ റോഡിൽക്കൂടിയാണ് പോയത്. വിചിത്രമായൊരു ഘോഷയാത്ര ചിലർ കണ്ടു. എങ്കിലും, ആരും അവരെ നോക്കി ചിരിച്ചില്ല.

അതൊരു കുടുസുമുറിയായിരുന്നു. കുറെപ്പേരെ കണ്ടപ്പോൾ കുട്ടികളുടെ മുഖം പ്രകാശിച്ചു. ഇവർ ദേവതമാരാണ്. നമ്മുടെ അടുത്തേക്ക് വന്നുവല്ലോ.

കയ്യിൽ കൊണ്ടുവന്ന വിറകുകൊള്ളികൾകൊണ്ട് ഹന്ന ക്ഷണം അടുപ്പിൽ തീയുണ്ടാക്കി. തീച്ചൂടേറ്റ് ഹമ്മൽ കുടുംബം നന്ദി പറഞ്ഞു. അവർ സ്വാദിഷ്ഠമായ പ്രഭാത ഭക്ഷണം കഴിച്ചു.

"സ്വയം സ്നേഹിക്കുന്നതിനേക്കാൾ, അയൽക്കാരനെ സ്നേഹിക്കണം എന്നാണ്." മെഗ് പറഞ്ഞു.

മിസിസ്സ് മാർച്ച്, പഴയ വസ്ത്രങ്ങൾ ചിലത് പെറുക്കിയെടുക്കാൻ മുകളിലേക്കു പോയി.

സഹോദരിമാർ മേശയൊരുക്കി. പൂത്തട്ടത്തിൽ ചുവന്ന റോസാപ്പൂക്കൾ - മേശയ്ക്കു നടുവിൽ മുന്തിരിക്കുല.

"വരുന്നു; ആമി വാതിൽ തുറക്ക്, ത്രീ ചിയേഴ്സ് മമ്മാ."

ജോ ഇങ്ങനെ പറയുമ്പോഴേക്ക് മെഗ് അമ്മയെക്കൊണ്ടുവന്ന് കസേരയിൽ ഇരുത്തി. മിസിസ്സ് മാർച്ച് വികാരാധീനയായി. എല്ലാവരും ചേർന്ന് അവരെ പുതിയ പാദരക്ഷ ധരിപ്പിച്ചു; മനോഹരമായ കൈത്തൂവാല പോക്കറ്റിൽ തിരുകി. ദേഹത്ത് കൊളോൺ പുരട്ടി. റോസാപ്പൂ ഉടുപ്പിൽ കുത്തിവെച്ചു. പാകമായ കയ്യുറകൾ അണിയിച്ചു.

ചെറിയ പെൺകിടാങ്ങൾ ആയതിനാലും പുറത്ത് ചെലവഴിക്കാൻ പണമില്ലാതിരുന്നതിനാലും അവർ വീട്ടിൽ തന്നെയിരുന്ന് പല ജോലികളിൽ ഏർപ്പെട്ടു.

3

ക്രിസ്തുമസ് രാത്രിയും ഡാൻസിനുള്ള ഒരുക്കവും

ആണുങ്ങൾ ഇല്ലാത്തവീട്. ആൺവേഷം ജോയ്ക്ക്. തന്റെ ഒരു സുഹൃത്ത് സമ്മാനിച്ച ബൂട്ട്സ് ജോ ധരിക്കുന്നത് ഇത്തരം അവസരങ്ങളിലാണ്.

ക്രിസ്തുമസ്സ് രാത്രിയിൽ വീട്ടിൽ അരങ്ങൊരുങ്ങി. പന്ത്രണ്ടോളം പെൺകുട്ടികൾ വേഷമിടുന്നു. ഒരു കട്ടിലാണ് അവരുടെ വേദി. നീലയും മഞ്ഞയുമായ തിരശ്ശീലകൾ.

ഒരു ഓപെറാ അവതരണം.

ചട്ടിയിൽ നിരത്തിയ ചെടികൾ കുറ്റിക്കാടുകളാണ്. അകലെ ഒരു ഗുഹ. കത്തുന്ന അടുപ്പിൽ കറുത്ത പാത്രം. വൃദ്ധയായ ദുർമന്ത്രവാദിനി പാത്രത്തിലേക്ക് എത്തിനോക്കുന്നു.

ഒരു വില്ലൻ രംഗത്തുവന്ന് അങ്ങോട്ടുമിങ്ങോട്ടും നടക്കുന്നു. പ്രണയിനിയായ സാറയോടുള്ള സ്നേഹവും പ്രതിയോഗിയോടുള്ള പകയും പിന്നണിഗാനത്തിലൂടെ അവതരിപ്പിക്കപ്പെടുന്നു.

സാറ രംഗത്തുവരുന്നു.

പിന്നിലെ ഗുഹയിൽ നിന്നൊരു രൂപവും പുറത്തുവരുന്നു. തിളങ്ങുന്ന ചിറകുകളും സ്വർണമുടിയും. ഒരു ചെറിയകുപ്പി മന്ത്രവാദിനിയുടെ കാൽക്കൽ ഇട്ട് അപ്രത്യക്ഷമാകുന്നു.

മറ്റൊരു ഗാനം- കറുത്ത കുട്ടിച്ചെകുത്താൻ രംഗപ്രവേശം ചെയ്യുന്നു. കറുത്ത കുപ്പി വില്ലന്റെ നേർക്ക് വലിച്ചെറിഞ്ഞ്, ഒരു പരിഹാസച്ചിരിയോടെ നിഷ്ക്രമിക്കുന്നു.

വില്ലനും രംഗത്തുനിന്ന് മാറുന്നു.

പോയകാലത്ത് സാറയുടെ ചില സുഹൃത്തുക്കളെ വധിക്കുകയാൽ, അവർ ശപിച്ചതാണെന്നു പറഞ്ഞ് കഥാനായകൻ സ്ഥലംവിടുന്നു.

അഞ്ചുരംഗങ്ങളും തന്മയത്വത്തോടെ അവതരിപ്പിക്കപ്പെട്ടു. തിരശ്ശീല താഴ്ന്നു.

എല്ലാവരെയും ഭക്ഷണത്തിനു വിളിക്കാനായി ഹന്ന വന്നു. ഒപ്പം, മിസിസ്സ് മാർച്ചിന്റെ അഭിനന്ദനങ്ങളും.

ഭക്ഷണമേശ കണ്ട് അവർ അന്തംവിട്ടു നിന്നു. എല്ലാവർക്കും ഇഷ്ടപ്പെടുന്ന പലതരം വിഭവങ്ങൾ. നാല് പൂക്കൂട നിറയെ പൂക്കൾ!

യക്ഷികൾ കൊണ്ടുവന്നോ!

സാന്താക്ലോസ്?

"അമ്മ ഉണ്ടാക്കിയത്?" ചാരത്താടിയും വെളുത്ത പുരികവും ധരിച്ച മെഗ് പറഞ്ഞു.

"മാർച്ച് അമ്മായി നല്ല മൂഡിലാവും. അതുകൊണ്ടാണിതയച്ചത്." ജോ അഭിപ്രായപ്പെട്ടു.

"ഇപ്പറഞ്ഞതൊന്നുമല്ല. മിസ്റ്റർ ലോറൻ കൊടുത്തയച്ചതാണ്."

"ലോറൻസ് എന്ന ബാലന്റെ മുത്തശ്ശൻ! ഇയാൾക്കിതെന്തുപറ്റി? നാം അദ്ദേഹത്തെ അറിയുകപോലുമില്ല" മെഗ്.

പ്രാതലിന്റെ കഥ, ഹന്ന, അവിടത്തെ വേലക്കാരനോട് പറയാനിടയായി. മിസ്റ്റർ ലോറൻസിന്ന്, മിസിസ്സ് മാർച്ചിന്റെ അച്ഛനെ നല്ല പരിചയവുമാണ്. ലോറൻസ് ഒരു കുറിപ്പ് കൊടുത്തയച്ചു, അയാൾക്ക് സന്തോഷമായെന്നും അൽപ്പം വിഭവങ്ങൾ ഉച്ചഭക്ഷണത്തിനായി കൊടുത്തയയ്ക്കാൻ അനുവാദം വേണമെന്നും.

"ആ ബാലൻ പറഞ്ഞിട്ടാവണം. അവനെന്തൊരു പ്രമാണിത്തമാണ്. ഇടയ്ക്ക് കടന്നുപോകുമ്പോൾ ഒന്നു സംസാരിക്കണമെന്ന് എനിക്ക് തോന്നാറുണ്ട്. എന്നാൽ മെഗ് തടയും" ജോ പറഞ്ഞു.

"അടുത്ത വീട്ടിലെ ആളുകളല്ലേ" അതിഥികളിലൊരുവൻ പറഞ്ഞുതുടങ്ങി: "എന്റെ അമ്മയ്ക്ക് മിസ്റ്റർ ലോറൻസിനെ അറിയാം. അയാൾ അഹങ്കാരിയും അയൽക്കാരുമായി ഇടപഴകാൻ ഇഷ്ടപ്പെടാത്തയാളുമാണ്. കുതിരസവാരിക്കോ നടത്തത്തിനോ പോകാത്തപ്പോഴെല്ലാം പേരക്കുട്ടിയെ വീട്ടിൽ നിർത്തി പഠിക്കാൻ നിർബന്ധിക്കും."

ജോ : "ഞങ്ങളുടെ പൂച്ചക്കുട്ടി ഒരിക്കൽ ഓടിപ്പോയി. മിസ്റ്റർ ലോറൻസാണ് തിരിച്ചെത്തിച്ചത്. ഞങ്ങൾ വേലിയുടെ അരികിൽ നിന്നു സംസാരിച്ചു. മെഗ് വരുന്നതു കണ്ട് അയാൾ പോയി. അദ്ദേഹത്തെ കാണുന്നത് രസമാണ്."

* * * *

"ജോ, ജോ നീയെവിടെയാണ്?"

കോണിപ്പടിയുടെ താഴെനിന്ന് മെഗ് ഉറക്കെ വിളിച്ചു.

"ഇവിടെ" മച്ചിൻമുകളിൽ നിന്നാണ് സ്വരം.

മെഗ് കോണികയറി.

വെയിൽ മിന്നുന്ന ജാലകത്തിനരികെ ഒരു പഴയ മൂന്നുകാൽ സോഫയിലിരുന്ന് ജോ ആപ്പിൾ തിന്നുന്നു. കയ്യിൽ പുസ്തകവുമുണ്ട്. അവ

ളുടെ അടുത്തിരുന്ന് തന്റെ ഓമനയായ എലിയും തിന്നുന്നു. മെഗിനെ കണ്ടതും സ്ക്രാബിൾ മാളത്തിലൊളിച്ചു.

“എന്തു തമാശ! മിസിസ്സ് ഗാർഡിനർ ഒരു ക്ഷണം അയച്ചിട്ടുണ്ട്. നാളെ പുതുവത്സര സായാഹ്നത്തിൽ നാം രണ്ടുപേരും അവരുടെ വീട്ടിൽ ഡാൻസിനു ചെല്ലണമെന്ന്. അമ്മ അനുവദിച്ചാൽ പോകാം. നാം എന്താണ് ധരിക്കുക.”

“ഇങ്ങനെ ചോദിക്കുന്നതിൽ ഒരർഥവുമില്ല. മറ്റൊന്നും ഇല്ലാത്ത സ്ഥിതിക്ക് നമ്മുടെ പോപ്ലിൻ ഉടുപ്പുതന്നെ ധരിക്കാം.”

“എനിക്കൊരു സിൽക്ക്വസ്ത്രം ഉണ്ടായിരുന്നെങ്കിൽ.”

“നമ്മുടെ പോപ്ലിൻവസ്ത്രം സിൽക്കുപോലെത്തന്നെയാണ്. നമുക്ക് പറ്റിയതുമാണ്. നിന്റേത് പുത്തനായിത്തന്നെയിരിക്കുന്നു. എന്റേത് അൽപ്പം കീറുകയും കരിയുകയും ചെയ്തിട്ടുണ്ട്. ഞാനെന്താണ് ചെയ്യുക?”

“നിന്റെ കുപ്പായത്തിന്റെ മുൻവശത്തിന് കുഴപ്പമില്ല പിൻവശം ആരും കാണാതെ ശ്രദ്ധിക്കാം. എന്റെ മുടികെട്ടാൻ പുതിയ റിബൺ വേണം. മമ്മ അവരുടെ പിൻ എനിക്കു തരും; മുത്ത് പിടിപ്പിച്ച പിൻ. പുതിയ ചെരിപ്പുകൾക്കും ഭംഗിയുണ്ട്. കയ്യുറകൾ അതുമതി.”

“എന്റേതിൽ ലമനേഡ് കറപുരണ്ടിട്ടുണ്ട്. ഇനിയിപ്പോൾ പുതിയത് കിട്ടില്ല. അതില്ലാതെ തന്നെ ഭംഗിയാം.” ജോ പറഞ്ഞു നിർത്തി, വസ്ത്രത്തെപ്പറ്റി അവൾ വേവലാതിപ്പെടാറില്ല!

“ നീ കയ്യുറ ധരിക്കില്ലെങ്കിൽ ഞാൻ വരില്ല. അതില്ലാതെ ഡാൻസു ചെയ്യാൻ പറ്റില്ലല്ലോ. നീ ഡാൻസ് ചെയ്തില്ലെങ്കിൽ ഞാനുമില്ല.”

“ഞാൻ ഒരിടത്തിരിക്കാം, ഒരു കമ്പനിക്കുവേണ്ടി. ഡാൻസു ചെയ്യാനൊന്നും എനിക്കു താൽപ്പര്യമില്ല.”

മെഗ്: “പുതിയൊരു കയ്യുറയ്ക്കു വേണ്ടി അമ്മയോട് ചോദിക്കാൻ പറ്റില്ല. അവയ്ക്കു വലിയ വിലയല്ലേ? എങ്ങനെയെങ്കിലും ഒപ്പിച്ചുകൂടേ?”

ജോ: “ അല്ല, എങ്ങനെയെന്ന് ഞാൻ പറയാം. ഓരോ ആളും ഒരു നല്ലതും ഒരു പഴയതും ധരിക്കാം.”

മെഗ്: “നിന്റെ കൈകൾ വലിയത്. അതിൽ വലിച്ചിട്ടാൽ എന്റേത് ചീത്തയാവും.”

ജോ: “എന്നാൽ അതില്ലാതെ തന്നെ ഞാൻ പോവും. ആളുകൾ പറയുന്നത് ഞാൻ വകവെക്കാറില്ല.”

ജോ തന്റെ പുസ്തകം കയ്യിലെടുത്തു.

മെഗ്: “നീയെടുത്തോ – കറയാക്കാഞ്ഞാൽ മതി. ചീത്തയാവാതെ നോക്കണം, എന്താ?”

ജോ: “എന്നാൽ അതില്ലാതെതന്നെ ഞാൻ പോവും. ആളുകൾ പറയുന്നത് ഞാൻ വകവെക്കാറില്ല.”

ജോ: “നീ വിഷമിക്കേണ്ട. എന്റെ കൈകൾ വെടിപ്പുള്ളതാണ്. പിന്നെ, പോറലേൽപ്പിക്കയും ഇല്ല. ഇനി നീ പോ. ഞാനീ കഥ മുഴുവനാക്കട്ടെ.”

മെഗ് മറുപടിക്കത്ത് എഴുതാൻ പോയി. ഒരു മൂളിപ്പാട്ട് പാടിക്കൊണ്ടു തന്റെ ഉടുപ്പും ലേസ് ഫ്രില്ലുകളും നോക്കി, ജോ ആപ്പിളും കഥയും തീർത്തു.

സയാഹ്നത്തിൽ പൂമുഖം ഒഴിഞ്ഞുകിടന്നു. ഇളയ രണ്ടു സഹോദരിമാർ രണ്ടുപേരെ ഡാൻസ്പാർട്ടിക്ക് ഒരുക്കുന്നു. ഒരുപാട് തവണ മേലോട്ടും താഴോട്ടും ഓടുകയും ചിരിക്കുകയും ചെയ്തു. മെഗിന്, മുഖത്തേക്ക് വീണുകിടക്കുന്ന മുടിച്ചുരുൾ വേണം. ചൂടാക്കിയ കൊടിൽ കൊണ്ട് ജോ അത് ശരിയാക്കാൻ ശ്രമിച്ചു. ഒപ്പം ചുരുട്ടിവെച്ച കടലാസ് ചുരുൾ നിവർത്തപ്പോൾ, മുടിയും അതോടൊപ്പം മുറിഞ്ഞുവീണു. മെഗിനു കോപവും ദുഃഖവും.

"നീ എന്തുപണിയാണ് ചെയ്തത്?" മെഗ് ഉറക്കെക്കരഞ്ഞു. മുറിഞ്ഞുവീണ മുടി കയ്യിലെടുത്തപ്പോൾ അവൾക്കു സഹിക്കാനായില്ല.

"എന്റെ ഭാഗ്യം. നീ എന്നോടത് ചെയ്യാൻ പറയരുതായിരുന്നു. കൊടിലിന്റെ ചൂട് അൽപ്പം കൂടിപ്പോയതാണ്" ജോ പിറുപിറുത്തു.

" കുഴപ്പമില്ല. അതു ചുരുട്ടിയാൽ മതി. നിന്റെ റിബൺ അറ്റം മുമ്പിലാക്കി അൽപ്പം നെറ്റിയിലേക്ക് താഴ്ത്തിക്കെട്ടുക."

ഒരുവിധത്തിൽ മെഗിന്റെ ഒരുക്കം പൂർത്തിയായി. എല്ലാവരും കൂടി ശ്രമിച്ച് ജോയുടെ കനത്തമുടി ഉയർത്തിക്കെട്ടി ലളിതമായ വേഷത്തിൽ, അവരുടെ യഥാർഥ സൗന്ദര്യം ഉജ്ജ്വലമായി. മെഗിന് വെള്ളി നിറത്തിൽ കമ്പിളിവസ്ത്രവും ലേസ്ഫ്രില്ലും പവിഴംപതിച്ച പിന്നും നീലവെൽവെറ്റിന്റെ മുടിവലയും. ജോയ്ക്ക്, മജന്തവർണത്തിൽ ഉലയാതെ നിൽക്കുന്ന ലിനൻ കോളർവസ്ത്രം. ആഭരണമായി ഒന്നുരണ്ടു പൂക്കൾ മാത്രം. ഒരു കയ്യിൽ മാത്രം വെളുത്ത നല്ല കയ്യുറ ധരിച്ചു. മറ്റേത് കയ്യിലെടുത്തു. മെഗിന്റെ ഉയർന്ന മടമ്പുള്ള പാദരക്ഷകൾ വല്ലാതെ ഇറുക്കിയിരിക്കുന്നു. പത്തൊമ്പത് മുടിപ്പിന്നുകൾ ജോയുടെ മുടിയിലുണ്ട്.

അമ്മ ആശംസകൾ നേർന്നു.

"നിങ്ങളുടെ പരിപാടികൾ നന്നായിരിക്കട്ടെ. ഭക്ഷണം കുറച്ചേ കഴിക്കാവൂ. പതിനൊന്നു മണിക്ക്. ഞാൻ ഹന്നയെ പറഞ്ഞുവിടാം. നിങ്ങൾ തൂവാലയെടുത്തോ."

"ഉവ്വ് കൊളോൺ പുരട്ടുകയും ചെയ്തിട്ടുണ്ട്." ജോ തുടർന്നു: "മമ്മ അതു ചോദിക്കുമെന്ന് അറിയാമായിരുന്നു ഒരു ഭൂകമ്പമുണ്ടാക്കിയാണല്ലോ, നമ്മൾ ഇറങ്ങിയത്."

അവർ മിസിസ്സ് ഗാർഡിനറുടെ വീട്ടിലെത്തി.

ജോ: "ഞാൻ പലതും മറന്നുപോകും. എന്തെങ്കിലും പോരായ്മ തോന്നിയാൽ നീ എന്നെ നോക്കി കണ്ണിറുക്കണം."

മെഗ്: "സ്ത്രീകൾ കണ്ണിറുക്കിക്കാണിക്കില്ല. ഞാൻ പുരികം വളച്ചു കാണിക്കാം. നീ ശരിയാക്കിയാൽ ഞാൻ തലയിളക്കും. ഇനി ചുമൽ നിവർത്തിവെക്ക്, ചെറിയ ചുവടുകൾ വെയ്ക്കൂ."

ഡ്രെസിങ് റൂമിൽനിന്ന് അൽപ്പം ഭീതിയോടെ അവർ പുറത്തിറങ്ങി.

4

ഗാർഡിനറുടെ വീട്ടിലൊരു ഡാൻസ്

മിസിസ്സ് ഗാർഡിനർ അവരെ സന്തോഷത്തോടെ സ്വാഗതം ചെയ്തു. തന്റെ ആറുപെൺമക്കളിൽ മൂത്തവളെ വിളിച്ചു. മെഗിന് സാലിനെ പരിചയമുണ്ട്. അതിനാൽ പെട്ടെന്ന് ഇണങ്ങി. പെൺകുട്ടികളുടെ കൊച്ചുവർത്തമാനങ്ങളിൽ ജോയ്ക്ക് അശേഷം താൽപ്പര്യമില്ല. അവൾ ഒരരികിൽ പോയിരുന്നു. പൂന്തോട്ടത്തിൽ അകപ്പെട്ട ഒരു ചെറുപ്പക്കാരനെപ്പോലെ തോന്നിച്ചു അവൾ. മുറിയുടെ മറ്റൊരു ഭാഗത്ത് അഞ്ചാറു യുവാക്കൾ സ്കെയിറ്റിംഗിനെക്കുറിച്ച് സംസാരിക്കുന്നു. ജോയ്ക്ക് അവരോടൊപ്പം ചേരണമെന്നുണ്ട്. മെഗിനോട് ചോദിച്ചപ്പോൾ അവൾ പുരികമുയർത്തുന്നു. ജോ അതേപടി നിന്നു. അവിടന്ന് നീങ്ങിയാൽ ഉടുപ്പിലെ കീറൽ മറ്റുള്ളവർ കാണുമെന്നവൾ ഭയന്നു. ഡാൻസ് തുടങ്ങുംവരെ അവൾ നിരാലംബയായി നിന്നു.

ചുവന്ന മുടിയുള്ള ഒരു യുവാവ് തന്റെ അടുത്തേക്ക് വരുന്നതു കണ്ട്, ജോ ഒഴിഞ്ഞുമാറി, കർട്ടന്റെ മറുവശത്തേക്ക് നീങ്ങി. നിർഭാഗ്യവശാൽ, ലജ്ജാശീലനായ മറ്റൊരു യുവാവ് മുമ്പേതന്നെ അവിടെ എത്തിയിരിക്കുന്നു. അവർ മുഖാമുഖം കണ്ടു. അത് ലോറൻസ് ബോയ് ആണ്.

"ഇവിടെ ആരെങ്കിലും നിൽക്കുന്നുണ്ടെന്ന് ഞാനറിഞ്ഞില്ല." ജോ ക്ഷമാപണസ്വരത്തിൽ പറഞ്ഞു.

പക്ഷേ, അവൻ ചിരിക്കുന്നു!

"എന്നെ കണക്കാക്കണ്ട. ഇവിടെ നിൽക്കാനിഷ്ടമുണ്ടെങ്കിൽ നിന്നോ."

"ഞാൻ ശല്യപ്പെടുത്തിയോ."

"ഒട്ടുമില്ല. പലരേയും പരിചയമില്ല. അതുകൊണ്ടാണ് ഞാൻ ഇവിടെ വന്നുനിന്നത്."

"ഞാനും അങ്ങനെത്തന്നെ. ദയവായി പോകരുത്." ലോറൻസ് കസേരയിലിരുന്നു. ജോ സാധാരണനിലയിൽ എത്തുംവരെ അവൻ തന്റെ ബൂട്ട്സിൽ തന്നെ നോക്കിയിരുന്നു.

ജോ : "ഞാൻ നിന്നെ മുമ്പ് കണ്ടിട്ടുണ്ടല്ലോ - ഞങ്ങളുടെ അടുത്തുതന്നെയല്ലേ താമസം."

"അടുത്തവാതിൽ തന്നെ."

അവൻ നേരെനോക്കി നന്നായൊന്നു ചിരിച്ചു.

പൂച്ചയെ തിരിച്ചുകൊടുക്കാൻ ചെന്നപ്പോൾ അവർ സംസാരിച്ചിരുന്നു. ജോയുടെ ഇപ്പോഴത്തെ ഔപചാരികത കണ്ടാണ് അവൻ ചിരിച്ചത്.

ഇപ്പോൾ ജോയും ചിരിയിൽ പങ്കുചേർന്നു.

ജോ: "ക്രിസ്തുമസ്സ് സമ്മാനം ഞങ്ങൾ നന്നായി ആസ്വദിച്ചു."

"മുത്തശ്ശനാണ് അതു കൊടുത്തയച്ചത്."

ജോ: "പക്ഷേ നീയായിരിക്കും അതിന്റെ പിറകിൽ!"

"നിങ്ങളുടെ പൂച്ച എങ്ങനെയുണ്ട്, മിസ്സ് മാർച്ച്." അവൻ ഗൗരവം നടിച്ചുകൊണ്ട്, വിഷയം മാറ്റാൻ ശ്രമിച്ചു. കറുത്ത കണ്ണുകളിൽ തമാശ നിഴലിക്കുന്നു.

ജോ: "നന്ദി. പൂച്ച നന്നായിരിക്കുന്നു, മി. ലോറൻസ്, ഞാൻ മിസ്സ് മാർച്ച് അല്ല. വെറും ജോ!"

"ഞാൻ മിസ്റ്റർ ലോറൻസ് അല്ല." വെറും ലാറിമാത്രം. മിസ്സ് ജോ, നിങ്ങൾക്കു ഡാൻസു ചെയ്യാൻ ഇഷ്ടമല്ലേ."

ജോ: "മുറിയിൽ വേണ്ടസ്ഥലമുണ്ടെങ്കിൽ എനിക്കു ഡാൻസ് ചെയ്യാൻ ഇഷ്ടമാണ്. ഇതുപോലൊരു സ്ഥലത്ത് ആരുടെയെങ്കിലും കാലിൽ ചവിട്ടിപ്പോയാലോ, ദേഹത്ത് ഉരുമ്മിപ്പോയാലോ എന്നെനിക്കു പേടിയാണ്. അതാണ് മെഗിനെ അയച്ചത്. നീ ഡാൻസ് ചെയ്യുമോ."

"ചിലപ്പോൾ. കുറെക്കാലം ഞാൻ വിദേശത്തായിരുന്നു. ഇവിടത്തെ രീതികൾ ശരിക്കു മനസിലാക്കിയിട്ടില്ല."

"വിദേശത്തോ? അതെല്ലാം എന്നോട് പറയ്." ജോ ഉത്സുകയായി.

ലാറി പഠിച്ച സ്കൂളിനെക്കുറിച്ച് പറഞ്ഞു. തടാകത്തിൽ പോകാൻ ബോട്ടുകളുണ്ട്. ഒഴിവുദിവസങ്ങളിൽ നടത്തവും. ടീച്ചർമാരോടൊപ്പം സ്വിറ്റ്സർലണ്ടിനു ചുറ്റുമാണ് പോവുക.

"പാരീസിൽ പോയോ?"

"കഴിഞ്ഞ മഞ്ഞുകാലത്ത് അവിടെയായിരുന്നു."

"ഫ്രഞ്ച് സംസാരിക്കുമോ?"

"അവിടെ മറ്റൊരു ഭാഷയും സംസാരിക്കാൻ പാടില്ല." ലാറി, ജോയ്ക്ക് പരിചയമില്ലാത്ത ഭാഷകൾ കേൾപ്പിച്ചു. "മനോഹരമായ ചെരിപ്പിട്ട യുവതി ആരാണ്?"

ജോ: "എന്റെ സഹോദരി മാർഗറ്റ്. എന്താ, സുന്ദരിയല്ലേ?"

അതെ അവൾ ജർമൻ പെൺകുട്ടികളെ ഓർമിപ്പിക്കുന്നു. നന്നായി ഡാൻസ് ചെയ്യുന്നുമുണ്ട്.

തന്റെ സഹോദരിയെ പ്രശംസിക്കുന്നതുകേട്ട് ജോയ്ക്ക് അതിയായ സന്തോഷം. ലാറിയുടെ ലജ്ജാശീലം പമ്പകടന്നു. ഒരു മാന്യന്റെ മട്ടിലുള്ള ജോയുടെ രീതികൾ കണ്ട് അവനു രസംതോന്നി. ജോ അവളുടെ സ്വാഭാവിക അവസ്ഥയിൽ എത്തിയിട്ടുണ്ട് . തന്റെ ഉടുപ്പിനെപ്പറ്റി അവൾ എപ്പൊഴോ മറന്നു! ആരും അവളെ നോക്കി പുരികം ഉയർത്തുന്നുമില്ല. 'ലോറൻസ് ബോയ്' യെ മുമ്പത്തേക്കാളും വല്ലാതെ ഇഷ്ടപ്പെട്ടു അവൾ. മൂന്നുനാലു തവണ നന്നായി നോക്കിക്കണ്ടു, മറ്റുള്ളവരോട് പറയാൻ!

ജോ: "നീ കോളേജിൽ ചേരാൻ ഒരുങ്ങുകയാണോ? എപ്പോഴും പുസ്തകം കരളുകയാണെന്നു കേട്ടു."

ജോ പെട്ടെന്ന് തിരുത്തി : "ഞാൻ..... ഞാൻ ഉദ്ദേശിച്ചത് നീ കഠിന ശ്രമം ചെയ്യുന്നു എന്നാണ്."

ലാറി പുഞ്ചിരിച്ചു. ചുമൽ ചലിപ്പിച്ചുകൊണ്ടു പറഞ്ഞു:

"രണ്ടു മൂന്നുകൊല്ലത്തേക്ക് ഇല്ല. പതിനേഴു വയസുകഴിഞ്ഞിട്ടേ പോവൂ."

ജോ: "കോളേജിൽ ചേരാൻ ഞാനെന്തുമാത്രം ആഗ്രഹിക്കുന്നു. നിനക്ക് താൽപ്പര്യമില്ലാത്തതുപോലെ തോന്നുന്നുവല്ലോ."

"എനിക്കതു വെറുപ്പാണ്. എനിക്കിവിടത്തെ ആളുകളുടെ രീതികളൊന്നും പിടിക്കുന്നില്ല."

ജോ: "നിനക്കെന്താണിഷ്ടം?"

"ഇറ്റലിയിൽ പോയി, എന്റെ ഇഷ്ടംപോലെ ജീവിക്കാൻ."

അതെന്തിഷ്ടമാണെന്ന് ചോദിക്കാൻ ജോയ്ക്കു തോന്നി. എന്നാൽ ഭയപ്പെടുത്തുംവിധം അവന്റെ പുരികങ്ങൾ ചുളിഞ്ഞു. അവൾ വിഷയം മാറ്റി.

ജോ: "ആ ഡാൻസ് നന്നായിരിക്കുന്നു. നിനക്കൊന്ന് ശ്രമിച്ചുകൂടെ."

ലാറി: "നീകൂടി വരുമെങ്കിൽ."

ജോ: "എനിക്കു കഴിയില്ല. ഞാൻ മെഗിനോട് പറഞ്ഞതാണ്, കാരണം........" ബാക്കി പറയണോ ചിരിക്കണോ എന്നവൾ ഓർത്തു നിന്നു.

"എന്താ കാരണം?"

ജോ: "നീ ആരോടും പറയില്ലല്ലോ?"

"ഒരിക്കലുമില്ല."

ജോ: "നെരിപ്പോടിനടുത്ത് പുറംതിരിഞ്ഞു നിൽക്കുന്ന സ്വഭാവമുണ്ടെനിക്ക്. എന്റെ ഉടുപ്പിന്റെ പുറകുവശം കരിഞ്ഞു. അത് മറ്റാരും കാണാതിരിക്കാൻ ഞാൻ എവിടേക്കും നീങ്ങരുതെന്ന്! കണ്ടാൽ നീയും ചിരിക്കില്ലേ?"

പക്ഷേ ലാറി ചിരിച്ചില്ല. ഒരുനിമിഷം താഴേക്ക് നോക്കിനിന്നു. അവന്റെ മുഖഭാവം ജോയെ വിഷമിപ്പിച്ചു. അവൻ ഭവ്യതയോടെ പറഞ്ഞു:

"അതു സാരമില്ല. എങ്ങനെയെന്ന് ഞാൻ പറയാം. അപ്പുറത്ത് നീണ്ട ഹാൾ ഉണ്ട്. നമുക്കവിടെ ഡാൻസ് ചെയ്യാം. മറ്റാരും കാണില്ല, ഉടുപ്പ്."

അവർ അടുത്ത ഹാളിലേക്ക് പോയി. അവൻ ധരിച്ച പവിഴനിറത്തിലുള്ള കയ്യുറകൾപോലൊന്ന് തനിക്കുമുണ്ടായിരുന്നെങ്കിൽ എന്നവൾ പരിതപിച്ചു.

അവിടെ നല്ല സംഗീതമുണ്ട്. അവർ നന്നായി ഡാൻസ് ചെയ്തു. സംഗീതം നിലച്ചപ്പോൾ കോണിപ്പടിയിൽ ഇരുന്നു. ഹൈഡൽ ബർഗിൽ സഹപാഠികളോടൊപ്പമുള്ള ആഘോഷം ലാറി ഓർത്തുപോയി.

മെഗ്, ദൂരെനിന്ന് കൈകാട്ടി വിളിച്ചു.

മെഗ്: "എന്റെ കാൽ ഉളുക്കി. ചെരിപ്പിന്റെ ഹീൽ തിരിഞ്ഞുപോയി. വല്ലാത്ത വേദന, നിൽക്കാനാവുന്നില്ല."

"എനിക്കത് അപ്പോൾത്തന്നെ തോന്നിയതാണ്. ഇനിയൊരു വണ്ടി കിട്ടണം. അല്ലെങ്കിൽ രാത്രി ഇവിടെ തങ്ങേണ്ടിവരും."

ജോ, മെഗിന്റെ കാൽ ഉഴിഞ്ഞുകൊണ്ടിരുന്നു.

മെഗ്: "കുറെ പണം കൊടുക്കാതെ വണ്ടി കിട്ടില്ല. അധികംപേരും സ്വന്തം വണ്ടികളിലാണ് വന്നത്. കുതിരലായത്തിലേക്കാണെങ്കിൽ, കുറെ ദൂരവുമുണ്ട്."

ജോ: "ഞാൻ പോകാം."

മെഗ്: "വേണ്ട. മണി പത്തുകഴിഞ്ഞു. ഈജിപ്തുപോലെ ഇരുണ്ട താണിവിടം. ആൾ നിറഞ്ഞ ഈ വീട്ടിൽ നിൽക്കാനാവില്ല."

"സാലിയുടെ ഒപ്പം താമസിക്കുന്ന ചില പെൺകുട്ടികൾ ഉണ്ട്. ഹന്ന വരുന്നതുവരെ ഞാൻ വിശ്രമിക്കട്ടെ. പിന്നെ വേണ്ടതു ചെയ്യാം."

ജോ: "ഞാൻ ലാറിയോടു പറയാം. അവൻ സഹായിക്കും."

മെഗ്: "ദയവായി ആരോടും ഇക്കാര്യം പറയണ്ട. എന്റെ ചെരിപ്പുകൾ മറ്റുസാധനങ്ങളുടെ കൂടെവയ്ക്ക്. ഇനി എനിക്ക് ഡാൻസ് ചെയ്യാനാവില്ല. ഭക്ഷണം കഴിഞ്ഞ ഉടൻ ഹന്നയെ അന്വേഷിക്കൂ. എന്നിട്ട് എന്നോട് പറയ്."

ജോ: "എല്ലാവരും ഭക്ഷണം കഴിക്കാൻ പോണു. ഞാൻ നിന്റെടുത്തു തന്നെ നിൽക്കാം."

മെഗ്: "വേണ്ട, നീ പൊയ്ക്കോ —വരുമ്പോൾ എനിക്കിത്തിരി കാപ്പി കൊണ്ടുവന്നാൽമതി. എനിക്കു ക്ഷീണമുണ്ട്. ഇവിടന്ന് നീങ്ങാൻ വയ്യ."

ജോ ഭക്ഷണം കഴിക്കാൻ പോയി. പോകുംവഴിയുള്ള ഒരു മുറിയിൽ മിസ്റ്റർ ഗാർഡിനർ തനിച്ചുനിന്ന് എന്തോ കുടിക്കുന്നു. മേശയ്ക്കരികിലൂടെ ജോ ഊളിയിട്ടുകടന്ന് ഭക്ഷണ മുറിയിൽ എത്തി. ഒരു കപ്പ് കാപ്പി കൈയിലാക്കി. ധൃതികാരണം കാപ്പിതുളുമ്പി ജോയുടെ ഉടുപ്പിന്റെ മുൻഭാഗവും വൃത്തികേടായി.

"ഞാൻ സഹായിക്കട്ടെ!"

ഒരു സൗഹൃദസ്വരം.

ഒരുകയ്യിൽ നിറഞ്ഞ കപ്പും മറുകയ്യിൽ പ്ലേറ്റുമായി ലാറി നിൽക്കുന്നു.

ജോ: "മെഗ് ക്ഷീണിച്ചിരിക്കുന്നു. ഞാൻ കാപ്പിയുമായി പോകുമ്പോൾ ഞാൻ നല്ല വേഷത്തിലായല്ലോ!"

ലാറി: "മോശം! ഇത് കൊടുക്കാൻ ഞാനൊരാളെ അന്വേഷിക്കയാണ്. നിന്റെ സഹോദരിക്കു കൊടുക്കട്ടെ?"

ജോ: "ഓ, നന്ദി. അവൾ എവിടെയെന്ന് ഞാൻ കാണിക്കാം." കപ്പ് മേശപ്പുറത്ത് വെച്ച്, ലാറി വീണ്ടും പോയി. ജോയ്ക്കു കൂടി കൊണ്ടുവന്നു. "നൈസ് ബോയ്" മെഗ് പറഞ്ഞു.

5

ലാറിയോടൊപ്പം മടങ്ങുന്നു

ഭക്ഷണം കഴിഞ്ഞു. ചില ചെറുപ്പക്കാരുമായി സംസാരിക്കവെ, മെഗ് കാലിന്റെ കാര്യം മറന്നു.

ഹന്ന വന്നു. വേദനസഹിച്ചുകൊണ്ട് ജോയുടെ കയ്യിൽപ്പിടിച്ച് മെഗ് എഴുന്നേറ്റു.

"ഒന്നും മിണ്ടരുത്." മെഗ് മെല്ലെ പറഞ്ഞു. പിന്നെ ഉച്ചത്തിൽ, "അതു സാരമില്ല. എന്റെ കാൽ അൽപ്പം തിരിഞ്ഞുപോയി" മുടന്തിക്കൊണ്ടാണ് മുകളിലേക്കു പോയത്.

ഹന്ന ശകാരിച്ചു.

മെഗ് കരഞ്ഞു.

ജോ, തങ്ങളുടെ വസ്തുക്കൾ പെറുക്കിയെടുത്തു. താഴെയിറങ്ങി ജോ ചുറ്റുംനോക്കി.

ലാറി അടുത്തുവന്ന്, മുത്തശ്ശൻ വണ്ടി ഉണ്ടെന്നറിയിച്ചു.

ജോ: "സമയം അധികമായില്ല. നീ ഇത്രനേരത്തെ പോകാനുദ്ദേശിച്ചതല്ലല്ലോ?"

ലാറി: "ഞാനെപ്പോഴും നേരത്തെ പോകും. നിങ്ങളെ വീട്ടിൽ വിടാൻ എന്നെ അനുവദിക്ക്. ഞാൻ പോകുന്ന വഴിതന്നെയല്ലേ. പുറത്ത് മഴയുണ്ട്."

ഹന്നയ്ക്ക് മഴയത്തെ നടത്തം ഇഷ്ടമല്ല. ഒരു പൂച്ചയെപ്പോലാണവൾ. നല്ലൊരു വണ്ടി കിട്ടുമെന്നറിഞ്ഞ് സന്തോഷമായി. മൂന്നുപേർക്കും സൗകര്യമായി ഇരിക്കാൻ, ലാറി മുമ്പിൽ പോയിരുന്നു. മെഗ് കാൽ ഇരിപ്പിടത്തിൽ പൊക്കിവെച്ചു.

ജോ: "എനിക്ക് നല്ലൊരു ദിവസമായിരുന്നു, ഇന്ന്."

മെഗ്: "എനിക്കും. കാൽ വേദനവരുംവരെ. സാലിയുടെ സുഹൃത്ത് ആനി എന്നെ ക്ഷണിച്ചിട്ടുണ്ട്. സാലി പോകുമ്പോൾ അവൾക്കൊപ്പം

ചെന്ന് ഒരാഴ്ച താമസിക്കാൻ പറഞ്ഞു. ഓപെറാ തുടങ്ങുന്ന വസന്തകാലത്താണവൾ പോകുന്നത്. മമ്മ അനുവദിച്ചാൽ സാലിക്കൊപ്പം പോകണം."

ജോ സംസാരിച്ചുകൊണ്ടിരുന്നു. ലാറിക്ക് ഒരുപാട് നന്ദിപറഞ്ഞ് അവൾ വീട്ടിലേക്കുകയറി.

ഉറങ്ങുന്നവരെ ശല്യപ്പെടുത്താതെ ഉള്ളിൽ കടക്കാമെന്നു കരുതി. എന്നാൽ, വാതിൽ തുറന്നതും രണ്ടു ഉറക്കക്കാരികൾ ഓടിവന്നു.

"പാർട്ടി എങ്ങനെയിരുന്നു?"

മര്യാദയില്ലാത്ത രീതിയെന്ന് മെഗ് പറഞ്ഞെങ്കിലും കൊച്ചനുജത്തിമാർക്ക് കൊടുക്കാൻ ജോ അൽപ്പം മധുരം കരുതിയിരുന്നു.

കോൾമയിർക്കൊള്ളിക്കുന്ന കൊച്ചുകാര്യങ്ങൾ കേട്ട് രണ്ടുപേരും ഉറങ്ങാൻ പോയി.

മെഗ്: "സുന്ദരിയായ യുവതി. താൻ നടത്തിയ പാർട്ടി കഴിഞ്ഞ് തന്റെ തന്നെ വാഹനത്തിൽ മടങ്ങുക. ഡ്രെസിങ്ഗൗൺ ധരിച്ച് ഇരിക്കുക. ആജ്ഞാനുവർത്തിയായി ഒരു സഹായി അടുത്തുനിൽക്കുക. അങ്ങനെയാണ് എനിക്കിപ്പോൾ തോന്നുന്നത്."

ജോ മെഗിന്റെ കാൽ ഉഴിഞ്ഞു കെട്ടുകയും മുടി ചീകി മിനുക്കുകയുമാണ്.

ജോ: "കരിഞ്ഞ മുടിയും പഴയ ഗൗണും രണ്ടുതരം കയ്യുറകളും ഇറുകിയ പാദരക്ഷ ധരിച്ച് കാലുളുക്കുകയും ചെയ്തവർ, ഞങ്ങളേക്കാൾ പാർട്ടി ആസ്വദിച്ചുവെന്ന് ഞാൻ വിശ്വസിക്കുന്നില്ല."

ഡാൻസിന്റെ അടുത്ത നാൾ.

മെഗ്: "നമ്മുടെ ജോലി ചെയ്തുതീർക്കാൻ എന്തൊരു വിഷമം!"

"എന്നും ക്രിസ്തുമസും നവവത്സരവുമായാൽ അതെന്തൊരു തമാശയായിരിക്കും." ജോ കോട്ടുവായിട്ടു.

മെഗ്: "ഇന്നലത്തെപ്പോലെ നാമൊരിക്കലും ആഘോഷിച്ചിട്ടില്ല; ഇടയ്ക്കെല്ലാം ഒരു ഡാൻസും പാർട്ടിയും വേണം. ഇതിനൊക്കെ സാധിക്കുന്ന പെൺകുട്ടികളോട് എനിക്കസൂയയാണ്. ധനികയാവാൻ എനിക്കിഷ്ടമുണ്ട്."

ജോ: "നല്ലത്. നമുക്കത് കഴിയില്ല. അതുകൊണ്ട് മുറുമുറുക്കുകയും വേണ്ട. മമ്മ ചെയ്യുന്നപോലെ ജോലിചെയ്ത് കഴിയുന്നത്ര സന്തോഷിക്കുക. എനിക്ക് മാർച്ച് ആന്റി കടലിലെ കിഴവനെപ്പോലാണ്. പരാതിയേതുമില്ലാതെ അവർക്കുവേണ്ടി ജോലിചെയ്യാൻ ഞാൻ പഠിച്ചു. അതുകൊണ്ട് കുഴപ്പമില്ല."

ജോ നല്ല മാനസികാവസ്ഥയിലാണ്. പക്ഷേ, മെഗിന്റെ മുഖത്തു തെളിച്ചമില്ല. നാലുകുട്ടികളാണ് അവളുടെ പ്രശ്നം. നേരാംവണ്ണം വളർത്തപ്പെട്ടവരല്ല അവർ. സാധാരണ ചെയ്യുംപോലെ കഴുത്തിൽ ഒരു നീല സ്കാർഫ് കെട്ടി സ്വയം ഒന്നു ചമഞ്ഞൊരുങ്ങാൻപോലും അവൾക്കു മനസില്ല.

മറ്റാരും കാണാനില്ലെങ്കിൽ ഒരുങ്ങുന്നതെന്തിന്?

അസംതൃപ്തമായ മുഖത്തോടെ മെഗ് ഇറങ്ങിപ്പോയി.

ബെത്തിന് തലവേദന. അവൾ സോഫയിൽ ഇരുന്നു പൂച്ചക്കുട്ടികളുമായി കളിക്കുന്നു. ആമിയാവട്ടെ അവളുടെ പാഠങ്ങൾ പഠിച്ചുതീർന്നിട്ടില്ല. ജോ ചൂളമടിച്ച് കോലാഹലം സൃഷ്ടിക്കുന്നു. മിസിസ്സ് മാർച്ച് ഒരു കത്തെഴുതി പൂർത്തിയാക്കാനുള്ള ശ്രമത്തിലുമാണ്.

"നിങ്ങളൊന്ന് മിണ്ടാതിരി. ഞാനിത് പൂർത്തിയാക്കട്ടെ." അൽപ്പസമയം നിശ്ശബ്ദത.

അതിനിടെ ഹന്ന ചാടിവീണ് ചൂടുള്ള രണ്ട് അടകൾ മേശപ്പുറത്തെടുത്തുവച്ചു. എന്തു തിരക്കാണെങ്കിലും, പലപ്പോഴും പിറുപിറുക്കുകയും ചെയ്യുമെങ്കിലും ഹന്ന അതുണ്ടാക്കുകതന്നെ ചെയ്യും. പെൺകിടാങ്ങൾക്കു മറ്റെന്തു കിട്ടാനാണ്? പോയാൽ മൂന്നുമണിക്കുശേഷമേ അവർ തിരിച്ചെത്തുകയുമുള്ളൂ.

ജോ: "നീ ആ പൂച്ചകളെ ഒഴിവാക്കി, തലവേദന മാറ്റ്, ബെത്ത്." ഭക്ഷണം വേഗത്തിൽ ഉള്ളിലാക്കി, അവർ പോകാനൊരുങ്ങി.

ജോ: "ഗുഡ്ബൈ, മമ്മാ" ഇപ്പോൾ ഞങ്ങളൊക്കെ ഒരുതരം പോക്കിരികളാണ്. തിരിച്ചെത്തുമ്പോൾ എല്ലാവരും തിരിഞ്ഞു നോക്കും. ചെറുപുഞ്ചിരിയോടെ കൈവീശി മമ്മ അവിടെ നിൽക്കുമെന്ന് അവർക്കറിയാം.

നിർഭാഗ്യവാനായ ഒരു സുഹൃത്തിനെ സഹായിച്ചതിന്റെ ഫലമാണ് മിസ്റ്റർ മാർച്ചിന്റെ സ്വത്ത് നഷ്ടമായത്. മൂത്ത രണ്ടുപെൺമക്കളും അവരുടെ തന്നെ നിർബന്ധത്താൽ ഒരു തൊഴിൽ സ്വീകരിക്കയായിരുന്നു. മാർഗരറ്റ് ഒരു ഗവർണസ്സ്. ഒരു ധനികയെപ്പോലെ ജീവിക്കാനാണ് അവൾക്കിഷ്ടം. ദാരിദ്ര്യം അവൾക്കു സഹിക്കാനാവുന്നില്ല. കിംഗ് കുടുംബത്തിലെ മുതിർന്ന പെൺകുട്ടികൾ നൃത്തത്തിന്നും വിരുന്നിനുമെല്ലാം പോകും. അവരുടെ കിന്നരിക്കുപ്പായങ്ങളും സംസാരവും തിയേറ്റർവാർത്തകളും മറ്റു വിനോദോപാധികളുമെല്ലാം മെഗിന് അൽപ്പം സംതൃപ്തി നൽകുന്നു, ഒപ്പം ദുഃഖവും.

അൽപ്പം മുടന്തുള്ള മാർച്ച്അമ്മായിയെ ജോ സഹായിക്കുന്നു. അവർക്ക് മക്കളില്ല. മാർച്ച്കുടുംബത്തിൽ ദുരിതം വന്നപ്പോൾ, പെൺകുട്ടികളിൽ ഒരാളെ ദത്തെടുക്കാൻ അവർ ശ്രമിച്ചതാണ്. അവർക്ക് ധാരാളം സ്വത്തുണ്ടെന്ന് സുഹൃത്തുക്കൾ പറഞ്ഞെങ്കിലും മാർച്ച്കുടുംബം വഴങ്ങിയില്ല. അതിന്റെ പേരിൽ കുറച്ചുകാലം പിണക്കത്തിലും ആയിരുന്നു.

ആയിടയ്ക്ക് ഒരു വിരുന്നിനിടയിൽ മാർച്ച്അമ്മായി ജോയെ കാണാനിടവന്നു; തന്റെ സഹായി ആയി നിൽക്കാൻ അഭ്യർഥിച്ചു. മറ്റു മാർഗങ്ങളൊന്നും തരപ്പെടാതിരുന്നതിനാൽ, ഇഷ്ടമല്ലെങ്കിലും ജോ അതിനു തയ്യാറായി. ഇപ്പോൾ വലിയ കുഴപ്പമില്ലാതെ കഴിഞ്ഞുപോകുന്നു.

അമ്മാവന്റെ മരണശേഷം ഉപയോഗിക്കപ്പെടാതെ കിടന്ന നല്ലൊരു പുസ്തകശേഖരമായിരുന്നു ജോയുടെ ആശ്വാസം.

ജോലിയിൽനിന്നു വിടുതൽ കിട്ടിയാലുടൻ അവൾ പുസ്തകങ്ങൾക്കു സമീപമെത്തും. കാവ്യം, ചരിത്രം, യാത്ര, ചിത്രം, നോവൽ എന്നിങ്ങനെ നിരവധി പുസ്തകങ്ങൾ. എന്നാൽ തന്റെ ഏകാഗ്രതയെ

ഭഞ്ജിച്ച് താഴെനിന്ന് വിളി ഉയരും. ജോസഫൈൻ.... ജോസഫൈൻ.... പിന്നെ സ്തോത്രങ്ങളാണ് വായിക്കുക.

പ്രശംസനീയമായ എന്തെങ്കിലുമൊന്ന് ചെയ്യണമെന്നുണ്ട്, ജോയ്ക്ക്. എന്നാൽ, താൻ ആഗ്രഹിക്കുംപോലെ വായനയോ ഓട്ടമോ കുതിരസവാരിയോ ചെയ്യാനാവില്ലെന്ന ആകുലതയും ഉണ്ട്. പെട്ടെന്ന് ദേഷ്യംവരിക, മൂർച്ചയേറിയ പദങ്ങൾ സംഭാഷണത്തിൽ പ്രയോഗിക്കുക, അടങ്ങിയിരിക്കാനാവാത്ത ആവേശം കാണിക്കുക; ഇതെല്ലാമായിരുന്നു, ജോ. എന്നാൽ അവളിപ്പോൾ സ്വതന്ത്രയായി ജീവിക്കുന്നു. മാർച്ച്അമ്മായിയുടെ സഹവാസം സ്വഭാവത്തിലും അൽപ്പം മാറ്റംവരുത്തി.

ലജ്ജാലുവായതിനാൽ സ്കൂളിൽ പോവാതിരുന്ന എലിസബെത്തിനെ അച്ഛൻ വീട്ടിലിരുത്തി പഠിപ്പിച്ചു. വീട്ടുകാര്യങ്ങൾ നോക്കാനിഷ്ടപ്പെട്ട അവൾ ഹന്നയെ സഹായിച്ചുപോന്നു. ഭാവനയിൽ അവൾക്കൊരുപാടു കൂട്ടുകാരികൾ ഉണ്ട്. ആറു കളിപ്പാവകളെ അണിയിച്ചൊരുക്കലാണ് പ്രഭാതത്തിലെ ജോലി. അതിൽ ഒന്നുപോലും നല്ലതില്ല. സംഗീതപാഠങ്ങൾ സാധിക്കാത്തതുകൊണ്ടും ഒരു പിയാനോ ഇല്ലാത്തതിനാലും അവൾ ചിലപ്പോൾ കരയാറുണ്ട്. സംഗീതം അവൾക്കൊരുപാടിഷ്ടമാണ്. ക്ഷമയോടെ, പഴയൊരു സംഗീതോപകരണത്തിൽ അവൾ അഭ്യസനം നടത്തുന്നു.

ജീവിതത്തിലെ ഏറ്റവും വലിയ പരീക്ഷണം ഏതെന്നു ചോദിച്ചാൽ, ആമി പറയുക 'എന്റെ മൂക്ക്' എന്നാണ്. കുഞ്ഞായിരിക്കുമ്പോൾ ജോ താഴെയിട്ടതുകൊണ്ടാണ് തന്റെ മൂക്ക് പരന്നുപോയത് എന്നാണവളുടെ പരാതി. ഏതായാലും അതിന് ആഭിജാത്യം ഇല്ല. ഇക്കാര്യം അവൾ മാത്രമാണ് ശ്രദ്ധിക്കുന്നതും.

'കൊച്ചുറാഫേൽ' എന്നാണ് സഹോദരിമാർ അവളെ വിളിക്കുന്നത്. ചിത്രരചനയിൽ താൽപ്പര്യമുണ്ട്. കണക്കുചെയ്യുന്നതിനു പകരം, അവൾ ക്ലാസിൽ ചിത്രം വരയ്ക്കുന്നു എന്നാണ് അധ്യാപികമാർ പറയുന്നത്. അൽപ്പം സംഗീതമറിയാം. 'ക്രോഷേ' ചെയ്യും. ധാരാളം ഉച്ചാരണത്തെറ്റുകൾ വരുത്തിക്കൊണ്ട് ഫ്രഞ്ച് വായിക്കും!

'ആമി' ഇളയവൾ ആകയാൽ എല്ലാവരും ലാളിച്ച് വഷളാക്കിയിരിക്കുന്നു. എന്നാൽ അവളുടെ ഗർവ് ശമിപ്പിക്കുന്ന ഒരു കാര്യമുണ്ട്. തന്റെ കസിന്റെ കുപ്പായങ്ങൾ ധരിക്കേണ്ടിവരുന്നു. നീല ബോണറ്റിനുപകരം ചുമപ്പു ബോണറ്റും പാകമാവാത്ത ഉടുപ്പുകളും.

ആമിയുടെ വിശ്വസ്ത മെഗ് ആകുന്നു. ജോ, ബെത്തിന്റെയും. തന്റെ ചിന്തകൾ ബെത്ത് ജോയോട് മാത്രമാണ് പറയുക. 'നെടുങ്കനായ' സഹോദരിയിൽ ബെത്തിനുള്ളത്ര സ്വാധീനം മറ്റാർക്കുമില്ല.

മൂത്തവർ രണ്ടുപേരും നല്ല ഒരുമയിലാണ്. അവൾ ഓരോരുത്തരും ഇളയവരിൽ ഒരാളെ വീതം ദത്തെടുത്തപോലാണ്. ഒരുതരം അമ്മചമയൽ!

6

ലാറിയുടെ വീട്ടിൽ

ഒരു സായാഹ്നത്തിൽ എല്ലാവരും തുന്നൽപ്പണിയിലാണ്.

മെഗ്: "ആർക്കെങ്കിലും എന്തെങ്കിലും പറയാനുണ്ടോ? ഇവിടെ ഒരു തമാശയുമില്ല."

ജോയ്ക്ക് കഥപറയാൻ ഇഷ്ടമാണ്. അവൾ തുടങ്ങി:

"ഇന്നു ഞാൻ ഒരു പുസ്തകം വായിച്ചുകൊണ്ട് ഉറങ്ങിപ്പോയി. അമ്മായി എന്നേക്കാൾ മുമ്പേ ഉണർന്ന് ഒരൊറ്റ ചോദ്യം. പുസ്തകം ഒന്നിച്ചു വിഴുങ്ങാനാണോ, വാ ഇത്രയും തുറന്നത്? അങ്ങനെ സാധിച്ചാൽ അതാണെന്റെ ആഗ്രഹം എന്നു ഞാൻ മറുപടി നൽകി. എന്റെ പാപങ്ങളെക്കുറിച്ച് പറഞ്ഞ്, പുസ്തകം വായിച്ചു കേൾപ്പിക്കാൻ ആവശ്യപ്പെട്ടു. ക്ഷീണമുണ്ടെങ്കിൽ വായന നിർത്താം എന്നുപറഞ്ഞപ്പോൾ അധ്യായം തീർക്കണമെന്നായി."

മെഗ്: "കിംഗ് കുടുംബത്തിലെ മൂത്തകുട്ടി എന്തോ കടുപ്പം കാണിച്ചു. അമ്മ കരയുകയും അച്ഛൻ ഉറക്കെ സംസാരിക്കുകയും ചെയ്യുന്നു. ഗ്രേസും എലനും എന്നെ കടന്നുപോയപ്പോൾ മുഖം മറച്ചുപിടിച്ചു. എനിക്ക് സങ്കടംവന്നു. വന്യസ്വഭാവമുള്ള സഹോദരൻ എനിക്കില്ലാത്തതിൽ സന്തോഷിക്കയും ചെയ്തു."

ആമി: "ഇന്ന് സൂസി നല്ലൊരു മോതിരമണിഞ്ഞാണ് വന്നത്. അവൾ മിസ്റ്റർ ഡേവിസിന്റെ ചിത്രം വരച്ചു. ഒരു കൂനും ഭീകരമായ മൂക്കുമായി. ഞങ്ങൾ അതുകണ്ട് ചിരിച്ചപ്പോൾ ഡേവിസ് സ്ലേറ്റ് പിടിച്ചുവാങ്ങി. സൂസിയുടെ ചെവിക്കു നല്ലൊരു തിരുമ്മലും കൊടുത്തു."

ബെത്ത്: "ഇന്നുകാലത്ത് ഞാൻ മീൻ മാർക്കറ്റിൽ പോയി. മിസ്റ്റർ ലോറൻസ് മീൻ വാങ്ങാൻ വന്നിട്ടുണ്ട്. ഒരു സാധുസ്ത്രീ പാത്രവുമായിവന്ന് മീനിന്റെ അൽപ്പം 'പൊട്ടും പൊടിയും' ചോദിച്ചു. അൽപ്പം തിരക്കായതിനാൽ മീൻകാരൻ കൊടുത്തില്ല. ഉടൻ മിസ്റ്റർ ലോറൻസ്

ഒരു വലിയമീൻ വാങ്ങി അവർക്കു കൊടുത്തു. അവർ ഒരുപാട് നന്ദിപറഞ്ഞു. വഴുതുന്ന ഒരു വലിയ മീനിനെ അവർ പൊത്തിപ്പിടിച്ചു നടക്കുന്നത് നല്ല കാഴ്ചതന്നെ."

അമ്മയോടും ഒരു കഥപറയാൻ അപേക്ഷിച്ചു.

"ഞാനിന്ന് ജാക്കറ്റിന്നായി നീലഫ്ളാനൽ മുറിക്കുമ്പോൾ അച്ഛന്റെ കാര്യം ഓർത്തു വിഷമിച്ചു. കുറച്ചു കഴിഞ്ഞ് ഒരു വൃദ്ധൻ വന്നു. വീട്ടുസാമാനങ്ങൾക്ക് ഓർഡർ സ്വീകരിക്കാൻ വന്നതാണ്."

"നിങ്ങൾക്ക് പട്ടാളത്തിൽ പോയ മക്കളുണ്ടോ?"

"നാലുപേരുണ്ട്. രണ്ടുപേർ യുദ്ധത്തിൽ കൊല്ലപ്പെട്ടു. ഒരാൾ തടവുകാരനായി പിടിക്കപ്പെട്ടു. ഏറ്റവും ഇളയവൻ വാഷിങ്ടണിലെ ആസ്പത്രിയിൽ ചികിത്സയിലും."

"രാജ്യത്തിന്നു വേണ്ടി നിങ്ങൾ കുറെ ത്യാഗംചെയ്തു."

"ഞാൻ പോയിട്ടു ഒരു കാര്യവുമില്ല, അതിനാൽ മക്കളെ അയച്ചു."

"തികഞ്ഞ സന്തോഷത്തോടെ, തികഞ്ഞ ആത്മാർഥതയോടെയാണയാൾ സംസാരിച്ചത്. വിലപ്പെട്ടത് രാജ്യത്തിനു സമർപ്പിച്ചതിൽ കൃതാർഥനാണ്. എനിക്കു ലജ്ജതോന്നി. നല്ലൊരു പാഠമാണ് അയാളെന്നെ പഠിപ്പിച്ചത്. ഞാൻ ചില സമ്മാനങ്ങൾ നൽകി."

ജോ: "അമ്മ ഒരു കഥകൂടി പറയ്. കുറെ ധാർമികതയുള്ളത്. അതേപ്പറ്റി എനിക്ക് പിന്നീട് ചിന്തിക്കാമല്ലോ. സുവിശേഷം വേണ്ടാ."

അമ്മ അവരുടെ കുടുംബകഥ തന്നെയാണ് പറഞ്ഞത്. "ഇല്ലാത്ത വസ്തുക്കൾ, ഉണ്ടായിരുന്നെങ്കിൽ എന്ന് ചിന്തിക്കാതിരിക്കുക. അസംതൃപ്തി തോന്നുമ്പോൾ, ലഭ്യമായ അനുഗ്രഹങ്ങളെക്കുറിച്ച് കൃതജ്ഞരായിരിക്കുക."

"ഞങ്ങളുടെ കഥതന്നെ ഞങ്ങളോട് പറഞ്ഞത് നല്ലൊരു തന്ത്രമാണല്ലോ, അമ്മേ."

"എനിക്കിഷ്ടമായി, അച്ഛനും ഈ രീതിയിലാണ് പറയുക." ബെത്ത് ചിന്താധീനയായി.

ജോ അൽപ്പം തമാശയോടെ പ്രതികരിച്ചു. "അതില്ലാതെ അവൾക്കു വയ്യാ."

* * *

"ജോ, ഇന്നു നീ എന്തുചെയ്യാൻ പോകുന്നു."

റബ്ബർ ബൂട്ട്സ് ധരിച്ച് ഒരു പഴയചാക്കും ചൂലും ചട്ടുകവുമായി പുറത്തിറങ്ങിയ ജോയോട് മെഗ് ചോദിച്ചു.

"വ്യായാമത്തിനു" കുസൃതിനിറഞ്ഞ കണ്ണുകൾ മെഗിനെ നോക്കി ചിരിച്ചു.

'ഇവാൻഹോ'വായിക്കാനും തന്റെ കാല് താലോലിക്കാനുമായി മെഗ് ഉള്ളിലേക്കുപോയി.

സമയം ഉച്ചകഴിഞ്ഞു. മഞ്ഞ് അധികമില്ല. തോട്ടത്തിന്റെ ചുറ്റുവഴി വൃത്തിയാക്കി ജോ. വെയിൽ വരുമ്പോൾ ബെത്തിന് അതിലെ നടക്കാമല്ലോ.

പട്ടണപ്രാന്തത്തിലുള്ള പ്രദേശമാണത്. മിസ്റ്റർ ലോറൻസിന്റെ വീടും മാർച്ചുകുടുംബത്തിന്റെ വീടും വേർതിരിച്ചു നിർത്തുന്നത് ഈ തോട്ടമാണ്. ഇടയിൽ പുതിയ വേലിയും ഉണ്ട്.

വേലിയുടെ മറുവശത്ത് സമ്പന്നത വിളിച്ചോതുന്ന കെട്ടിടം. വണ്ടിപ്പുരയുണ്ട്. നന്നായി സൂക്ഷിക്കപ്പെടുന്ന ചുറ്റുപാടുകൾ. വിലപിടിച്ച തിരശ്ശീലകളുടെ ഇടയിൽക്കൂടി കുറച്ചുമാത്രം പ്രത്യക്ഷമാവുന്ന വിചിത്ര വസ്തുക്കൾ. എങ്കിലും അതൊരു ജീവനില്ലാത്ത കെട്ടിടമെന്നാണ് ജോയുടെ അഭിപ്രായം. കുട്ടികളുടെ സ്വരമോ അമ്മയുടെ പുഞ്ചിരിക്കുന്ന മുഖമോ ഇല്ല. വൃദ്ധനും പേരക്കുട്ടിയും മാത്രം. മറ്റുചിലർ ഇടയ്ക്കെല്ലാം ഉള്ളിലേക്കും പുറത്തേക്കും നടക്കുന്നു.

ജോയ്ക്ക് ആ വീട്ടിനുള്ളിലെ വിചിത്ര സാമഗ്രികൾ എല്ലാം ഒന്നു കാണണമെന്നുണ്ട്. പാർട്ടികഴിഞ്ഞതിൽ പിന്നെ, ലാറിയുമായി കൂടുതൽ പരിചയപ്പെടാനും തോന്നി. അവനെ പുറത്തെങ്ങും കാണാത്തതിനാൽ സ്ഥലംവിട്ടുവെന്ന് കരുതി, അതിനിടെ ബെത്തും ആമിയും കൂടി മഞ്ഞുപന്ത് കളിക്കുമ്പോൾ, മുകളിലെ ജാലകത്തിനു പിറകിൽ ഒരു മുഖം കണ്ടെത്തി, കളി വീക്ഷിക്കുന്ന കണ്ണുകൾ!

അവന് എന്താണ് വേണ്ടതെന്ന് വൃദ്ധന് അറിയില്ല. അൽപ്പം തമാശയുമൊക്കെയായി കൂട്ടുകൂടാൻ അവനിഷ്ടമാണ്. അവന്റെ മുത്തശ്ശനോടൊന്നു പറഞ്ഞാലോ? ജോ ചിന്തിച്ചു.

ജോ സാഹസികത ഇഷ്ടപ്പെടുന്നു. ഇന്ന് അതിനു പറ്റിയ ദിവസം തന്നെ. മിസ്റ്റർ ലോറൻസ് വണ്ടിയോടിച്ചു പോയി. പരിചാരകരെ കാണാനില്ല. താഴെനിലയിൽ ആരുമില്ല. മുകൾ നിലയിൽനിന്ന് ഒരു മുഖം എത്തിനോക്കുന്നു.

ജോ ഒരുപിടി മഞ്ഞ് വാരിയെറിഞ്ഞു. ജാലകത്തിലെ മുഖത്തിന്റെ ഭാവം മാറി. മുഖത്തൊരു പ്രകാശവും ചിരിയും!

"നിനക്കെന്താ സുഖമില്ലേ?"

ലാറി ജാലകം മലർക്കെത്തുറന്നു.

"ഒരാഴ്ചയായി കഠിനമായ ജലദോഷം."

"അവിടെയിരുന്ന് എന്തുചെയ്യുന്നു?"

"ഒന്നുമില്ല."

"നിന്നോട് സംസാരിക്കാനും എന്തെങ്കിലും വായിച്ചുതരാനും പെൺകുട്ടികൾ ആരുമില്ലേ?"

"അറിയില്ല."

"നിനക്കെന്നെ അറിയാമോ?"

"ഞാനത്ര നല്ലകുട്ടിയൊന്നുമല്ല. അമ്മ അനുവദിച്ചാൽ ഞാൻ വരാം. ഇപ്പോൾ ജനലടയ്ക്ക്."

ജോ വീട്ടിലേക്കോടി. ലാറിയും വെറുതെയിരുന്നില്ല. മുറിയിലെ വസ്തുക്കൾ ഒതുക്കിവെച്ചു. വൃത്തിയുള്ള വേഷംധരിച്ച് തന്റെ അതിഥിയെ സ്വീകരിക്കാൻ തയ്യാറായി. നിമിഷങ്ങൾ കഴിഞ്ഞപ്പോൾ കോളിങ് ബെൽ അടിച്ചു.

അൽപ്പം കഴിഞ്ഞ്, വിസ്മയംപൂണ്ട മുഖത്തോടെ ഒരു ഭൃത്യൻ വാതിൽക്കൽ വന്ന്, ഒരു മാന്യസ്ത്രീ കാണാൻ വന്നിട്ടുണ്ടെന്നറിയിച്ചു.

“അത് മിസ്സ് ജോ ആണ്. ഇവിടേക്ക് വിളിക്ക്.” അവൻ പാർലറിലേക്ക് ചെന്നു.

ജോയുടെ കയ്യിൽ അടപ്പുള്ള ഒരു പാത്രവും, മറ്റേക്കയ്യിൽ പൂച്ചക്കുട്ടികളും.

“അമ്മ സ്നേഹാന്വേഷണം അറിയിക്കുന്നു. മെഗ് അവളുണ്ടാക്കിയ പലഹാരം തന്നിട്ടുണ്ട്. ബെത്ത് പൂച്ചക്കുട്ടികളേയും.”

പൂച്ചക്കുട്ടികളെ കണ്ട് ലാറി ഹൃദ്യമായി ചിരിച്ചു. ലജ്ജാശീലം മാറി; സല്ലാപപ്രിയനായി മാറി.

ജോ പാത്രത്തിന്റെ മൂടിതുറന്നു. പലഹാരം പച്ചഇലകൾകൊണ്ട് മാലയെന്നവണ്ണം അലങ്കരിച്ചിട്ടുണ്ട്. ആമി വളർത്തുന്ന കടുംചുമപ്പിലുള്ള ജെറാനിയം പൂച്ചകളുമുണ്ട്.

“ഭംഗികാരണം തിന്നാൻ തോന്നുന്നില്ല.”

“ചായസമയത്ത് തിന്നാം. ആ പെൺകുട്ടിയോട് ഇതുമാറ്റിവെക്കാൻ പറയ്. മൃദുവായതുകൊണ്ട് തൊണ്ടയ്ക്ക് വേദനയുണ്ടാക്കില്ല. ഈ മുറി എന്തു സുഖപ്രദം!”

“ആവാം - നന്നായി സൂക്ഷിച്ചതാണ്. വേലക്കാർ മടിയരാണ്.”

“ഈ മുറിയിലെ സജ്ജീകരണം കുറച്ചുകൂടി ശരിയാവാനുണ്ട്. ഞാൻ ശരിയാക്കിത്തരാം.”

ജോ ചിരിച്ചു സംസാരിച്ചുകൊണ്ട് മുറിയിലെ ഉപകരണങ്ങളും പുസ്തകങ്ങളും ക്രമീകരിക്കുന്നത് ലാറി ബഹുമാനത്തോടെ കണ്ടുനിന്നു.

ലാറി സോഫയിലേക്ക് മാറിയിരുന്നു.

ലാറി: “നീ ദയാലുവാണ്. ഇനി ആ വലിയ കസേര ഇവിടേക്ക് നീക്കാം. നിനക്കു രസിക്കാനുള്ള ചില കാര്യങ്ങൾ ചെയ്യാം ഞാൻ.”

ജോ: “വേണ്ട - ഞാൻ നിന്നെ രസിപ്പിക്കാനാണ് വന്നത്. ഞാനൽപ്പം വായിച്ചുതരട്ടെ.”

ലാറി: “നിനക്കു പ്രശ്നമല്ലെങ്കിൽ ഞാൻ സംസാരിക്കാം.”

ജോ: “വേണ്ട, ദിവസം മുഴുവൻ എനിക്കു സംസാരിക്കാനാവും. എപ്പോഴാണ് നിർത്തേണ്ടതെന്ന് എനിക്കറിയില്ലെന്നാണ് ബെത്ത് പറയുക.”

ലാറി: “ഇടയ്ക്ക് ഒരു കുട്ടയുമായി പുറത്തു പോകുന്നവളാണോ, ബെത്ത്?”

ജോ: “അതുതന്നെ ബെത്ത്. അവളെന്റെ സ്വന്തമാണ്. എപ്പോഴും നല്ലവളുമാണ്.”

ലാറി: “ആ സുന്ദരി, മെഗും, ചുരുണ്ട മുടിക്കാരി ആമിയുമല്ലേ? ”

ജോ: “എങ്ങനെ മനസിലായി?”

ലാറിയുടെ മുഖം ചുവന്നു. അതു മറയ്ക്കാൻ പെട്ടെന്നു സംസാരിച്ചു തുടങ്ങി.

"തോട്ടത്തിൽ നിങ്ങൾ പരസ്പരം പേരുവിളിക്കാറുണ്ടല്ലോ. ചില പ്പോൾ നിങ്ങളുടെ കർട്ടൻ നീക്കിയിടാറുമില്ല. രാത്രിയാവുമ്പോൾ ഉള്ളിലെ വെളിച്ചത്തിൽ എല്ലാവരേയും വ്യക്തമായികാണാം. ഇരുന്നു മുഷിയു മ്പോൾ ഞാൻ അവിടേക്കു നോക്കും. അമ്മയുടെ പ്രസന്നമായ മുഖം വെളിച്ചത്തിൽ നന്നായി കാണാം. എനിക്ക് അമ്മയില്ലല്ലോ!"

വിതുമ്പുന്ന ചുണ്ടുകൾ മറയ്ക്കാൻ അവൻ നെരിപ്പോടിലെ തീ ഇള ക്കിക്കൊണ്ടിരുന്നു.

7

മിസ്റ്റർ ലോറൻസുമായൊരു കൂടിക്കാഴ്ച

ജോയ്ക്കു ദുഃഖം തോന്നി.

വാത്സല്യത്തിനുവേണ്ടി ദാഹിക്കുന്ന ഏകാന്തമായ അവന്റെ നോട്ടം ജോയുടെ മനസിലേക്ക് ഇറങ്ങിച്ചെന്നു.

ജോയുടെ മുഖത്ത് നല്ലസൗഹൃദ ഭാവം.

ജോ: "ഇനി ഞങ്ങൾ ഇരുപ്പുമുറിയിലെ കർട്ടൻ നീക്കിയിടുന്നില്ല. ഇവിടെനിന്നു നോക്കുന്നതിനുപകരം, നിനക്കവിടെ നേരിട്ടു വരാമല്ലോ. ഞങ്ങൾക്കെല്ലാം സന്തോഷമായിരിക്കും. ബെത്ത് പാട്ടുകേൾപ്പിക്കും. ആമി ഡാൻസ് ചെയ്യും. ഞങ്ങൾ അരങ്ങിൽ ഉപയോഗിക്കുന്ന വസ്തുക്കൾ നിനക്കു കാണിച്ചു തരുന്നുണ്ട്. മുത്തശ്ശൻ സമ്മതിക്കില്ലേ"

ലാറി : "നിന്റെ അമ്മ പറഞ്ഞാൽ അനുവദിച്ചേക്കും."

"അദ്ദേഹം ദയാലുവാണ്, അങ്ങനെ തോന്നുകയില്ലെങ്കിലും. എനിക്കിഷ്ടമുള്ളത് ചെയ്യാം. മറ്റുള്ളവർക്ക് ഞാനൊരു ശല്യമായാലോ എന്ന ഭയം മാത്രമാണ് മുത്തശ്ശന്. മുത്തശ്ശൻ പുസ്തകങ്ങളുടെ ലോകത്താണ്. പുറത്തു നടക്കുന്നതൊന്നും അറിയില്ല. എന്റെ ടീച്ചർ, മിസ്റ്റർ ബ്രൂക്ക് ഇവിടെ താമസിക്കാറില്ല. കൂട്ടിന് ആളില്ലാത്തതിനാൽ ഞാൻ പുറത്തു പോകാറുമില്ല."

ജോ: "അതുശരിയല്ല, പുറത്തുപോകണം, ആരെങ്കിലും വിളിച്ചാൽ പോവുകയും വേണം."

ലാറി: "നിന്റെ സ്കൂൾ നിനക്കിഷ്ടമാണോ?"

ജോ: "സ്കൂളിൽ പോകാറില്ല. ഞാനൊരു ബിസിനസ്സുകാരനാണ്...... അല്ലല്ല... പെൺകുട്ടി എന്നാണ് ഞാനുദ്ദേശിച്ചത്. എന്റെ വൃദ്ധയായ അമ്മായിയുടെ സഹായിയായി നിൽക്കുകയാണ്, ഞാൻ."

വൃദ്ധയുടെ ഒരു നല്ല വിവരണം ജോ നൽകി. സ്പാനിഷ് സംസാരിക്കുന്ന തത്തയും താൻ ആനന്ദം കണ്ടെത്തുന്ന വായനാമുറിയും. ഒരി

ക്കൽ മാർച്ച് അമ്മായിയെ കാണാൻവന്നവർ സംസാരത്തിനിടെ വിഗ്വലിച്ചൂരിയത് കേട്ടപ്പോൾ ലാറി ആർത്തുചിരിച്ചു. ഒരു പരിചാരകൻ വാതിൽക്കൽ എത്തിനോക്കി, തിരിച്ചുപോയി.

ലാറിയുടെ താൽപ്പര്യപ്രകാരം ജോ വീണ്ടും സംസാരിച്ചു. ഒടുവിൽ, പുസ്തകങ്ങളായി വിഷയം. ലാറിയും പുസ്തകപ്രേമിയാണെന്നറിഞ്ഞ് ജോയ്ക്ക് സന്തോഷമായി.

ലാറി: "നിനക്ക് പുസ്തകങ്ങൾ ഇഷ്ടമാണെങ്കിൽ താഴെയുള്ള മുറിയിൽ വന്നുനോക്ക്. മുത്തശ്ശൻ ഇവിടെ ഇല്ലാത്തതുകൊണ്ട് നിനക്കു പേടിക്കാനില്ല."

ജോ: "എനിക്കാരെയും പേടിയില്ല."

ലാറി: "അതെനിക്കു മനസിലായി."

ലാറി, ജോയെ ആരാധനാഭാവത്തിൽ നോക്കിനിന്നു.

വീട്ടിലെ പല വസ്തുക്കളും കണ്ട്, അവർ വായനമുറിയിലെത്തി, നിരവധി പുസ്തകങ്ങൾ കൂടാതെ ശിൽപ്പങ്ങൾ, ചിത്രങ്ങൾ, ഓട്ടിൽ തീർത്ത അലങ്കാരവസ്തുക്കൾ ഭംഗിയേറിയ മേശകൾ കസേരകൾ ....

ഒരു വെൽവെറ്റ് കുഷ്യനിൽ ഇരുന്ന്, ജോ അത്യധികം വിസ്മയം പ്രകടിപ്പിച്ചു.

ജോ: "തിയഡോർ ലാറൻസ്, ഈ ലോകത്തിലെ ഏറ്റവും സന്തോഷവാനായ ബാലൻ നീയായിരിക്കും."

ലാറി: "പുസ്തകങ്ങൾകൊണ്ടു മാത്രം ഒരാൾ സന്തോഷിക്കില്ല." ഒരു ബെൽ മുഴങ്ങി, ജോ ചാടിയെഴുന്നേറ്റു.

ജോ: "നിന്റെ മുത്തശ്ശൻ ആയിരിക്കും!"

ലാറി: "എനിക്കല്ലാം പേടിയുണ്ടെന്ന് തോന്നുന്നു. പേടിക്കുന്നത് എന്തിനെന്നറിയില്ല. ഇവിടെ വരാൻ എനിക്കനുവാദം ലഭിച്ചതാണ്. പിന്നെ നീയെന്താണത് മോശമായ രീതിയിലെടുക്കുന്നത്?"

ലാറി: "വരുന്നത് നല്ല കാര്യമെന്ന് എനിക്കും തോന്നുന്നു."

"ഡോക്ടർ വന്നിട്ടുണ്ട്," പരിചാരിക അറിയിച്ചു.

"ഞാൻ ഡോക്ടറെ കണ്ട് ഇപ്പോൾ വരാം," ലാറി എഴുന്നേറ്റു.

ജോ: "ഞാനിവിടെ ചീവീടിനെപ്പോലെ സന്തോഷവതിയാണ്."

ജോ മുറി മുഴുവൻ നോക്കിക്കണ്ടു. ഒരു വൃദ്ധന്റെ ഭംഗിയുള്ള ഛായാപടം നോക്കി നിൽക്കെ, വാതിൽ തുറന്നു.

വാതിലിനു പുറംതിരിഞ്ഞു നിൽക്കുന്ന ജോ അതേപടി നിന്നുകൊണ്ടു പറഞ്ഞു:

"എനിക്കദ്ദേഹത്തെ ഭയപ്പെടേണ്ട എന്നുറുപ്പായി. കരുണ നിറഞ്ഞ കണ്ണുകൾ. ചുണ്ടുകൾക്ക് രൗദ്രഭാവം - നല്ല ഇച്ഛാശക്തി ഉണ്ടെന്നു തോന്നുന്നു. എന്റെ മുത്തശ്ശനെപ്പോലെ സുന്ദരനല്ലെങ്കിലും ഞാനിഷ്ടപ്പെടുന്നു"

"നന്ദി, മാഡം!"

ഒരു പരുക്കൻ ശബ്ദം പുറകിൽ കേട്ടതും, ജോ ഞെട്ടിത്തിരിഞ്ഞു.

"മിസ്റ്റർ ലോറൻസ്!"

പാവം ജോ. ആകെ ചുവന്നുപോയി. ഉടൻ ഓടാനാണ് തോന്നിയത്. അത് ഭീരുത്വമായി തോന്നുകില്ലേ. അവിടെത്തന്നെ നിൽക്കാനുറച്ചു; ചങ്ങാത്തമായാലോ എന്നു തോന്നുകയും ചെയ്തു. രണ്ടാമതൊന്നു നോക്കിയപ്പോൾ, കണ്ണുകൾ ചിത്രത്തിലേതിനേക്കാൾ ദയാപൂർണമാണെന്നു കണ്ടു. മാത്രമല്ല കൗശലം ദ്യോതിപ്പിക്കുന്ന തിളക്കവും. സ്വരം കൂടുതൽ പരുഷമാണ്.

"ങ്ഹേ, നിനക്കെന്നെ പേടിയില്ല, അല്ലേ?"

"അധികമില്ല, സർ."

"നിന്റെ മുത്തശ്ശനെപ്പോലെ സൗന്ദര്യവുമില്ല?"

"അത്രയില്ല."

"എന്നിട്ടും നീയെന്നെ ഇഷ്ടപ്പെടുന്നു?"

"ശരിയാണ്."

അതയാളെ സന്തോഷിപ്പിച്ചു. ചെറുതായി ചിരിച്ച് ഹസ്തദാനം ചെയ്തു. ജോയുടെ മുഖം പൊക്കി സൂക്ഷ്മമായി നിരീക്ഷിച്ചു.

"നിനക്ക് മുത്തച്ഛന്റെ ഊർജസ്വലതയാണ്, മുഖച്ഛായ ഇല്ലെങ്കിലും."

"നന്ദി, സർ."

"നീ എന്റെ കുട്ടിയോടൊത്ത് എന്തുചെയ്യുകയായിരുന്നു?"

"അയൽപക്കബന്ധം സ്ഥാപിച്ചതാണ്." വരാനുണ്ടായ സാഹചര്യവും അവൾ പറഞ്ഞു.

"അവനിത്തിരി ഉന്മേഷം വേണമെന്ന് നീ കരുതുന്നു, അല്ലേ?"

"അതെ, സർ. അവൻ ഒറ്റപ്പെട്ടവനെപ്പോലെയാണ്. ചെറുപ്പക്കാരുമായുള്ള സമ്പർക്കം അവനു ഗുണം ചെയ്തേക്കും. ഞങ്ങൾ പെൺകുട്ടികളാണ്. എന്നാലും അവനെ സഹായിക്കുന്നതിൽ സന്തോഷമുണ്ട്. താങ്കൾ കൊടുത്തയച്ച വിഭവസമൃദ്ധമായ ക്രിസ്തുമസ്സ് സമ്മാനം ഞങ്ങളൊരിക്കലും മറക്കില്ല."

"ശ്,ശ്,....... അതവന്റെ പണിയാണ്. അമ്മയ്ക്കു സുഖമല്ലേ?"

ജോ പോകാനൊരുങ്ങി.

"ഞാനൊരു ദിവസം അമ്മയെ കാണാൻ വരുന്നുണ്ട്, അതാ ചായയ്ക്കുള്ള മണി കേൾക്കുന്നു. താഴെവാ, നല്ല അയൽക്കാരിയാവ്."

"താങ്കൾക്കിഷ്ടമാണെങ്കിൽ!"

"ഇഷ്ടമല്ലെങ്കിൽ ഞാൻ വിളിക്കുമോ?"

പരിചയമട്ടിൽ അദ്ദേഹം കൈനീട്ടി. മുത്തശ്ശനും ജോയും കൈപിടിച്ച് നടന്നു വരുന്നതുകണ്ട് ലാറി വിസ്മയിച്ചു, അന്തംവിട്ടു നിന്നു.

"അങ്ങു വന്നത് ഞാനറിഞ്ഞില്ല, സർ."

വിജയഹർഷത്തോടെ നോക്കുന്ന ജോയുടെ മുഖത്തുനോക്കി നിന്നു, അവൻ.

"നിന്റെ വരവുതന്നെ അതിനു തെളിവാണ്. ചായയ്ക്കു വാ - ഒരു മാന്യനെപ്പോലെ പെരുമാറ്."

അദ്ദേഹം നടന്നുതുടങ്ങി. പിന്നിൽ നടക്കുന്ന ലാറിയുടെ കോമിക് ഭാവങ്ങൾ കണ്ട് ജോ പൊട്ടിച്ചിരിച്ചുപോയി.

തന്റെ നാലുകപ്പ് ചായ കുടിച്ചുകഴിയുംവരെ മിസ്റ്റർ ലോറൻസ് മിണ്ടിയില്ല. ചിരകാലസുഹൃത്തുക്കളെപ്പോലെ അവർ സംസാരിക്കുന്നത് നോക്കിയിരുന്നു. തന്റെ പേരക്കുട്ടിയുടെ ഭാവത്തിൽ വന്ന മാറ്റം ശ്രദ്ധയിൽ പെടാതിരുന്നില്ല. മുഖം തുടുത്ത്, പ്രകാശവും ചൈതന്യവും വന്നിരിക്കുന്നു. പെരുമാറ്റത്തിൽ പ്രസരിപ്പ്. ചിരിയിൽ കലർപ്പില്ലാത്ത ആഹ്ലാദം.

'അവൾ പറഞ്ഞത് ശരി.' അയാൾ ചിന്തിച്ചു. അവൻ ഏകാകിയാണ്. ആ ബാലികമാർക്ക് എന്തെങ്കിലും ചെയ്യാൻ കഴിയും.

മിസ്റ്റർ ലോറൻസിന് ജോയെ ഇഷ്ടമായി. അവളുടെ രീതികൾ ലാറിയുടേതുമായി പൊരുത്തപ്പെടുന്നു. അവൾ അവനെ ശരിക്കും മനസ്സിലാക്കിയപോലുണ്ട്. ജോ പോകാനൊരുങ്ങി. എന്തോ ചിലതുകൂടി അവളെ കാണിക്കാനുണ്ടെന്ന് പറഞ്ഞ് ലാറി അവളെ വിചിത്ര വസ്തുക്കൾ സൂക്ഷിച്ച മുറിയിലേക്കാനയിച്ചു. അതൊരു യക്ഷിലോകംതന്നെ!

തോട്ടത്തിൽ നിന്ന് മനോഹരമായ പുതിയ കുറച്ച് പൂക്കൾ ഇറുത്തെടുത്ത് പൂച്ചെണ്ടുണ്ടാക്കി ജോയ്ക്കു നൽകി.

“ഇത് മമ്മയ്ക്കു കൊടുക്കണം. മമ്മ അയച്ച മരുന്ന് നല്ലതാണെന്നു പറയണം.”

മിസ്റ്റർ ലോറൻസ് നെരിപ്പോടിനു മുമ്പിൽ നിൽക്കുന്നു. ജോയുടെ നോട്ടം എത്തിയത് തുറന്നുവെച്ച പിയാനോയിൽ.

“ഇതു വായിക്കാറുണ്ടോ?”

“ചിലപ്പോൾ”

“ഇപ്പോഴൊന്നു വായിക്കുമോ? എനിക്കു കേൾക്കാമല്ലോ. ഞാൻ ബെത്തിനോടു പറയും.”

ലാറി പിയാനോ വായിച്ചു. പൂക്കളെ ചുംബിച്ചുകൊണ്ട് ജോ കേട്ടുനിന്നു. ലാറിയോടുള്ള സ്നേഹവും ബഹുമാനവും വർധിച്ചു. അവൻ നന്നായി വായിക്കുന്നു. കോപ്രായങ്ങളൊന്നും കാട്ടുന്നുമില്ല. ബെത്ത് ഇതു കേട്ടിരുന്നെങ്കിൽ എന്നവളാഗ്രഹിച്ചു. അവൾ ലാറിയെ പ്രശംസിച്ചു. അവൻ ലജ്ജാലുവായി. മുത്തശ്ശൻ അവന്റെ രക്ഷയ്ക്കെത്തി.

“മതി, മതി. മധുരം അധികമായാൽ അതവന് ഗുണം ചെയ്യില്ല. അവന്റെ സംഗീതം നല്ലതാണ്. അതുപോലെ മറ്റുപ്രധാന കാര്യങ്ങളും ചെയ്യാൻ പഠിക്കണം.”

“പോവുകയാണോ?ശരി. വന്നതിനു നന്ദി. വീണ്ടും വരണം. അമ്മയ്ക്ക് എന്റെ അഭിവാദനങ്ങൾ നൽകണം.”

അയാൾ ഹസ്തദാനം ചെയ്തു. എന്തോ ഒന്ന് ഇഷ്ടപ്പെടാത്തതുപോലെ തോന്നിച്ചു.

രണ്ടാളും ഹാളിൽ എത്തി. അനുചിതമായി താനെന്തെങ്കിലും പറഞ്ഞുപോയോ എന്ന് ജോ ചോദിച്ചു.

“അല്ല. അത് എന്നെ സംബന്ധിച്ചതാണ്. ഞാൻ പിയാനോ വായിക്കുന്നത് കേൾക്കാൻ മുത്തശ്ശന് ഇഷ്ടമല്ല.”

"എന്തുകൊണ്ട്?"

"പിന്നീടു പറയാം. എനിക്കു പുറത്തുവരാൻ പറ്റാത്തതുകൊണ്ട് ജോൺ കൂടെവരും."

ജോ: "അതിന്റെ ആവശ്യമില്ല. ഞാനൊരു കൊച്ചുപെൺകുട്ടിയൊന്നുമല്ല"

ലാറി: "നീ വീണ്ടും വരുമെന്ന് പ്രതീക്ഷിക്കുന്നു."

ജോ: "നിനക്കു സുഖമായിട്ട്, ഞങ്ങളെ വന്നു കാണുമെങ്കിൽ!"

"ഞാൻ വരും"

"ഗുഡ് നൈറ്റ്, ലാറി."

"ഗുഡ്നൈറ്റ്."

8

ബെത്ത് പിയാനോ വായിക്കുന്നു

ജോ വീട്ടിലെത്തി. എല്ലാകാര്യവും വിസ്തരിച്ചു പറഞ്ഞു. വേലിക്കപ്പുറത്തെ വലിയവീട് ചെന്നു കാണാൻ എല്ലാവർക്കും തിടുക്കമായി. മിസിസ്സ് മാർച്ചിന് തന്റെ അച്ഛനെക്കുറിച്ച് കേൾക്കണം. മെഗിന് കൗതുകവസ്തുക്കൾ കാണണം. ബെത്തിന്റെ ദൗർബല്യം; പിയാനോ, ആമിക്കോ ചിത്രങ്ങൾ.

"മമ്മാ, ലാറി പിയാനോ വായിക്കുന്നത് മിസ്റ്റർ ലോറൻസിന് ഇഷ്ടമല്ലാത്തതെന്താ?"

ലോറൻസിന്റെ മകൻ: "അതായത് ലാറിയുടെ പിതാവ്, സംഗീതജ്ഞയായ ഇറ്റാലിയൻ വനിതയെയാണ് വിവാഹം ചെയ്തത്. അതയാൾക്ക് മുഷിച്ചിലുണ്ടാക്കി. അവർ സുന്ദരിയും നല്ലവളും ആയിരുന്നു. എന്നാലും ഇഷ്ടമല്ല. വിവാഹശേഷം മകനെ കണ്ടുമില്ല. ലാറി കുഞ്ഞായിരിക്കുമ്പോൾതന്നെ രണ്ടുപേരും മരണപ്പെട്ടു. പിന്നീടാണ് ലാറിയെ ഇവിടെ കൊണ്ടുവന്നത്. അവന് ദേഹബലം കുറവാകയാൽ അദ്ദേഹത്തിനു പേടിയാണ്. അമ്മയെപ്പോലെ അവനും സംഗീതമറിയാം. അവനും സംഗീതജ്ഞനാകുമോ എന്നാണ് മുത്തശ്ശന്റെ ഭയം. അവൻ പിയാനോ വായിക്കുമ്പോൾ, താൻ ഇഷ്ടപ്പെടാതിരുന്ന പുത്രവധുവിനെയാണ് ലോറൻസിന് ഓർമവരിക എന്നു തോന്നുന്നു."

"എന്തു വിഡ്ഢിത്തം അവന് ഇഷ്ടമാണെങ്കിൽ അവൻ സംഗീതജ്ഞനാവട്ടെ. കോളേജിൽ പഠിക്കാൻ ഇഷ്ടമില്ലാത്ത അവനെ അതിനു നിർബന്ധിക്കാതിരിക്കയാണു ഭേദം."

മെഗ്: "അമ്മ ഇറ്റലിക്കാരി ആയതുകൊണ്ടാണ് അവന് കറുത്ത കണ്ണുകളും വശ്യമായ ഭാവവും കിട്ടിയത്. ഇറ്റലിക്കാർ അങ്ങനെയാണ്."

മെഗ് ഒരു വികാരജീവിയാണ്. അവൾ തുടർന്നു:

"അമ്മ കൊടുത്തയച്ച മരുന്നിനെക്കുറിച്ച് അവൻ നല്ലതുപറഞ്ഞല്ലോ?"

ജോ: "അവൻ ആ പലഹാരമാണ് ഉദ്ദേശിച്ചതെന്ന് ഞാൻ കരുതുന്നു."

മെഗ്: "നീയെന്തൊരു മണ്ടിയാണ്, കുട്ടീ. അവൻ നിന്നെയാവും ഉദ്ദേശിച്ചത് !"

"അങ്ങനെയോ!"

ജോയ്ക്ക് അങ്ങനെ തോന്നിയിട്ടേയില്ല.!

മെഗ്: "നിന്നെപ്പോലൊരു പെൺകുട്ടിയെ ഞാൻ കണ്ടിട്ടില്ല. പറയുന്നത് ഒരു കോംപ്ലിമെന്റ് ആണെന്നുപോലും മനസിലാവാത്തവൾ!"

ജോ: "അതെല്ലാം ശുദ്ധഅസംബന്ധം. വിഡ്ഢിത്തം കാണിച്ചാൽ തമാശമുഴുവൻ പോകും. ലാറി നല്ലകുട്ടി. എനിക്കവനെ ഇഷ്ടമാണ്. അമ്മയില്ലാത്ത അവനെ നമുക്കെല്ലാം ഇഷ്ടമാണ്. അവൻ ഇവിടെവന്ന് നമ്മെയെല്ലാം കാണട്ടെ, അല്ലേ, മമ്മാ."

"നിന്റെ കൊച്ചുകൂട്ടുകാരന് സ്വാഗതം! കുട്ടികൾ കുട്ടികളെപ്പോലെത്തന്നെയാവണം, എന്ന് മെഗ് ഓർക്കണം."

ആമി: "ഞാൻ എന്നെ കുട്ടിയെന്നു പറയില്ല. മുതിർന്നിട്ടുമില്ല. നീ എന്തുപറയുന്നു, ബെത്ത്?"

ബെത്ത്: "ഞാൻ *പിൽഗ്രിംസ് പ്രോഗ്രസ്* ഓർക്കുകയാണ്. കുന്ന് കയറിച്ചെല്ലുമ്പോൾ കാണുന്ന മനോഹരമായ കൊട്ടാരം തന്നെയല്ലോ അപ്പുറത്തെ വീട്?"

അവർ വീടു കാണാൻ പോയി.

ആ വലിയവീട് മനോഹരമായൊരു കൊട്ടാരംതന്നെ. മിസ്റ്റർ ലോറൻസ് പെൺകുട്ടികളോട് കനിവോടെ പെരുമാറി. ഇടയ്ക്ക് തമാശ പറഞ്ഞു. അമ്മയുമായി പഴയകാലത്തെക്കുറിച്ച് സംസാരിക്കുകയും ചെയ്തതോടെ, അവരുടെ ഭയം മാറി. ബെത്ത് മാത്രം പരുങ്ങി നിന്നു. അവർക്കൊന്നും തിരിച്ചുകൊടുക്കാനില്ലല്ലോ എന്നാണവർ ഓർത്തത്. മാർച്ച്കുടുംബത്തെ തന്റെ അഭ്യുദയകാംക്ഷികളായാണ് മിസ്റ്റർ ലോറൻസ് കാണുന്നത്. മിസിസ്സ് മാർച്ച് കാണിക്കുന്ന വാത്സല്യത്തിന് അയാൾക്കു നന്ദിയുണ്ട്. ഉല്ലാസഭരിതമായ ഒരു കൂടിച്ചേരൽ ആണിത്. പേടിയും പരുങ്ങലും ഇല്ലാതെ എല്ലാവരും ഹൃദ്യമായ സംഭാഷണം പങ്കിട്ടു.

ലാറിയെ എല്ലാവരും ഇഷ്ടപ്പെട്ടു. നാലുപേരും ലാറിയെ മധ്യത്തിലിരുത്തി നർമഭാഷണം നടത്തി. അമ്മയും സഹോദരിമാരും ഇല്ലാത്ത ലാറിയാകട്ടെ പെൺകുട്ടികളുടെ സൗഹൃദം പെട്ടെന്ന് ഇഷ്ടപ്പെട്ടു. പുസ്തകങ്ങൾ അവനെ മടുപ്പിച്ചിരുന്നു. തന്റെ അലസജീവിതത്തെക്കുറിച്ച് ലജ്ജ തോന്നി.

അവൻ മടിയനായി വരുന്നുവെന്ന് ബ്രൂക്ക് പരാതിപ്പെട്ടു.

"സാരമില്ല, ഒരു ദിവസമല്ലേ;" മിസ്റ്റർ ലോറൻസ് സമാധാനിപ്പിച്ചു;

അടുത്ത വീട്ടിലെ നല്ല സ്ത്രീ പറഞ്ഞു, "അവൻ നന്നായി പഠിക്കുന്നുണ്ട്; അവന് ചെറുപ്പക്കാരുടെ കൂട്ട് ആവശ്യമാണ് എന്നും."

വായനയ്ക്കും കളിക്കും വിനോദോപാധികൾക്കും അവിടെ സൗകര്യമുള്ളതിനാൽ കുട്ടികൾ ഇടയ്ക്കിടെ വരാൻ തുടങ്ങി.

ബെത്തിന് പിയാനോയിൽ അത്യധികം ആഭിമുഖ്യം ഉണ്ടെങ്കിലും അവിടെ പോകാൻ പേടിയാണ്. ഒരുതവണ ജോയ്ക്ക് ഒപ്പം പോയി. ബെത്തിന്റെ ദൗർബല്യം മനസിലാകാത്ത ലോറൻസ് ഒരിക്കൽ, ഹേ'എന്നുച്ചത്തിൽ പറഞ്ഞപ്പോൾ തന്റെ കാലുകൾ വിറച്ചുപോയി എന്നാണവൾ അമ്മയോട് പിന്നീട് പറഞ്ഞത്.

ലോറൻസ് ക്രമേണ ബെത്തിനെ മനസിലാക്കി. ഒരിക്കൽ സംഗീതത്തെക്കുറിച്ചും പ്രശസ്തഗായകരെക്കുറിച്ചും സംസാരിച്ചു. അതുവരെ അകലെനിന്ന ബെത്ത് നീങ്ങി നീങ്ങി ലോറൻസിന്റെ കസേരയ്ക്കടുത്ത് എത്തി.

ലോറൻസ് ലാറിയുടെ പഠനത്തെക്കുറിച്ച് മിസിസ്സ് മാർച്ചിനോടു പറഞ്ഞു: "സംഗീതം ഏറെ ഇഷ്ടമാണെങ്കിലും ഇപ്പോഴവൻ സംഗീതം അവഗണിക്കുന്നു. ഉപയോഗിക്കാഞ്ഞാൽ പിയാനോ കേടുവന്നേക്കും. നിങ്ങളുടെ മക്കൾക്ക് ആർക്കെങ്കിലും ഇതൊന്നു പരിശീലിച്ചു കൂടേ?

ബെത്ത് ഒരടി മുമ്പോട്ടുവെച്ചു. അലംഘനീയമായ തൃഷ്ണ അടക്കാൻ കൈകൾ കൂട്ടിത്തിരുമ്മി. അതിൽ പരിശീലിക്കാൻ അനുവദിക്കുമെന്ന കാര്യമോർത്ത് ഉദ്വിഗ്നയായി.

ലോറൻസ്: "പിയാനോ വായിക്കാൻ അവർക്ക് എപ്പോൾ വേണമെങ്കിലും വരാം. ആരോടും പറയുകയും അനുവാദം വാങ്ങുകയും വേണ്ട. ഞാൻ വീടിന്റെ മറുവശത്ത് വായനാമുറിയിൽ ആയിരിക്കും. ഇപ്പോഴേ എന്റെ അനുവാദം തന്നുകഴിഞ്ഞു!"

പോകാനെന്ന പോലെ അദ്ദേഹം എഴുന്നേറ്റു. ബെത്ത് സംസാരിക്കാൻ തീർച്ചയാക്കി.

ലോറൻസ്: "നിങ്ങളുടെ മക്കളോട് പറയുക. അവർക്ക് വരാൻ സൗകര്യപ്പെടുന്നില്ലെങ്കിൽ വേണ്ട, സാരമില്ല."

ബെത്ത് സമീപമെത്തി, അവളുടെ കൈ ലോറൻസിന്റെ കയ്യിൽ വെച്ച് കൃതജ്ഞതാഭരിതയായി നിന്നു.

ലോറൻസ്, വാത്സല്യം സ്ഫുരിക്കുന്ന നേത്രങ്ങളോടെ അവളുടെ മുഖത്തു നോക്കി.

"അപ്പോൾ നീയാണ് പാട്ടുകാരി!"

"ഞാനാണ് എലിസബെത്ത്. പിയാനോ വായിക്കാൻ ഇഷ്ടമാണ്. മറ്റാരും അത് കേൾക്കാനില്ലെങ്കിൽ മാത്രമേ ഞാൻ വരൂ. മറ്റുള്ളവർ ശല്യപ്പെടുത്തുകയുമരുത്."

ലോറൻസ്: "ഒരാളും വരില്ല. വീട് ഒഴിഞ്ഞുകിടക്കും. നിനക്കിഷ്ടമുള്ളപ്പോൾ വന്നു വായിക്ക്. എനിക്ക് നിങ്ങളോട് കടപ്പാടുണ്ട്."

ബെത്ത് നന്ദി പറഞ്ഞു.

ലോറൻസിന്റെ മുഖത്തെ സൗഹൃദഭാവം കണ്ട് ബെത്തിന്റെ മുഖം ചുവന്നു. പേടി ഒട്ടുമില്ല. ഇത്ര വിലപ്പെട്ട ഒരു സഹായം കിട്ടിയതിന് നന്ദി പറയാൻ വാക്കുകളില്ല. അതിനാൽ അദ്ദേഹത്തിന്റെ കൈത്തലം പതുക്കെ അമർത്തി.

വൃദ്ധൻ അവളുടെ മുടിയിൽ തഴുകി, നെറ്റിയിൽ വീണ മുടിച്ചുരുൾ പുറകോട്ടൊതുക്കി, കുനിഞ്ഞ് അവളെ ചുംബിച്ചു.

“ഇതുപോലുള്ള കൺകളുമായി എനിക്കൊരു കൊച്ചു പെൺകുട്ടി ഉണ്ടായിരുന്നു. ദൈവം നിന്നെ അനുഗ്രഹിക്കട്ടെ!”

അദ്ദേഹം പെട്ടെന്നു നടന്നുനീങ്ങി.

ബെത്തിന് അത്യാഹ്ലാദം. അന്നു സായാഹ്നത്തിൽ അവൾ എത്ര സന്തോഷത്തോടെ പാടി! ഉറക്കത്തിലവൾ ആമിയുടെ മുഖത്ത് പിയാനോവായിച്ച് അവളെ ഉണർത്തിയ കാര്യമറിഞ്ഞ് എല്ലാവരും ചിരിച്ചു. യാദൃച്ഛികമായി, മനോഹരമായൊരു ഗാനം പിയാനോവിലുണ്ട്. വിറയാർന്ന വിരലുകളോടെ അവൾ വായിച്ചു. ഇടയ്ക്ക് നിർത്തി ചുറ്റും നോക്കും. ക്രമേണ ഭയംമറന്നു. ഉള്ളിൽ സംഗീതം മാത്രം!

ഹന്ന വന്ന് ഭക്ഷണത്തിനു വിളിക്കുന്നതുവരെ അവൾ പിയാനോ വായിച്ചു. വിശപ്പില്ല. ഒരു പുഞ്ചിരിയോടെ എല്ലാവരേയും നോക്കിയിരുന്നു. സ്വർഗീയാനുഭൂതിയാണ് ഉള്ളിൽ.

അതിനുശേഷം മിക്ക ദിവസങ്ങളിലും അവൾ പോയി. വായനാമുറിയുടെ വാതിൽ തുറന്നുവെച്ച് മിസ്റ്റർ ലോറൻസ് സംഗീതം കേൾക്കുന്നതും, അവിടേക്കു പരതിവരാനിടയാകുന്ന വേലക്കാരെ തിരിച്ചയക്കുന്നതും ബെത്ത് അറിഞ്ഞില്ല! തട്ടിൽ നോട്ടുപുസ്തകങ്ങളും ഗാനങ്ങളും പെൻസിലും തനിക്കുവേണ്ടി പ്രത്യേകം വെച്ചതാണെന്നും ബെത്ത് അറിഞ്ഞില്ല!

9

ബെത്തിന്റെ സന്തോഷവും ആമിയുടെ ദുഃഖവും

കുറെ ദിവസങ്ങൾ കടന്നുപോയി. മിസ്റ്റർ ലോറൻസിനോടുള്ള കൃതജ്ഞതാസൂചകമായി ഒരു ജോടി സോക്സ് തുന്നാൻ ബെത്ത് അമ്മയോട് അനുവാദം വാങ്ങി.

ശരി, അതദ്ദേഹത്തെ സന്തോഷിപ്പിക്കും. ഉചിതമായ ഒരു രീതിയുമാണ്. സാമഗ്രികൾ ഞാൻ വാങ്ങിക്കും. തുന്നാൻ മറ്റുള്ളവർ സഹായിക്കും.

മിസിസ്സ് മാർച്ചിനു സന്തോഷം! ബെത്ത് സാധാരണ ഒന്നും ആവശ്യപ്പെടാത്ത കുട്ടിയാണ്.

മെഗും ജോയും വിശദമായി ചർച്ച ചെയ്താണ് പാറ്റേൺ തിരഞ്ഞെടുത്തത്. ബെത്ത്, കാലത്തും വൈകിട്ടുമാണ് അതിൽ പണിയെടുത്തത്. എല്ലാവരും ചേർന്ന് അതു പൂർത്തിയാക്കി. ബെത്ത് വളരെ ചെറിയൊരു കുറിപ്പും തയ്യാറാക്കി വെച്ചു. വൃദ്ധൻ ഉണരുംമുമ്പ്, ലാറിയുടെ സഹായത്തോടെ മറ്റാരും കാണാതെ വായനാമുറിയിലെ മേശപ്പുറത്ത് വെച്ചു.

മനസിന്റെ ഉദ്വേഗം അൽപ്പം അടങ്ങിയപ്പോൾ; എന്തു സംഭവിക്കുമെന്നറിയാൻ കാത്തിരുന്നു!

സംഭവങ്ങളില്ലാതെ ആ ദിവസം കടന്നുപോയി. പിറ്റേദിവസം ഉച്ചയായി. വൃദ്ധനായ സുഹൃത്തിനെ താൻ നീരസപ്പെടുത്തിയോ എന്നവൾ ഭയന്നു. ഉച്ചകഴിഞ്ഞ് ബെത്ത് പുറത്തുപോയി. തിരിച്ചെത്തുമ്പോൾ വീട്ടിൽ നാലുപേരും അവളെ കാത്തിരിപ്പാണ്.

"ഇതാ, നിനക്കൊരുസമ്മാനമുണ്ട്, ഒരു കത്തും. അതുവേഗം തുറന്നുവായിക്ക്."

സഹോദരിമാർ മൂന്നുപേരും കൂടി ബെത്തിനെ അകത്തേക്കു പിടിച്ചുകൊണ്ടു പോയി.

വിസ്മയംകൊണ്ടും സന്തോഷംകൊണ്ടും അവൾ വാ പിളർന്നു നിന്നു. മനോഹരമായൊരു പിയാനോ. തന്റെ പേർ അതിൽ ആലേഖനം ചെയ്തിരിക്കുന്നു; മിസ്സ് എലിസബെത്ത് മാർച്ച്.

"ഇതെനിക്കോ!"

ബെത്ത് ജോയെ പിടിച്ചുനിന്നു.

"അതെ, നിനക്കുതന്നെ എന്റെ പൊന്നേ, അതദ്ദേഹത്തിന്റെ സന്തോഷമാണ്. ഇതാ, കത്തിനോടൊപ്പം താക്കോലുമുണ്ട്. ഞങ്ങൾ തുറന്നിട്ടില്ല. എഴുതിയത് അറിയാൻ തിടുക്കമുണ്ട്."

"ഓ, നീതന്നെ വായിക്ക്. എനിക്കൊന്നിനുമാവുന്നില്ല. എന്തൊരു ഭംഗി!" അവൾ ജോയുടെ ഏപ്രണിൽ അള്ളിപ്പിടിച്ചുനിന്നു.

ജോ കത്തു തുറന്നു. നോക്കിയതും ചിരിക്കാൻ തുടങ്ങി.

'മിസ്സ് മാർച്ച്, ഡിയർ മാഡം;

എനിക്കൊരുപാട് സോക്സ് ഉണ്ട്. എന്നാൽ നീ അയച്ചതുപോലെ അത്രയും പാകമായതൊന്ന് വേറെയില്ല. എനിക്കേറ്റം ഇഷ്ടപ്പെട്ട പൂവാണിത്. ഇതുതന്ന ആളെ ഞാനെന്നുമോർക്കും. ഞാൻ നിങ്ങളോടെല്ലാം കടപ്പെട്ടിരിക്കുന്നു. ഒരു സമ്മാനം തരാൻ നീയെന്നെ അനുവദിക്കണം. ഒരു കാലത്ത് നഷ്ടപ്പെട്ട എന്റെ കൊച്ചുമകളുടേതായിരുന്നതാണ് ഈ പിയാനോ. നന്ദിയോടൊപ്പം ആശംസകളും!

നിന്റെ സുഹൃത്തും വിനീത ദാസനുമായ,

ജെയിംസ് ലോറൻസ്'

"ബെത്ത്, അഭിമാനിക്കാവുന്ന ബഹുമതിയാണിത്."

"ലാറി പറഞ്ഞു, ആ കുഞ്ഞിനെ അദ്ദേഹത്തിനു വളരെ ഇഷ്ടമായിരുന്നുവെന്നും, അവൾ ഉപയോഗിച്ചതെല്ലാം ഭദ്രമായി സൂക്ഷിക്കുന്നുവെന്നും. ഒന്നോലോചിച്ചു നോക്ക്, അവളുടെ പിയാനോ നിനക്കു തന്നു! നിന്റെ നീലക്കണ്ണുകളും മനോഹരമായ സംഗീതവുമാണ് നിനക്കതു നേടിത്തന്നത്." ബെത്തിന്റെ വിറയലാർന്ന ദേഹം ജോ തഴുകി ആശ്വസിപ്പിച്ചു.

"ഹണി, ഒന്നു കേൾപ്പിക്ക്. 'ബേബി പിയാനോ'യുടെ സ്വരം ഞങ്ങളൊന്നു കേൾക്കട്ടെ."

കുടുംബത്തിന്റെ എല്ലാ വിഷമതകളും സന്തോഷങ്ങളും പങ്കുവെക്കുന്ന ഹന്നയാണതു പറഞ്ഞത്. ബെത്ത് പിയാനോ വായിച്ചു. മറ്റേതൊരു പിയാനോവിനേക്കാളും മികച്ചതാണെന്ന് എല്ലാവരും അഭിപ്രായപ്പെട്ടു. പുതുതായി ട്യൂൺ ചെയ്തിട്ടുമുണ്ട്.

"നീ നേരിട്ട് നന്ദി പറയേണ്ടതാണ്." ജോ തമാശമട്ടിൽ പറഞ്ഞു.

"ഞാനും അങ്ങനെ കരുതുന്നു. അതേപ്പറ്റി ആലോചിച്ച് ഭയപ്പെടും മുമ്പ് പോവാം."

ബെത്ത് തോട്ടത്തിലൂടെ ഇറങ്ങിയോടി.

ഹന്ന: "അത്ഭുതമായിരിക്കുന്നു. പിയോനോ അവളുടെ തലതിരിച്ചിട്ടുണ്ട്, തീർച്ച. ശരിയായ മനസോടെ അവളിപ്പോൾ പോവില്ല."

ഒരത്ഭുതം സംഭവിച്ചപ്പോൾ മറ്റുപെൺകുട്ടികൾ സ്തബ്ധരായി

നിന്നു. ശേഷം കാര്യങ്ങൾ കണ്ടിരുന്നെങ്കിൽ അവർ കൂടുതൽ വിസ്മയിച്ചേനെ.

ബെത്ത് വായനാമുറിയുടെ വാതിലിൽ മുട്ടി. "കടന്നുവാ" പരുക്കൻ സ്വരം. മിസ്റ്റർ ലോറൻസിന്റെ മുമ്പിൽ ചെന്നുനിന്ന് അവൾ കൈനീട്ടി. വിറയാർന്ന സ്വരത്തിൽ പറഞ്ഞു:

"ഞാൻ നന്ദിപറയാൻ വന്നതാണ്, സർ....."

വീണ്ടും പറയാൻ അവൾക്കായില്ല. അത്യന്തം സൗഹൃദം സ്ഫുരിക്കുന്ന മുഖമാണ് മുമ്പിൽ. നഷ്ടമായ കൊച്ചുമകളെയാണോർക്കുന്നത്. ബെത്ത് കഴുത്തിൽ ചുറ്റിപ്പിടിച്ച് അദ്ദേഹത്തെ ചുംബിച്ചു.

കെട്ടിടത്തിന്റെ മേൽക്കൂര പറന്നുപോയാൽപ്പോലും അദ്ദേഹം ഇത്രയും അത്ഭുതപ്പെടുമായിരുന്നില്ല. കൊച്ചുപെൺകുട്ടിയുടെ പ്രവൃത്തി തന്നെ കോൾമയിർക്കൊള്ളിച്ചു. പരുക്കൻ ഭാവം മാറി. അവളെ മടിയിൽ ഇരുത്തി, ചുളിവുവീണ തന്റെ മുഖം അവളുടെ മുഖത്തോട് ചേർത്തുവെച്ചു.

ബെത്തിന് ഇപ്പോൾ പേടി ഒട്ടുമില്ല. തന്റെ ദീർഘകാലബന്ധുവിനോടെന്നവണ്ണം അവൾ സംസാരിച്ചിരുന്നു. സ്നേഹം ഭയത്തെ അകറ്റുന്നു. ബെത്ത് മടങ്ങുമ്പോൾ ഗേറ്റുവരെ വൃദ്ധൻ അനുയാത്രചെയ്തു. കൈപിടിച്ചു കുലുക്കി.

ഇതെല്ലാം നോക്കി നിന്ന ജോ, മതിമറന്ന് നൃത്തം ചെയ്തു. വിസ്മയംകൊണ്ട ആമി ജനലിലൂടെ വീഴാൻ പോയി. ലോകം അവസാനിക്കാൻ പോകുന്നോ എന്ന് മെഗ് സംശയിച്ചു.

പിറ്റേദിവസം അവർ നടക്കാനിറങ്ങി.

കുതിരക്കുളമ്പടിയൊച്ചകൾ.

ലാറി അതിശീഘ്രം കടന്നുപോയി.

ആമി: "അവൻ എത്രപണമാണ് കുതിരയ്ക്കായി ചെലവാക്കുന്നത്, അൽപ്പം എനിക്ക് കിട്ടിയിരുന്നെങ്കിൽ...."

മെഗ്: "എന്തിന്?"

ആമി: "എനിക്ക് വളരെ ആവശ്യമുണ്ട്. ഒരുപാട് കടമുണ്ടെനിക്ക്."

മെഗ്: "കടമോ? നീയെന്താണുദ്ദേശിക്കുന്നത്?"

ആമി : "ഉപ്പിലിട്ടനാരങ്ങയുടെ കടം. ഏതാണ്ട് പന്ത്രണ്ടോളം വരും."

മെഗ്: "മുഴുവൻ പറയ്. നാരങ്ങയാണോ ഇപ്പോൾ ഫാഷൻ?"

മെഗ് തന്റെ മുഖഭാവം മാറാതിരിക്കാൻ ശ്രമിച്ചു. ആമി ഗൗരവത്തിൽ തന്നെ.

ആമി: "പെൺകുട്ടികൾ എപ്പോഴും അതു വാങ്ങുന്നു. മോശമായ ഏർപ്പാടല്ല എന്നു തോന്നിയാൽ നീയും വാങ്ങുമല്ലോ. നാരങ്ങ വാങ്ങുന്നവർ, കൂട്ടുകാരികൾക്ക് കൊടുക്കും. കിട്ടുന്നവർ പകരം നൽകുകയും ചെയ്യും. പകരം ഇതുവരെ ആർക്കും കൊടുക്കാൻ എനിക്കു കഴിഞ്ഞിട്ടില്ല."

മെഗ്: "നിന്റെ കടം എത്രത്തോളം വരും?" മെഗ് പേഴ്സ് തുറന്നു.

ആമി: "ഇരുപത്തഞ്ച്"

മെഗ്: "ഇതാ പണം. അധികമൊന്നുമില്ല"

ആമി: "ഓ, നന്ദി. ഞാനിതൊരു സദ്യയാക്കി മാറ്റും. ഈയാഴ്ച തിന്നിട്ടുമില്ല. തിരിച്ചുകൊടുക്കാൻ കഴിയാത്തതുകൊണ്ട് വാങ്ങാൻ എനിക്ക് സങ്കോചമായിരുന്നു."

അടുത്ത ദിവസം ആമി സ്കൂളിലെത്താൻ അൽപ്പം വൈകി. അൽപ്പം നനവാർന്ന ബ്രൗൺപേപ്പർ പാക്കറ്റ് അവൾ ഡെസ്കിനുള്ളിലേക്ക് തള്ളിവെച്ചു. അടുത്ത ഏതാനും നിമിഷങ്ങൾക്കുള്ളിൽ ആമി നാരങ്ങകൊണ്ടുവന്നത് എല്ലാവരും അറിഞ്ഞു. ഇരുപത്തിനാല് എണ്ണമേ ഉള്ളൂ. ഒന്ന് അവൾ തിന്നിരുന്നു.

അന്നുകാലത്ത് ഒരു വിശിഷ്ടാതിഥി സ്കൂൾ സന്ദർശിച്ചു. ആമി വരച്ച ചിത്രങ്ങളും ഭൂപടങ്ങളുംകൊണ്ട് അവളെ നന്നായി അനുമോദിക്കുകയും ചെയ്തു. ഇതുകേട്ട് മിസ്സ് സ്നോ അസൂയാലുവായി.

അതിഥി പോയ ഉടൻ, ഒരു സംശയം തീർക്കാനെന്ന മട്ടിൽ സ്നോ അധ്യാപകനായ ഡേവിസിന്റെ സമീപമെത്തി, ആമി നാരങ്ങകൊണ്ടുവന്ന വിവരം രഹസ്യമായറിയിച്ചു.

മിസ്റ്റർ ഡേവിസ് ക്ലാസിൽ നാരങ്ങ നിരോധിച്ചിട്ടുണ്ട്. അയാൾ കുപിതനായി; ശക്തിയായി മേശമേലിടിച്ചു.

"ലേഡീസ് ആന്റ് ജെന്റിൽമെൻ!"

ക്ലാസ് നിശ്ശബ്ദമായി. അമ്പതു ജോടി കണ്ണുകൾ സാകൂതം നോക്കിയിരിക്കുന്നു.

"മിസ്സ് മാർച്ച് ഇവിടെ വാ."

ആമി ഭയപ്പെട്ടു.

"നിന്റെ ഡെസ്കിലുള്ള നാരങ്ങയും കൊണ്ടുവാ."

"മുഴുവൻ കൊണ്ടുപോകരുതേ."അടുത്തിരിക്കുന്നവൾ മെല്ലെ പറഞ്ഞു. ആമി അഞ്ചാറെണ്ണം ഡെസ്കിനുള്ളിൽ കുടഞ്ഞിട്ട് ബാക്കി ഡേവിസിനെ ഏൽപ്പിച്ചു.

"ഇത്രയേ ഉള്ളോ?"

"അൽപ്പം കൂടി ഉണ്ട്."

"അതുംകൂടി കൊണ്ടുവാ"

ആമി അനുസരിച്ചു.

"ഇനി ഡസ്കിലില്ലെന്നുറപ്പാണോ?"

അവൾ തലയാട്ടി, "ഞാൻ കളവുപറയാറില്ല."

"ഇതെല്ലാം ജനലിൽക്കൂടി പുറത്തെറിയണം. ഒരുതവണ രണ്ടു മാത്രമേ കയ്യിലെടുക്കാവൂ."

ആമി പന്ത്രണ്ടുതവണ നടന്നു. അവസാനത്തെ നാരങ്ങയും എറിഞ്ഞപ്പോൾ ഒരു പെൺകുട്ടി പൊട്ടിക്കരഞ്ഞു.

ഡേവിസ്: "നിയമങ്ങൾ തെറ്റിനടക്കാൻ ഞാൻ അനുവദിക്കില്ല.

മിസ്സ് മാർച്ച്, കൈനീട്ടൂ!"

കരഞ്ഞുപോവാതിരിക്കാൻ ആമി പല്ലുകൾ കടിച്ചുപിടിച്ച് കൈനീട്ടി. തലപുറകോട്ട് ചരിച്ചുപിടിച്ചു. അടിയുടെ എണ്ണമോ ശക്തിയോ ഒന്നുമല്ല പ്രശ്നം. ജീവിതത്തിൽ ആദ്യമായാണ് അവൾക്ക് അടികിട്ടിയത്. ഈ അപമാനം സഹിക്കാനാവുന്നില്ല.

തീർന്നില്ല, ക്ലാസ് പിരിയുന്നതുവരെ ബെഞ്ചിൽ കയറി നിൽക്കാനായിരുന്നു അടുത്ത കൽപ്പന.

അതും അനുസരിച്ചു അവൾ.

ഡേവിസ് അസ്വസ്ഥനായിരുന്നു. ആമിയുടെ മുഖം അയാൾക്ക് മറക്കാനാവുന്നില്ല.

ആരോടുമൊന്നും മിണ്ടാതെ മടങ്ങിയ ആമി, വീട്ടിലെത്തുമ്പോഴും ദുഃഖിതയായിരുന്നു.

10

ആമിയുടെ പകപോക്കൽ

ആമിയുടെ ശിക്ഷയറിഞ്ഞ്, അമ്മ അധികമൊന്നും പറഞ്ഞില്ല. അസ്വസ്ഥയായ അവർ മകളെ സാന്ത്വനിപ്പിച്ചു. മെഗ് അവളുടെ കയ്യിൽ ഗ്ലിസറിൻ തടവിക്കൊടുത്തു. ഒരു ബാംകൊണ്ട് തന്റെ പൂച്ചക്കുട്ടികളെ പ്പോലും സമാധാനിപ്പിക്കാനാവില്ലെന്നാണ് ബെത്ത് കരുതുന്നത്. ഡേവി സിനെ അറസ്റ്റു ചെയ്യിക്കണമെന്നായി, രോഷാകുലയായ ജോ.

ഹന്ന, വേവിച്ച ഉരുളക്കിഴങ്ങിൽ ശക്തിയായടിച്ചു, ഡേവിസിനെ യെന്ന മട്ടിൽ.

അടുത്തദിവസം ആമിയുടെ അഭാവം അടുത്ത കൂട്ടുകാരികൾ മാത്രമേ ശ്രദ്ധിച്ചുള്ളൂ. എന്നാൽ ഉച്ചയാവുമ്പോഴേക്ക് ഡേവിസ് ദയാലു വായി മാറിയത് എല്ലാവരും ശ്രദ്ധിച്ചു. അയാളുടെ മുഖം ആശങ്കാഭരിത മാണ്.

ക്ലാസ് വിടുന്നതിനുമുമ്പ് ജോ വന്നു. രൗദ്രമായ മുഖഭാവത്തോടെ ഡെസ്കിൽ ചാരിനിന്ന് അമ്മ ഏൽപ്പിച്ച കത്ത് നൽകി. ആമിയുടേതായ പുസ്തകങ്ങളും മറ്റും ഡേവിസിൽനിന്നു വാങ്ങി.

തന്റെ ചെരിപ്പിലെ ചെളി അവിടെ ചവിട്ടിത്തുടയ്ക്കുകയും ചെയ്തു.

"തൽക്കാലം നിനക്ക് സ്കൂളിൽനിന്ന് ഒഴിവ്. എന്നാൽ എല്ലാദിവ സവും ബെത്തിൽനിന്ന് കുറേശ്ശ പഠിക്കണം."

മിസിസ്സ് മാർച്ച് തുടർന്നു: "പെൺകുട്ടികൾക്ക് ഇത്തരം കടുത്ത ശിക്ഷ ഞാൻ അംഗീകരിക്കുന്നില്ല. മിസ്റ്റർ ഡേവിസ് പഠിപ്പിക്കുന്ന രീതിയും എനിക്കിഷ്ടമല്ല. നീയുമായി കൂട്ടുകൂടുന്ന പെൺകുട്ടികളെല്ലാം നിനക്ക് എന്തെങ്കിലും ഗുണം ചെയ്യുമെന്ന് കരുതുകയുമരുത്. അച്ഛൻ വന്നിട്ട് എന്തു ചെയ്യണമെന്ന് നോക്കാം."

ആമി: "എല്ലാവരും അവിടന്നുപോയി ആ പഴഞ്ചൻ വിദ്യാലയം നശി ച്ചുപോകട്ടെ. ആ നാരങ്ങയെക്കുറിച്ചോർത്ത് എനിക്ക് സങ്കടം വരുന്നു."

മിസിസ്സ് മാർച്ച് : "നിനക്കത് നഷ്ടമായതിൽ എനിക്ക് ദു:ഖമൊന്നുമില്ല. നീ ക്ലാസ്സ്റൂം നിയമം ലംഘിച്ചു. അനുസരണക്കേടിന്ന് ശിക്ഷവേണ്ടതു തന്നെ."

കഠിനമായ മറുപടികേട്ട്, അനുഭാവം മാത്രം പ്രതീക്ഷിച്ച ആമി നിരാശയായി. മുഴുവൻ ക്ലാസിനുമുമ്പിൽ താൻ അപമാനിതയായത് അമ്മയ്ക്കു സന്തോഷമായെന്നോ!

"ഞാൻ അങ്ങനെയല്ല തെറ്റുതിരുത്തുക. ശിക്ഷ കഠിനമായാൽ കൂടുതൽ ഗുണംകിട്ടും എന്നെനിക്കു തോന്നുന്നില്ല. പ്രിയമകളേ, നീ ഈയിടെ അൽപ്പം ഗർവിയായി മാറുന്നു. അതു മാറ്റേണ്ട സമയമായി. നിനക്ക് ധാരാളം സമ്മാനങ്ങളും അനുമോദനങ്ങളും കിട്ടുന്നു എന്നത് ശരിതന്നെ. അതു പ്രദർശിപ്പിക്കേണ്ട കാര്യമില്ല. അഹങ്കാരം നല്ല കഴിവുകളെ നശിപ്പിക്കും. യഥാർഥ കഴിവുകൾ നിരീക്ഷിക്കപ്പെടും. ആ ബോധം ഉണ്ടായാൽത്തന്നെ സംതൃപ്തി തോന്നും. വിനയമാണ് വേണ്ടത്."

"അതു തന്നെ."

ജോയോടൊപ്പം ഒരു മൂലയിൽ ഇരുന്ന് ചെസ്സ് കളിക്കുന്ന ലാറിയാണതു പറഞ്ഞത്.

"ഞാനറിയുന്ന ഒരു പെൺകുട്ടി. സംഗീതത്തിൽ നല്ല അഭിരുചി ഉള്ളവൾ. അക്കാര്യം അവൾക്കറിയില്ല. തനിച്ചിരുന്ന് അവൾ രചിക്കുന്ന ഗാനങ്ങൾ മനോഹരങ്ങളാണെന്ന് ആരെങ്കിലും പറഞ്ഞാൽ അവൾക്ക് വിശ്വാസം വരില്ല."

ബെത്ത്: "എനിക്കവളെ അറിയുമായിരുന്നെങ്കിൽ അവൾ എന്നെ സഹായിച്ചേനെ. ഞാനൊരു മണ്ടിയാണ്."

"നിനക്കവളെ നിശ്ചയമായും അറിയാം. മറ്റാരേക്കാളും നിന്നെ സഹായിക്കുന്നതും അവൾതന്നെ." ലാറി തന്റെ കറുത്ത കണ്ണുകളിൽ കുസൃതിയുമായി ബെത്തിനെ നോക്കി. ബെത്ത് നാണിച്ചുപോയി. മുഖം കുഷ്യനിൽ ഒളിപ്പിച്ചുകൊണ്ട്, അപ്രതീക്ഷിതമായ ഈ അവസരത്തെ നേരിട്ടു.

ജോ, ലാറിയെ കളിയിൽ ജയിക്കാൻ അനുവദിച്ചു, ബെത്തിനെ പ്രശംസിച്ചതിനു പ്രതിഫലമായിട്ട്: തികഞ്ഞ നർമബോധം ഉൾക്കൊണ്ട് സന്തോഷത്തോടെ അവൻ പാടി. ഇത്തരം ഭാവപ്രകടനങ്ങൾ ആ വീട്ടിൽ ദുർലഭമായേ പ്രത്യക്ഷപ്പെടാറുള്ളൂ.

ലാറി പോയതും, അതുവരെ മുഷിഞ്ഞ മട്ടിലിരുന്ന ആമി ചോദിച്ചു.

"ലാറി നല്ലനിലയിൽ വളർത്തപ്പെട്ടവനാണല്ലോ?"

"അതെ, അവന് മെച്ചപ്പെട്ട വിദ്യാഭ്യാസമുണ്ട്. നല്ല കഴിവുമുണ്ട്. ലാളിച്ചു വഷളാക്കിയില്ലെങ്കിൽ നല്ലൊരു വ്യക്തിത്വം."

"അവന് അഹങ്കാരമില്ല, അല്ലേ?"

"ഒട്ടും തന്നെയില്ല. അതാണവന്റെ ആകർഷണീയത. നാമെല്ലാവരും അവനെ ഇഷ്ടപ്പെടുന്നതും അതുകൊണ്ടുതന്നെ."

"മനസിലായി. നൈപുണ്യം ഉണ്ടാവുന്നത് നല്ലതുതന്നെ. നാമെല്ലാവരും അവനെ ഇഷ്ടപ്പെടുന്നതും. എന്നാലത് പ്രദർശിപ്പിക്കേണ്ടതില്ല. ആമി ചിന്താഗ്രസ്തയായി."

ജോ: "എന്നാലും, നിനക്കു കിട്ടിയ മെഡലുകളും തൊപ്പികളും ഗൗണുകളും എല്ലാം കൂടി ധരിച്ചാൽ, നിനക്ക് അതെല്ലാം ഉണ്ടെന്ന് ആളുകൾ അറിയും, അത്രതന്നെ!"

ഒരു പൊട്ടിച്ചിരിയോടെ സദസ്സ് അവസാനിച്ചു.

ഒരു ശനിയാഴ്ച ഉച്ചകഴിഞ്ഞ സമയം ആമി അടുത്ത മുറിയിലേക്ക് ചെന്നു. തന്നോടു പറയാതെ എവിടെയോ പോകാനൊരുങ്ങുന്നു, മെഗും ജോയും.

"നിങ്ങൾ എവിടെ പോകുന്നു?"

"മിണ്ടരുത്. ചെറിയ കുട്ടികൾ ചോദ്യങ്ങൾ ചോദിക്കാൻ പാടില്ല." ജോ കർശന ഭാവത്തിൽ പറഞ്ഞു.

ആമി: "എനിക്കറിയാം, എനിക്കറിയാം. നിങ്ങൾ തിയേറ്ററിൽ പോകുന്നു, *സെവൻ കാസ്ൽസ്* കാണാൻ ഞാനും വരുന്നു. അമ്മ പറഞ്ഞു നല്ലതാണെന്ന്. എന്റെ കയ്യിൽ പൈസയുമുണ്ട്."

മെഗ് "ഒരു മിനുട്ട് നല്ല കുട്ടിയായി ശ്രദ്ധിക്ക്. അടുത്തയാഴ്ച നിനക്ക് ബെത്തിനേയും കൂട്ടി പോവാം, നല്ലരസമായിരിക്കും."

ആമി: "നിങ്ങളോടും ലാറിയോടുമൊപ്പം വരുന്നത്ര രസമില്ലതിന്. എന്നെയും കൊണ്ടു പോ. ഞാൻ നല്ല കുട്ടിയായിരിക്കാം."

മെഗ്: "ഇവളെക്കൂടി കൂട്ടിയാലോ? അമ്മ തടസം പറയാനിടയില്ല."

ജോ: "എന്നാൽ ഞാനില്ല. ഞാൻ വന്നില്ലെങ്കിൽ ലാറിയും വരില്ല. ലാറി നമ്മെ മാത്രം വിളിച്ചതിന്, ആമിയെയും വലിച്ചിഴക്കുന്നതെന്തിന്? ആവശ്യമില്ലാത്ത കാര്യത്തിൽ അവൾ തലയിടരുത്."

ജോയുടെ സ്വരം കടുത്തിരുന്നു.

ജോയുടെ മട്ടും ഭാവവും ആമിയെ കുപിതയാക്കി.

ആമി: "ഞാൻ പോകും. മെഗ് സമ്മതിച്ചല്ലോ. ഞാൻ ടിക്കറ്റു വാങ്ങും. പിന്നെ ലാറിക്കൊന്നും പറയാനില്ല."

"ഒറ്റയടിവെക്കാൻ പാടില്ല. അവിടെയിരിക്ക്." ജോ ശാസിച്ചു.

നിലത്തിരുന്ന് ആമി കരയാൻ തുടങ്ങി. തത്സമയം ലാറി താഴെനിന്ന് വിളിച്ചു. ആമിയെ കരയാൻ വിട്ട്, സഹോദരിമാർ സ്ഥലം വിട്ടു.

മനസിൽ കണ്ടതുപോലെ നല്ലൊരു പ്രദർശനമായിരുന്നു അത്. രാജകുമാരിയുടെ മഞ്ഞച്ചുരുൾമുടി ആമിയെ ഓർമിപ്പിച്ചപ്പോൾ ജോയുടെ സന്തോഷം അൽപ്പമൊന്നു മങ്ങി.

അവർ വീട്ടിൽ എത്തുമ്പോൾ ആമി പാർലറിൽ ഇരുന്ന് വായിക്കുന്നു. മുഖമുയർത്തുകയോ എന്തെങ്കിലുമൊന്ന് ചോദിക്കുകയോ ചെയ്തില്ല.

താൻ ധരിച്ച നല്ലതൊപ്പി എടുത്തു വെക്കാൻ പോയപ്പോൾ ജോ തന്റെ ഷെൽഫിലേക്കൊന്നു നോക്കി. കഴിഞ്ഞ തവണ കലഹം കഴിഞ്ഞപ്പോൾ ആമി തന്റെ എല്ലാവസ്തുക്കളും ആട്ടിമറിച്ചിരുന്നു. ജോ, തന്റെ സഞ്ചി, പെട്ടി, കിടക്ക എന്നിവയിലെല്ലാം കണ്ണയച്ചു ഒന്നിനും മാറ്റമില്ല. ആമി മറക്കുകയും പൊറുക്കുകയും ചെയ്തതാവാം.

പക്ഷേ, ജോയ്ക്കു തെറ്റുപറ്റി.

അടുത്തദിവസം മധ്യാഹ്നത്തിലാണ് ജോ അതുമനസിലാക്കിയത്. തന്റെ കഥ കാണുന്നില്ല.

ജോ കിതച്ചുകൊണ്ട്, വെപ്രാളത്തോടെ സഹോദരിമാരുടെ അടുത്തേക്കോടിച്ചെന്നു.

"എന്റെ കഥ ആരെങ്കിലും എടുത്തോ?"

"ഇല്ല"ബെത്തും മെഗും ഉടൻ പറഞ്ഞു.

തീ ഇളക്കിക്കൊണ്ടിരുന്ന ആമി ഒന്നും പറഞ്ഞില്ല.

"ആമി, നീയെടുത്തോ?"

"ഇല്ല."

"അതു കള്ളം." ജോ ആമിയുടെ ചുമലിൽ പിടിച്ചു.

ആമി: "ഇല്ല. എന്റെ കയ്യിൽ ഇല്ല. അത് ഇപ്പോൾ എവിടെയെന്നും അറിയില്ല. ഞാനത് ശ്രദ്ധിച്ചുമില്ല."

ജോ: " നിനക്കെന്തോ ചിലതറിയാം. അതെന്നോടു പറയുകയാണ് നല്ലത്. അല്ലെങ്കിൽ നിന്നെ ഞാൻ ശരിയാക്കും."

ആമിയെ അവൾ പിടിച്ചുകുലുക്കി.

ആമി: "എത്ര വേണമെങ്കിലും ശകാരിച്ചോ. നിന്റെ കഥ നിനക്കു കിട്ടാൻ പോകുന്നില്ല."

ജോ: "എന്തുകൊണ്ട്?"

ആമി: "ഞാനത് കത്തിച്ചുകളഞ്ഞു."

ജോ: "എന്ത്! എന്റെ പ്രിയപ്പെട്ട പുസ്തകമോ? അതിന്റെ രചന തീരാറായതാണ്. അച്ഛൻ വരുന്നതിനുമുമ്പ് പൂർത്തിയാക്കണമെന്നു കരുതി. നീ ശരിക്കും അതു കത്തിച്ചോ?" ജോയ്ക്ക് വിശ്വസക്കാനാവുന്നില്ല.

"ഉവ്വ്, ഞാനത് കത്തിച്ചു." ജോയുടെ മുഖം വിളറിവെളുത്തു. ആമിക്ക് അനങ്ങാൻ കഴിഞ്ഞില്ല. ജോയുടെ കോപം അത്ര കഠിനമായിരുന്നു. ജോ അവളെ കുലുക്കി. അവൾ പല്ലിറുമ്മുന്നുണ്ട്. ദുഃഖംകൊണ്ടും കോപത്താലും ജോ കരയുന്നു.

ജോ: "വൃത്തികെട്ടവൾ, എനിക്കിനി അത് വീണ്ടും എഴുതാനാവില്ല. ഞാൻ ജീവിച്ചിരിക്കുന്ന കാലത്തോളം നിനക്ക് മാപ്പുതരില്ല."

മെഗ് ആമിയെ രക്ഷപ്പെടുത്താൻ ചെന്നു. ബെത്ത് ജോയെ സമാധാനിപ്പിക്കുന്നു. ജോ വഴങ്ങിയില്ല. ആമിയുടെ ചെവി പിടിച്ചു തിരുമ്മിയ ശേഷം അവൾ സോഫയിൽ ചെന്നു വീണു.

11

ഹിമ നദിയിലൊരു അപകടം

മിസിസ്സ് മാർച്ച് വന്നു, ആമിയെ വിളിച്ചു, ചെയ്ത തെറ്റിന്റെ ഗൗരവം മനസിലാക്കിക്കൊടുത്തു. ആ രചന അവളുടെ അഭിമാനമാണ്. സാഹിത്യത്തിലെ നല്ലൊരു വാഗ്ദാനമായി വീട്ടുകാരും കണക്കാക്കി. അഞ്ചാറു യക്ഷിക്കഥകളാണവ. അത്യന്തം ക്ഷമയോടെ, അതീവശ്രദ്ധയോടെ ചെയ്തുതീർത്തത്. കാരണം അച്ചടിയിൽ വരുന്നത് നല്ലതാവണം എന്നവൾക്ക് നിർബന്ധമുണ്ട്. പുതിയ പകർപ്പെടുത്തപ്പോൾ ആദ്യത്തെ കയ്യെഴുത്തുപ്രതി അവൾ നശിപ്പിച്ചിരുന്നു. കുറച്ചു കൊല്ലങ്ങൾകൊണ്ടു പൂർത്തിയാക്കിയ പ്രിയപ്പെട്ട തന്റെ കൃതി നാമാവശേഷമായി. ജോയെ സംബന്ധിച്ച് അതിഭീകരമായ അത്യാപത്ത്.

മിസിസ്സ് മാർച്ച് ദുഃഖിതയായി കാണപ്പെട്ടു. ബെത്തിന്നും മെഗിനും സങ്കടമുണ്ട്. ആമിക്കും ഇപ്പോൾ ദുഃഖമുണ്ട്. തന്റെ ദുഷ്പ്രവൃത്തിക്ക് മാപ്പു ചോദിക്കാതെ ആരും തന്നെ സ്നേഹിക്കുല്ലെന്നവൾക്കു തോന്നി.

ചായയ്ക്കുള്ള മണി മുഴങ്ങിയപ്പോൾ ജോ വന്നു. മുഖത്ത് രൗദ്രഭാവമുണ്ട്; ആർക്കും അടുക്കാൻ വയ്യാത്തവിധം. ആമിയുടെ ധൈര്യം ചോർന്നു. ഒരുതരത്തിൽ അവൾ പറഞ്ഞൊപ്പിച്ചു.

"ദയവായി മാപ്പുതരണം; എനിക്കുവളരെ ദുഃഖമുണ്ട്."

ജോ : "ഞാൻ നിനക്കൊരിക്കലും മാപ്പുതരില്ല".

അതിനുശേഷം ജോ അവളെ പൂർണമായും അവഗണിച്ചു. ആരുമൊന്നും മിണ്ടിയില്ല. ജോയുടെ ഈയവസ്ഥയിൽ വാക്കുകൾ വിലപ്പോവുകയില്ല. സന്തോഷം ഒട്ടുമില്ലാത്തൊരു സായാഹ്നം. പതിവുപോലെ അവർ തുന്നുകയും, അമ്മ പുസ്തകം ഉറക്കെ വായിക്കുകയും ചെയ്തെങ്കിലും, എന്തോ ഒന്നിന്റെ അഭാവം. വീട്ടിലെ സ്വസ്ഥത ഇല്ലാതായി. പാടുന്ന സമയത്ത് ഇത് ശരിക്കും അനുഭവപ്പെട്ടു. ആമി പൊട്ടിക്കരഞ്ഞു. മെഗും അമ്മയും മാത്രമാണ് പാടിയത്.

ഉറങ്ങാൻ പോകുമ്പോൾ പതിവുപോലെ അമ്മ ജോയേയും ചുംബിച്ചു, "മകളേ, സമാധാനമായിരിക്ക്."

അമ്മയുടെ മടിയിൽ തലവെച്ച് തന്റെ ദുഃഖവും കോപവും കരഞ്ഞു തീർക്കണമെന്നുണ്ട് ജോയ്ക്ക്. എന്നാൽ കഠിനമായ വ്യഥ മനസിൽ നിന്നു മാറുന്നില്ല. അവൾ തലകുലുക്കി. ആമി ശ്രദ്ധിക്കുന്നതിനാൽ പരുഷ മായി പറഞ്ഞു:

"അതൊരു നിന്ദ്യമായ രൂപമാണ്. അവൾ മാപ്പ് അർഹിക്കുന്നതേ യില്ല."

സന്തോഷഭരിതമായ കൊച്ചുവർത്തമാനം അന്നുണ്ടായില്ല. സമാധാ നത്തിന്നുള്ള ശ്രമം അട്ടിമറിക്കപ്പെട്ടപ്പോൾ ആമി വീണ്ടും ഗർവിയായി. ജോ ആണെങ്കിൽ ഒരു ഇടിമേഘത്തിന്റെ മട്ട്.

ജോ : "എല്ലാവരും വെറുപ്പു നിറഞ്ഞവരാണ്. സ്കെയ്റ്റിങ്ങിനു വരുമോ എന്ന് ലാറിയോട് ചോദിക്കട്ടെ, ഞാൻ."

ആമി അക്ഷമയോടെ പറഞ്ഞു :"അടുത്തതവണ എന്നെ സ്കെയി റ്റിങ്ങിനു കൊണ്ടുപോകാമെന്നു പറഞ്ഞതാണ്. ഇങ്ങനത്തവളോട് പറ ഞ്ഞിട്ട് ഒരു കാര്യവുമില്ല."

മെഗ് :" അങ്ങനെ പറയരുത്. നീ വേണ്ടാത്തത് ചെയ്തിട്ടല്ലേ? തന്റെ പ്രിയപ്പെട്ട, അമൂല്യമായ പുസ്തകം നശിപ്പിച്ച നിന്നോട് അവൾക്കു പൊറുക്കാൻ കഴിയുമോ? ഒരുപക്ഷേ ഇപ്പോൾ സാധിച്ചേക്കും. ശരിയായ സമയത്ത് ശ്രമിക്കണം. അവളുടെ പിന്നാലെ പോ. ലാറിയുമായി കൂട്ടുചേർന്ന് അവൾ നല്ലമൂഡിൽ ആവുന്നതുവരെ നീയൊന്നും സംസാ രിക്കരുത്. ഒന്നു ചുംബിക്കണം അവളെ. അല്ലെങ്കിൽ അവൾ ഇഷ്ടപ്പെ ടുന്ന എന്തെങ്കിലുമൊന്ന് ചെയ്യണം. അപ്പോൾ എല്ലാം ശരിയാവും."

"ഞാൻ ശ്രമിക്കാം." ആമി ഓടി. അപ്പോഴേയ്ക്കും രണ്ടുപേരും കുന്നിന്മുകളിൽ എത്തിക്കഴിഞ്ഞിരുന്നു.

നദിയിലേക്ക് അധികം ദൂരമില്ല. രണ്ടുപേരും നദികടക്കാൻ തയ്യാറാ യി. ജോ ആമിയെ കണ്ടുവെങ്കിലും പുറംതിരിഞ്ഞു. ലാറി ആമിയെ കണ്ട തുമില്ല. ഹിമശകലങ്ങളുടെ ഒച്ച ആസ്വദിച്ചുകൊണ്ട് തീരത്തുകൂടി സ്കെയ്റ്റ് ചെയ്യുകയാണ് ലാറി.

ലാറി: "ആദ്യത്തെ വളവുവരെ ഞാനൊന്നു പോയിവരാം. എല്ലാം ശരിയാണെങ്കിൽ മത്സരത്തിനിറങ്ങാം."

ആമി ഇതുകേട്ടു. രോമക്കോട്ടും തൊപ്പിയും ധരിച്ച് ഒരു റഷ്യൻ യുവാവിനെപ്പോലെ, മിന്നൽ വേഗതയിൽ അവൻ നീങ്ങി.

ഓടിയെത്തുന്ന ആമിയുടെ കിതപ്പിന്റെ ശബ്ദവും അമർത്തിപ്പതി ക്കുന്ന കാലടിയൊച്ചയും ജോ കേൾക്കുന്നുണ്ട്. എങ്കിലും തിരിഞ്ഞു നോക്കിയില്ല. വളഞ്ഞു പുളഞ്ഞ് നദിയിലേക്കിറങ്ങി. ആമിയുടെ വിഷമം കണ്ട് പരുഷവും സന്തോഷമില്ലാത്തതുമായ സംതൃപ്തിയാണ് തോന്നു ന്നത്.

പോകുന്ന പോക്കിൽ ലാറി വിളിച്ചുപറഞ്ഞു: തീരത്തിനടുപ്പിച്ചു പോയാൽ മതി. മധ്യഭാഗം സുരക്ഷിതമല്ല.

ജോ കേട്ടു, എന്നാൽ കാലുറപ്പിക്കാൻ ശ്രമിക്കയായിരുന്ന ആമികേട്ടില്ല. ജോ തിരിഞ്ഞു നോക്കി. അവളുടെ ഉള്ളിൽ കുടിയേറിയ കൊച്ചു ചെകുത്താൻ ഇങ്ങനെ പറഞ്ഞു: അവൾ കേട്ടാലും ഇല്ലെങ്കിലും എനിക്കൊന്നുമില്ല. അവൾ സ്വയം ശ്രദ്ധിക്കട്ടെ.

ലാറി വളവുകഴിഞ്ഞ് അപ്രത്യക്ഷനായി. വളവിന്നടുത്തെത്തി ജോ തിരിഞ്ഞുനോക്കിയപ്പോൾ, അങ്ങകലെ ആമി, പൂർണമായും ഉറച്ചിട്ടില്ലാത്ത നദീമധ്യത്തിലേക്ക് ഓടിയടുക്കുന്നു. ഉള്ളിൽ വല്ലാത്തൊരു വികാരവുമായി ജോ ഒരുനിമിഷം നിന്നു. പിന്നെ യാത്ര തുടരാനൊരുങ്ങിയെങ്കിലും, എന്തോ ഒന്ന് അവളെ പിടിച്ചുനിർത്തി. തിരിഞ്ഞു നോക്കിയതും, വെള്ളത്തിലേക്ക് താഴുന്നു. പുറമെയുള്ള ഹിമപാളികൾ ഉടഞ്ഞ് അടിയിലെ ജലം ചിതറിത്തെറിച്ചു. കൈകൾ പൊക്കി ഉയർത്തിക്കൊണ്ടുള്ള കരച്ചിൽ കേട്ടതും ജോ സ്തബ്ധയായി. ലാറിയെ വിളിക്കാൻ ശ്രമിച്ചെങ്കിലും ഒച്ചപൊങ്ങുന്നില്ല.

ജോ മുമ്പോട്ട് കുതിക്കാനാഞ്ഞു; പാദങ്ങൾ നിലത്തുറച്ചതുപോലെ. ഒരു സെക്കന്റു സമയം ജോ നിശ്ചലയായി, കറുത്ത ജലത്തിനുമുകളിൽ പൊങ്ങിയ നീലശിരോവസ്ത്രം തുറിച്ചുനോക്കി ഭയവിഹ്വലയായി.

ലാറിയുടെ ഉച്ചത്തിലുള്ള ശബ്ദം കേട്ടു.

"ഒരഴികൊണ്ടുവാ, പെട്ടെന്നു വേണം."

ഉറഞ്ഞുപോയ ധൈര്യവും ശക്തിയും വീണ്ടെടുത്ത്, വളരെ ശ്രമപ്പെട്ട്, അടുത്തുള്ള വേലിയിൽ നിന്ന് നീണ്ടപത്തൽ ജോ ഊരിയെടുത്തു. ലാറി, ഉറപ്പുള്ള ഹിമപാളിയിൽ നീണ്ടുനിവർന്നു കിടക്കുന്നു. കൈകളിൽ ആമിയുണ്ട്. രണ്ടു പേരും ചേർന്ന് ഒരു വിധം ആമിയെ പുറത്തെടുത്തു.

ലാറിയുടെ കോട്ടിൽ ആമിയെ പൊതിഞ്ഞെടുത്ത് ക്ഷണം വീട്ടിലെത്തി. എല്ലാവരും തണുത്ത് വിറയ്ക്കുന്നു. തുടച്ച് നനവ് മാറ്റി, കമ്പിളിയിൽ പൊതിഞ്ഞ്, ആമിയെ നെരിപ്പോടിന്നടുത്ത് കിടത്തി.

ഈസമയമത്രയും ജോ നിശ്ശബ്ദയാണ്. മുഖം വിളറി വെളുത്ത്. ഉടുപ്പ് കീറിയിരിക്കുന്നു. കൈകളിൽ ചതവും മുറിവും.

ആമി ഉറങ്ങി. വീട് നിശ്ശബ്ദം. മിസ്സിസ്സ് മാർച്ച്, കട്ടിലിന്നടുത്തിരുന്ന ജോയെ വിളിച്ച് മുറിവിൽ മരുന്നുവെച്ചു.

ജോ : "അവൾക്ക് കുഴപ്പമൊന്നുമില്ലല്ലോ?"

ആമിയുടെ സ്വർണത്തലമുടിയിൽ നോക്കി അവൾ പശ്ചാത്താപത്തോടെ തിരക്കി.

—"ഇല്ല. മുറിവൊന്നുമില്ലല്ലോ. ഒരു ജലദോഷം പോലും വരില്ല. നീയവളെ പെട്ടെന്ന് കൊണ്ടുവന്നല്ലോ."

ജോ: "ലാറിയാണെല്ലാം ചെയ്തത്. ഞാനവളെ പോകാൻ വിട്ടു. അവൾ മരിക്കുകയാണെങ്കിൽ, അതെന്റെ കുറ്റംകൊണ്ടു മാത്രമാണ്."

ജോ, പ്രായശ്ചിത്തമെന്നമട്ടിൽ, നിലത്തിരുന്ന് എല്ലാം അമ്മയോട് പറഞ്ഞു.

ജോ: "എന്റെ ദേഷ്യമാണ് ഇതിനെല്ലാം കാരണം. എനിക്കതു തടു

ക്കാൻ പറ്റുന്നില്ല. ഇല്ലെന്നു കരുതുമ്പോഴും കോപം ശക്തിപ്പെടുന്നു. കോപം വരുമ്പോൾ ഞാൻ ആരെയും ദ്രോഹിച്ചേക്കും. അങ്ങനെ ഒരു ദിവസം കഠിനമായതെന്തെങ്കിലും ചെയ്ത് ഞാൻ എല്ലാവരാലും വെറുക്കപ്പെട്ടവളാകും. അമ്മ എന്നെ സഹായിക്ക്."

"ഞാൻ സഹായിക്കാം. ഇങ്ങനെ കരയാതെ. ഇനി ദ്വേഷ്യം വരുമ്പോൾ നീ ഈ സംഭവം ഓർക്കണം. ഇനി ഇങ്ങനെയുണ്ടാവില്ല. നമുക്കെല്ലാവർക്കും മനക്ഷോഭം ഉണ്ടാവും. നീ വിചാരിക്കുന്നു, നിനക്കാണ് കൂടുതലെന്ന് എനിക്കും അങ്ങനെ വരാറുണ്ട്."

"എന്ത് അമ്മയ്ക്കോ? അമ്മ ദ്വേഷ്യപ്പെടാറില്ലല്ലോ."

"നാൽപ്പതുവർഷമായി ഞാനത് ഇല്ലാതാക്കാൻ ശ്രമിക്കുന്നു. എന്നിട്ടും നിയന്ത്രിക്കാൻ മാത്രമേ കഴിഞ്ഞിട്ടുള്ളൂ. മിക്കവാറും എല്ലാ ദിവസവും എനിക്കിങ്ങനെ ദേഷ്യം വരാറുണ്ട്. അതുപുറത്തു കാണിക്കാതിരിക്കാൻ ഞാൻ പഠിച്ചുകഴിഞ്ഞു."

അമ്മയുടെ മുഖത്തു തെളിയുന്ന ക്ഷമയും അഹങ്കാരമില്ലായ്മയും ജോയ്ക്കു നല്ലൊരു പാഠമായി. ജോയ്ക്ക് ആശ്വാസമായി. അമ്മയ്ക്കും തന്നെപ്പോലെ മനഃക്ഷോഭം ഉണ്ടാകുന്നു. അതു നിയന്ത്രിക്കാൻ കഴിയുന്നു. ജോയുടെ മനസിൽ ലാഘവത്വം അനുഭവപ്പെട്ടു.

"മാർച്ച് അമ്മായി ശകാരിക്കുമ്പോൾ മമ്മ ചുണ്ടുകൾ കൂട്ടിപ്പിടിച്ച് പുറത്തേക്കു പോകുന്നത് അതുകൊണ്ടാണോ?"

"അതെ, ചുണ്ടോളമെത്തുന്ന വാക്കുകൾ ഞാൻ നിയന്ത്രിച്ചു നിർത്തുന്നു. അതിനു സാധിക്കാതെ വരുമ്പോഴാണ് പുറത്തേക്കിറങ്ങുക. തലയൊന്നു കുടയുമ്പോൾ മുഴുവൻ ശരിയാവും."

"അതെങ്ങനെയാണ് മുഴുവൻ മനസിലായത്,"

"എന്റെ അമ്മ പഠിപ്പിച്ചു,"

"എനിക്ക് നിന്നേക്കാൾ അൽപ്പംകൂടി പ്രായമുള്ളപ്പോഴാണ് അമ്മ മരിച്ചത്. പിന്നെ ഞാൻ തനിച്ചായി. തോൽവി നേരിടുമ്പോൾ കരയും. നിന്റെ അച്ഛൻ എന്റെ ജീവിതത്തിലേക്ക് കടന്നുവന്നപ്പോൾ സന്തോഷമായി. നല്ലവളാവാൻ പറ്റുമെന്ന് കണ്ടെത്തി. പക്ഷേ, നാലുപെൺകുട്ടികൾ ജനിക്കയും ദാരിദ്ര്യം വരുകയും ചെയ്തപ്പോൾ വിഷമം."

"നിന്റെ പപ്പ ഒരിക്കലും ക്ഷമ കൈവെടിയാറില്ല. കഠിനമായധ്വാനിക്കും. സന്തോഷത്തോടെ കാത്തിരിക്കും. ജീവിതത്തിൽ മൂല്യങ്ങൾ ഉണ്ടാകണമെന്നു പറയും. ഞാൻ കടുപ്പിച്ച് സംസാരിക്കുമ്പോൾ അത്ഭുതം നിറഞ്ഞതോ ഞെട്ടിയമട്ടിലോ ഒരു നോട്ടം നിങ്ങളിലുണ്ടാകും. ഞാൻ സ്വയം നിന്ദിക്കും."

"എന്റെ മക്കളുടെ സ്നേഹമാണ് എനിക്കേറ്റവും മധുരമായ പ്രതിഫലവും പാരിതോഷികവും."

ജോ: "ഓ, അമ്മേ, അമ്മയ്ക്കുള്ളതിന്റെ പാതി നന്മയെങ്കിലും എനിക്കുണ്ടായിരുന്നെങ്കിൽ!"

മിസിസ്സ് മാർച്ച്: "നീ കൂടുതൽ നന്നാവും. നിന്റെയുള്ളിലെ ശത്രുവിനെ അമർച്ച ചെയ്യണം."

ഉറങ്ങുന്ന ആമി ഒന്നിളകിക്കിടന്നു. തന്റെ തെറ്റു തിരിത്താൻ വ്യഗ്രത പൂണ്ട ജോയുടെ മുഖത്ത് മുമ്പൊന്നുമില്ലാതിരുന്ന ഭാവം.

ജോ: "എന്റെയുള്ളിൽ ദേഷ്യം വർധിക്കയായിരുന്നു. ലാറി കണ്ടിരുന്നില്ലെങ്കിൽ എന്തപകടമായേനെ. ഞാനെന്തൊരു ക്രൂരയാണ്."

ആമിയുടെ നനവാർന്ന മുടി തഴുകിക്കൊണ്ട് അവൾ ചാഞ്ഞിരുന്നു.

ആമി കൺതുറന്ന് കൈകൾ നീട്ടി. മുഖത്തു തെളിഞ്ഞ പുഞ്ചിരി ജോയുടെ ഹൃദയത്തിൽ കൊണ്ടു.

യാതൊന്നുമുരിയാടാതെ അവർ കെട്ടിപ്പുണർന്നു.

12

മെഗ് ഉല്ലസിക്കാൻ പോകുന്നു

"ആ കുട്ടികൾക്ക് ഇപ്പോൾത്തന്നെ മീൽസ് വന്നത് ഭാഗ്യമായി" പെട്ടി നിറച്ചുകൊണ്ട് മെഗ് പറഞ്ഞു.

തന്റെ വാഗ്ദാനം മറക്കാത്ത ആനി മൊഫത് എന്തു നല്ലകുട്ടിയാണ്! രണ്ടാഴ്ചക്കാലം രസമായി കഴിയാം.

ജോ, തന്റെ നീണ്ട കൈകൾകൊണ്ട് മടക്കുന്ന പാവാട ഒരു കാറ്റാടിയന്ത്രംപോലെയുണ്ട്.

"നല്ല കാലാവസ്ഥയായതിൽ എനിക്കു സന്തോഷമുണ്ട്." കഴുത്തിൽ കെട്ടുന്ന റിബണും; മുടിയിൽ കെട്ടുന്ന റിബണും വേർതിരിച്ചുവെച്ചുകൊണ്ട് ബെത്ത് പറഞ്ഞു.

"ഇതെല്ലാമെടുത്ത് എനിക്കൊന്നണിയാൻ തോന്നുന്നു."

മെഗ്: "നിങ്ങളെല്ലാം വന്നെങ്കിൽ. എന്നാലതു പറ്റില്ലല്ലോ. ഞാൻ വന്നിട്ട് എല്ലാം പറയാം."

ആമി: "നിനക്ക് അമ്മയുടെ ഭണ്ഡാരത്തിൽനിന്ന് എന്താണ് കിട്ടിയത്?"

മെഗ്: "സിൽക്ക് സ്റ്റോക്കിങ്സ്, നല്ലൊരു വിശറി, നീലമേലാട. വയലറ്റ് അരക്കച്ച കൂടി വേണ്ടിയിരുന്നു. ഇനി പഴയതു മതിയെന്നു വെക്കാം."

ജോ: "എന്റെ പുതിയ മസ്ലിൻ പാവാടയ്ക്കു മുകളിൽ അത് നന്നായിണങ്ങും. എന്റെ കോറൻ ബ്രേസ്‌ലറ്റ് പൊട്ടിയില്ലായിരുന്നെങ്കിൽ നിനക്കത് അണിയാമായിരുന്നു."

തന്റെ വസ്തുക്കൾ മറ്റുള്ളവർക്ക് നൽകാൻ ജോയ്ക്ക് സന്തോഷമാണ്.

മെഗ്: "പഴയമട്ടിലുള്ള ആഭരണങ്ങൾ അമ്മയുടെ പെട്ടിയിലുണ്ട്. എന്നാൽ എനിക്ക് പുഷ്പാഭരണമാണ് നല്ലത് എന്നാണ് മമ്മ പറഞ്ഞത്. ലാറി അത് അയച്ചുതരാമെന്നും ഏറ്റിട്ടുണ്ട്."

"ഇനി ഞാനിതെല്ലാം ഒന്നുകാണട്ടെ. നടക്കാനിറങ്ങുമ്പോൾ ചാര നിറമുള്ള സ്യൂട്ട്. തൊപ്പിയിലെ തൂവൽ ചുരുട്ടി വെക്കണം. ഞായറാഴ്ച ത്തേക്ക് പോപ്ലിൻ. അതിനു നല്ല കനമുണ്ട്. വയലറ്റ് സിൽക്ക് ആയിരു ന്നെങ്കിൽ നന്നായേനെ."

ആമി: "സാരമില്ല. വെളുത്ത വസ്ത്രത്തിൽ നീയൊരു ദേവത തന്നെ."

മെഗ്: "അതിന്റെ കഴുത്തിന് താഴ്ചയില്ല. വേണ്ടത്ര നിലത്ത് ഇഴ യുന്നുമില്ല. അതുമതിയെന്നു വെക്കാം. സിൽക്ക് സ്റ്റോക്കിങ്സും നല്ല കയ്യുറകളും ഉണ്ടല്ലോ. ജോ, നീയല്ലേ എനിക്കതു തന്നത്. പുതിയതിന് നല്ല ഭംഗി! വസ്ത്രങ്ങളിൽ നല്ല ലെയ്സും തൊപ്പിയിൽ ബോയും വെച്ചാൽ ഉണ്ടാകുന്ന സന്തോഷം എനിക്കെന്നാണ് ലഭിക്കുക."

ബെത്ത്: "ആനി മോഫടിന്റെ പാർട്ടിക്ക് പോകാൻ കഴിയുന്നതു തന്നെ വലിയൊരു സന്തോഷമാണെന്നല്ലേ നീയിന്നലെ പറഞ്ഞത്?"

മെഗ്: "ഞാനങ്ങനെ പറഞ്ഞു. ഇനി ശല്യപ്പെടുത്തുന്നില്ല. കിട്ടു ന്തോറും കൊതി കൂടുകയാണ്. എല്ലാം റെഡി. ബാൾ ഡ്രെസ്സ് ഞാൻ മമ്മയ്ക്കായി മാറ്റിവെക്കുന്നു."

മെഗ് ഉല്ലാസവതിയായി. അമർത്തി നിറച്ച ട്രങ്ക് നോക്കിനിന്നു. വെളുത്ത വസ്ത്രമാണ് ബാൾഡ്രസ്സ്.

മൊഫത്സ് വലിയ പരിഷ്കാരികളാണ്. വീടിന്റെ ഗാംഭീര്യവും അന്തേവാസികളുടെ ഔചിത്യബോധവും കണ്ട് മെഗ് അമ്പരക്കുകതന്നെ ചെയ്തു. ആഡംബരവും ആർഭാടവും നിറഞ്ഞ ഭവനത്തിൽ നല്ല ഉടുപ്പു കൾ അണിഞ്ഞ് കുറച്ചു ദിവസം കഴിയുകയും മനോഹരമായ വണ്ടി യിൽ സവാരി ചെയ്ത് ഉല്ലസിക്കുകയും ചെയ്യാം. ക്രമേണ മെഗ് അവരെ അനുകരിച്ചു തുടങ്ങി. ഫാഷനെക്കുറിച്ച് സംസാരിച്ചു. ആനിക്കു സ്വന്ത മായ ചില മനോഹരവസ്തുക്കൾ കണ്ട് അസൂയ തോന്നി.

സൽക്കാരസായാഹ്നം സമാഗതമായി. പോപ്ലിൻ വസ്ത്രം പോരാ യെന്ന് മെഗിനു തോന്നി. അവൾ മറ്റൊരുടുപ്പാണെടുത്തത്. സാലിയുടെ പുതിയ കുപ്പായത്തിനരികെ, തന്റേത് കൂടുതൽ പഴയതും മുഷിഞ്ഞതും ആയി തോന്നി. അവളുടെ വേഷത്തെക്കുറിച്ച് ആരുമൊന്നും പറഞ്ഞില്ല. മുടി ഭംഗിയാക്കാമെന്ന് സാലി പറഞ്ഞു. ആനി, നെക്ക്റിബൺ ശരിയാ ക്കിക്കൊടുത്തു. വിവാഹനിശ്ചയം കഴിഞ്ഞ ബെല്ലിയാകട്ടെ മെഗിന്റെ വെളുത്ത കൈകളെ പ്രശംസിക്കയും ചെയ്തു. എന്നാലും മെഗിന്ന് ദാരിദ്ര്യം അനുഭവപ്പെട്ടു. മനസ്സ് കനംതൂങ്ങി.

അപ്പോൾ, പൂക്കൾ നിറച്ച പെട്ടിയുമായി പരിചാരിക വന്നു.

ആഗതയ്ക്ക് എന്തെങ്കിലും പറയാൻ കഴിയുന്നതിന്നുമുമ്പ് ആനി പെട്ടിതുറന്നു. അവർ വിസ്മയിച്ചു. എന്തെല്ലാം പൂക്കൾ! പെട്ടിനിറച്ചുമുണ്ട്.

ഇത് ബെല്ലിക്ക് ആയിരിക്കും. ജോർജ് പലപ്പോഴും കൊടുത്തയ ക്കാരുണ്ട്. വളരെ ആകർഷകമായിരിക്കുന്നു.

സുഗന്ധം ദീർഘമായി വലിച്ചെടുത്ത്, ആനി പറഞ്ഞു.

"ഇത് മിസ്സ് മാർച്ചിനാണെന്ന്, കൊണ്ടുവന്ന ആൾ പറഞ്ഞു. ഒരു

കത്തും ഉണ്ട്." അവൾ മെഗിനു നേരെ കൈനീട്ടി.

"എന്തുതമാശ! ആരാണത്? ഒരു കാമുകനുണ്ടെന്ന് നിനക്കറിയില്ലേ?" എല്ലാവരും ഒന്നിച്ചു ചോദിച്ചു.

"കത്ത് അമ്മയുടേത്. പൂക്കൾ ലാറി കൊടുത്തയച്ചതും" മെഗ് ലാഘവത്തോടെ പറഞ്ഞു.

"ഓ........"ആനി തമാശമട്ടിൽ നോക്കി. മെഗ് കത്തു വായിച്ച് പോക്കറ്റിൽ തിരുകി, അതൊരു മാന്ത്രിക എലസ്സ് എന്നമട്ടിൽ. മനസിലെ അസൂയയെയും, ഗർവിനെയും, ദുരഭിമാനത്തേയും കീഴടക്കാൻ പ്രാപ്തമായിരുന്നു, സ്നേഹപൂർണമായ ഏതാനും വരികൾ. പുതുപുഷ്പങ്ങളുടെ വശ്യത മെഗിനെ ഏറെ സന്തോഷിപ്പിക്കുകയും ചെയ്തു.

കുറച്ചു പൂക്കൾ തനിക്കായി മാറ്റിവെച്ച്, മറ്റുള്ളവകൊണ്ട് അവൾ ചെറിയ പൂച്ചെണ്ടുകൾ ഉണ്ടാക്കി, മൊഫത് സഹോദരിമാരുടെ ഉടുപ്പും തൊപ്പിയും അലങ്കരിച്ചു. ക്ലാര പറഞ്ഞത്, അവളൊരു 'സുന്ദരിക്കുട്ടി' തന്നെയെന്നാണ്.

മെഗിന്റെ വിഷണ്ണ ഭാവം മാറി. അലങ്കാരങ്ങൾ കാണിക്കാൻ സഹോദരിമാർ മിസിസ്സ് മൊഫതിന്റെ മുമ്പിൽ ചെന്നുനിന്നു. തെളിഞ്ഞ, സന്തോഷം നിറഞ്ഞ മുഖമാണ് മെഗ് കണ്ണാടിയിൽ കണ്ടത്. പൂക്കൾ, ചുരുണ്ടമുടിയെ അലങ്കരിച്ചു. ഉടുപ്പിലും പൂക്കൾ കുത്തിവെച്ചു: ഇപ്പോൾ ഉടുപ്പത്ര മോശമല്ല!

സംതൃപ്തമായ മനസോടെ അവൾ ഡാൻസിൽ പങ്കെടുത്തു. എല്ലാവരും ദയാപൂർവം പെരുമാറുന്നു. മാത്രമല്ല അഭിനന്ദനങ്ങളും. പാടാൻ ആനി നിർബന്ധിച്ചു. മനോജ്ഞമായ സ്വരമെന്ന് ആരോ ഒരാൾ പറഞ്ഞു. മനോഹരമായ കണ്ണുകളുള്ള ഈ പെൺകുട്ടി ഏതാണെന്ന് മേജർ ലിങ്കൺ ആരാഞ്ഞു. സമയം പാഴാക്കാതെ തന്നോടൊപ്പം നൃത്തം ചെയ്യാൻ മിസ്റ്റർ മോഫത് ക്ഷണിച്ചു.

വരാന്തയിൽ ഒരു സംഭാഷണം കേൾക്കാൻ ഇടയാവുന്നതുവരെ അവൾ തികച്ചും ഉല്ലാസവതിയായിരുന്നു.

"അവൾക്കെത്ര പ്രായമുണ്ട്?"

"പതിനാറോ പതിനേഴോ"

"ആ പെൺകുട്ടിക്ക് നല്ലൊരവസരമായി!"

"മിസിസ്സ് മാർച്ച് ചില പദ്ധതികൾ ആസൂത്രണം ചെയ്തതാണെന്ന് എനിക്കുറപ്പാണ്. എന്നാൽ പെൺകുട്ടിക്ക് അക്കാര്യമറിയില്ല." മിസിസ്സ് മൊഫത് പറഞ്ഞു.

"പൂക്കൾ കണ്ടപ്പോൾ അവളുടെ മുഖം ചുവന്നു. പാവം പെൺകുട്ടി! നന്നായി വളർത്തപ്പെട്ടിരുന്നെങ്കിൽ അവൾ കൂടുതൽ ശോഭിക്കുമായിരുന്നു. വ്യാഴാഴ്ചത്തെ ഉപയോഗത്തിന് ഞങ്ങളൊരു ഉടുപ്പ് കൊടുത്താൽ അവൾക്ക് വിഷമം തോന്നുമോ, എന്തോ?"

"അവൾ അഭിമാനിയാണ്, എന്നാലും വിഷമം തോന്നാനിടയില്ല. അതുമാത്രമേയുള്ളൂ അവൾക്ക്. അതു കീറാനിടയായാൽ, മറ്റൊന്ന് കൊടുക്കുന്നതിന് ഒരു കാരണമായി"

"നമുക്കു കാണാം. അവൾക്കൊരു കോംപ്ലിമെന്റ് എന്ന നിലയിൽ,

ലാറൻസിനെ നമുക്കു ക്ഷണിക്കാം. അപ്പോൾ തമാശകാണാം."

നൃത്തത്തിലെ കൂട്ടുകാരൻ വന്നപ്പോൾ അവളുടെ മുഖം ക്ഷോഭം കൊണ്ടു ചുവന്നിരുന്നു. തന്റെ വെറുപ്പും മറയ്ക്കാൻ കഴിഞ്ഞു. കൂട്ടുകാരുടെ കുശുകുശുപ്പിന്റെ പൊരുൾ അവൾക്ക് മനസിലായിരുന്നു. സന്തോഷവതിയായി തോന്നിക്കാൻ അവൾ കഠിനമായി യത്നിച്ചു.

അന്ന് ഉറക്കം ശരിയായില്ല. ഉണർന്നപ്പോൾ കൺപോളകൾ കനം തൂങ്ങുന്നു. കൂട്ടുകാരുടെ പെരുമാറ്റത്തിൽ എന്തോ ഒരു പ്രത്യേകത. തന്നോട് കൂടുതൽ ബഹുമാനത്തോടെ പെരുമാറുന്നു. കണ്ണുകളിൽ ഒളിപ്പിച്ചുവെച്ച ജിജ്ഞാസ. ഇതവളെ വിസ്മയിപ്പിച്ചു.

അതിഭാവുകത്വം നിറഞ്ഞ സ്വരത്തിൽ മിസ്സ് ബെല്ലി പറഞ്ഞു:

"ഡെയ്സി, നിന്റെ സുഹൃത്ത് മിസ്റ്റർ ലോറൻസിന്ന് ഞാനൊരു ക്ഷണം അയച്ചിട്ടുണ്ട്, വ്യാഴാഴ്ച വരാൻ."

മെഗിന്റെ മുഖം ചുവന്നു. എന്നാൽ പെട്ടെന്നവൾക്കൊരു കുസൃതി തോന്നി:

"നിങ്ങൾ ദയകാണിച്ചു. എന്നാലയാൾ വരില്ലെന്നാണ് ഞാൻ കരുതുന്നത്."

"എന്തുകൊണ്ട്"

അയാൾ വയസനാണ്.

"എന്തു കുട്ടീ, നീയെന്താണ് പറയുന്നത്? അയാൾക്കെന്തു പ്രായം വരും?" ക്ലാരയാണ് ചോദിച്ചത്.

"ഏതാണ്ട് എഴുപത് ആയെന്നു കരുതുന്നു"

"നീ സൂത്രക്കാരിതന്നെ, ഞങ്ങൾ ആ ചെറുപ്പക്കാരനെയാണുദ്ദേശിച്ചത്." ബെല്ലി ചിരിച്ചുകൊണ്ടാണതു പറഞ്ഞത്.

"നിങ്ങൾ പറഞ്ഞപോലെ അവിടെയാരുമില്ല. ലാറി കൊച്ചുപയ്യന്നാണ്.

"നിന്റെ പ്രായമാണോ?"

"അല്ല, ഏതാണ്ട് ജോയുടെ പ്രായം. ആഗസ്റ്റിൽ എനിക്ക് പതിനേഴ് കഴിഞ്ഞു."

"അവൻ നിനക്കു പൂക്കൾ അയച്ചല്ലോ. ഇല്ലേ." ആനിയാണ് ചോദിച്ചത്.

"ഉവ്വ്, ചിലപ്പോഴൊക്കെ ഞങ്ങൾക്കെല്ലാം പൂക്കൾ കൊടുത്തയക്കാറുണ്ട്. അവരുടെ വീട്ടിൽ ധാരാളം പൂക്കൾ ഉണ്ട്. എന്റെ അമ്മയും മിസ്റ്റർ ലോറൻസും സുഹൃത്തുക്കളുമാണ്. ഞങ്ങൾ ഒന്നിച്ച് കളികളിൽ പങ്കെടുക്കാറുമുണ്ട്."

"ഡെയ്സിക്ക് ഇതുവരെ കാര്യം പിടികിട്ടിയില്ലെന്നു തോന്നുന്നു." ക്ലാര ബെല്ലിയോട് പറഞ്ഞു.

13

മെഗും ലാറിയും നൃത്തോത്സവത്തിൽ

മിസിസ്സ് മൊഫത് കടന്നുവന്നു. പട്ടിലും ലേസിലും പൊതിഞ്ഞ ശരീരം.

—"എനിക്ക് പുറത്തുപോയിട്ട് ചില കാര്യങ്ങളുണ്ട്. നിങ്ങൾക്ക് വേണ്ടി എന്തെങ്കിലും ചെയ്യേണ്ടതുണ്ടോ?"

"ഇല്ല, നന്ദി മാം." സാലി പറഞ്ഞു, "വ്യാഴാഴ്ചത്തേക്ക് എനിക്ക് പിങ്കുസിൽക്കിന്റെ ഡ്രെസ്സ് ഉണ്ട്. മറ്റൊന്നും വേണ്ടാ."

"എനിക്കും വേ....." മെഗ് പെട്ടെന്നു പറഞ്ഞുനിർത്തി. അവൾക്കൊരുപാടു സാധനങ്ങൾ വേണം. എന്നാൽ ഒന്നും വാങ്ങാനാവില്ല.

"നീയെന്താണ് ധരിക്കുക" സാലി ചോദിച്ചു.

"എന്റെ വെളുത്ത കുപ്പായം തന്നെ. അതു തുന്നി നന്നാക്കണം. രാത്രിയിൽ അതെങ്ങനെയോ കീറിയിട്ടുണ്ട്."

"മറ്റൊന്ന് അയച്ചുതരാൻ വീട്ടിലേക്ക് പറഞ്ഞു വിടരുതോ?" സാലിയാണ് ചോദിച്ചത്.

സാലി ആളുകളെ നോക്കി പഠിക്കാറില്ല.

"എനിക്ക് വേറെ ഉടുപ്പില്ല." വളരെ പ്രയാസപ്പെട്ടുകൊണ്ടാണ് മെഗ് പറഞ്ഞത്.

സാലി അതു ശ്രദ്ധിച്ചതായി തോന്നിയില്ല.

"അതുമാത്രമോ? എന്തുതമാശ?"....ബെല്ലി തലകുലുക്കി വിലക്കിയതിനാൽ സാലി പകുതി വെച്ച് നിർത്തി.

"പുറത്തു പോകാത്ത സ്ഥിതിക്ക് അവൾക്കെന്തിനാണ് ഒരുപാട് ഉടുപ്പുകൾ? മനോഹരമായ ഒരു നീല പട്ടുടുപ്പ് എന്റെ കയ്യിലുണ്ട്. എനിക്കത് വേണ്ടത്ര വലിപ്പമില്ല. എന്റെ സന്തോഷത്തിന് നീയതു ധരിക്കണം, മെഗ്" ബെല്ലി സ്നേഹപൂർവം പറഞ്ഞു.

“നീ ദയയുള്ളവളാണ്. നിങ്ങൾ അനുവദിക്കുമെങ്കിൽ ഞാനെന്റെ വെളുത്ത ഉടുപ്പുതന്നെ ധരിക്കാം. എന്നെപ്പോലൊരു പെൺകുട്ടിക്ക് അതു ധാരാളമാണ്.”

“നിന്നെ നന്നായി വേഷമണിയിച്ചാൽ എനിക്കതു സന്തോഷമാണ്. അൽപ്പം മിനുക്കൽ നടത്തിയാൽ നീയൊരു കൊച്ചു സുന്ദരിയാവും. അതുവരെ മറ്റാരും നിന്നെക്കാണാൻ ഞാനനുവദിക്കില്ല. എന്നിട്ട് ‘സിൻഡ്രെലയും തലതൊട്ടമ്മയും’പോലെ നമുക്കവരുടെ ഇടയിലേക്ക് കടന്നു ചെല്ലണം.” നിർബന്ധിക്കുംപോലെയാണ് ബെല്ലിയുടെ സ്വരം.

ബെല്ലിയുടെ അഭ്യർഥന നിരസിക്കാൻ മെഗിനു കഴിഞ്ഞില്ല. മാത്രമല്ല, താനൊരു കൊച്ചു സുന്ദരിയാകുമെന്നല്ലേ അവൾ പറഞ്ഞത്!

അസുഖകരമായ, കഴിഞ്ഞ കാര്യങ്ങൾ മെഗ് മറന്നു!

വ്യാഴാഴ്ച വന്നു. ബെല്ലിയും അവളുടെ പരിചാരിക ഹോർടൻസും കൂടി മെഗിനെയും കൊണ്ട് മുറിയടച്ചിരുന്നു. മെഗിന്റെ മുടി ചുരുളുകളാക്കി. അധരങ്ങൾ കൂടുതൽ ചുവപ്പിച്ച് തിളക്കം നൽകി. നീലാകാശത്തിന്റെ നിറമുള്ള ഉടുപ്പണിയിച്ചു. വെള്ളിനൂൽക്കമ്പികൾ അരികുകൾക്ക് ചന്തം ചാർത്തുന്നു. ഇറുക്കം കാരണം മെഗിന് നന്നായി ശ്വസിക്കാനാവുന്നില്ല. അവൾ എതിർത്തിരുന്നില്ലെങ്കിൽ പ്രത്യേക റൂഷ് ഉപയോഗിച്ചേനെ. കഴുത്തിന്റെ താഴ്ച കണ്ണാടിയിൽ കണ്ട് മെഗ് നാണിച്ചു പോയി. ബ്രെയ്സ്ലറ്റും നെക്ലസും ബ്രൂച്ചും അണിഞ്ഞ മെഗ് മനോഹരമായ പനിനീർമൊട്ടുകളുടെ ഒരു കുലതന്നെ മാറിലണിഞ്ഞു. മനോഹരമായ ചുമലുകൾ നഗ്നമാണ്. ഉയർന്ന മടമ്പുള്ള നീലപ്പട്ടകൊണ്ടുള്ള ഷൂസുകൾ അവളുടെ പാദങ്ങൾക്ക് അപൂർവഭംഗി നൽകുന്നുണ്ട്. പിന്നെ, കയ്യിൽ ലെയ്സ് തുവാലയും സുഗന്ധംപുരട്ടിയ വീശറിയും വെള്ളിനിറത്തിൽ പിടിയുള്ള പൂച്ചെണ്ടും.

“സുന്ദരിയായ മാഡമോയ്സൽ!” ഹോർടൻസ് ഉറക്കെ പറഞ്ഞു.

അതിഥികൾ കാത്തിരിക്കുന്ന മുറിയിലേക്ക് ബെല്ലി മെഗ്നെ നയിച്ചു.

ഉലയുന്ന വസ്ത്രങ്ങളുടെ മർമരം, നിലത്തിഴയുന്ന പാവാട, തിളങ്ങുന്ന കർണാഭരണം, കാറ്റിലിളകുന്ന മുടിച്ചുരുളുകൾ, മെഗിന്റെ ഹൃദയം ശക്തിയായി മിടിക്കുന്നു. ‘തമാശ’ തുടങ്ങിക്കഴിഞ്ഞു. താൻ തികച്ചും ഒരു കൊച്ചുസുന്ദരി ആണെന്ന് കണ്ണാടി പറയുന്നു.

മനോഹരവസ്ത്രങ്ങൾക്ക് ഒരു പ്രത്യേക വശ്യതയുണ്ടെന്നും അത് മറ്റുള്ളവരെ പെട്ടെന്ന് ആകർഷിക്കുമെന്നും മെഗ് അറിഞ്ഞു. മുമ്പൊരിക്കലും അവളെ ശ്രദ്ധിക്കാതിരുന്ന കുറെ പെൺകുട്ടികൾ പെട്ടെന്നുതന്നെ അടുത്തെത്തി, സ്നേഹത്തോടെ പെരുമാറി. മുൻ ദിവസത്തിലെ സൽക്കാരത്തിൽ അവളെ വെറുതെ നോക്കുകമാത്രം ചെയ്ത യുവാക്കൾ തിടുക്കത്തിൽ അടുത്തുവന്ന് സ്വയം പരിചയപ്പെടുത്തി.

വൃദ്ധകൾ, അവൾ, ആരെന്നന്വേഷിച്ചു!

“ഡെയ്സ് മാർച്ച്, അച്ഛൻ പട്ടാളത്തിൽ കേണൽ ആകുന്നു. ഞങ്ങ

ളുടെ പൂർവകുടുംബമാണ്. പക്ഷേ, ഭാഗ്യം തിരിഞ്ഞു പോയി. ലോറൻസ് കുടുംബത്തിന്റെ ഉറ്റസുഹൃത്തുക്കളാണ്. നല്ലകുട്ടിയാണ്, ഞാനുറപ്പു തരാം. എന്റെ നെഡിന് അവളെന്നുവെച്ചാൽ ഭ്രാന്താണ്."

ഉള്ളിലെ വിചിത്രവികാരം മാറിയിട്ടില്ല. അവൾ ഒരു 'ലേഡി'യായി പെരുമാറി. ഇറുകിയ വസ്ത്രങ്ങൾ കാരണം, ഉടൽ കുറേശ്ശേ വേദനിക്കുന്നുണ്ട്, അവൾ നൃത്തം ചെയ്തു. കർണാഭരണം പറന്നുപോകുമെന്ന് തോന്നി. തന്റെ ആരാധകരുമായി ചിരിച്ച്, തമാശകൾ പങ്കുവെച്ചു. ഒരു ചെറുപ്പക്കാരൻ അവളുമായുള്ള സമ്പർക്കത്തിന് പ്രത്യേക താൽപ്പര്യം കാണിക്കയും ചെയ്തു.

പെട്ടെന്നവൾ ചിരിയും തമാശയും നിർത്തി. നേരെ എതിർവശത്ത് അത്ഭുതത്തോടെ ഒരാൾ അവളെ നോക്കിയിരിപ്പാണ്. തന്നെ അംഗീകരിച്ചമട്ടില്ല; അവൾ കരുതി. അവൻ തല കുനിച്ചു, പുഞ്ചിരിച്ചു. എങ്കിലും അവന്റെ കളങ്കമറ്റ കണ്ണുകളിലെ എന്തോ ഒന്ന് അവളെ ലജ്ജിപ്പിച്ചു. തന്റെ സ്വന്തം ഉടുപ്പുതന്നെ ധരിക്കാമായിരുന്നു!

ബെല്ലി ആനിയെ തോണ്ടുന്നതും രണ്ടാളും ലാറിയുടെ നേരെ നോക്കുന്നതും മെഗ് കണ്ടു.

'ഞാൻ വിഡ്ഢിയാണ്. എന്റെ തലയിൽ എന്തെല്ലാം ചിന്തകളാണ് അവർ തിരുകിക്കയറ്റിയത്? അല്ലെങ്കിൽ സാരമില്ല.'

അതിവേഗം നടന്ന്, ലാറിയുടെ സമീപമെത്തി, മെഗ് ഹസ്തദാനം ചെയ്തു.

"വന്നതിൽ സന്തോഷമുണ്ട്. നീ വരില്ലെന്ന് ഞാൻ ഭയപ്പെട്ടിരുന്നു."

"ജോ പറഞ്ഞുവിട്ടതാണ്. വിരുന്നിൽ നീ എങ്ങനെ കാണപ്പെടുന്നു എന്നറിയാൻ."

"നീ എന്താണ് അവളോട് പറയുക?"

മെഗിന്റെ സ്വരത്തിൽ ജിജ്ഞാസ പ്രകടമായി. അത് അവന്റെ തന്നെ അഭിപ്രായമായിരിക്കുമല്ലോ!

"കണ്ടിട്ട് തിരിച്ചറിഞ്ഞില്ലെന്ന്! നിന്നെപ്പോലല്ല, ഒരു മുതിർന്ന സ്ത്രീയെപ്പോലാണെന്ന്. എനിക്കൽപ്പം പേടി തോന്നുന്നു."

കയ്യുറയിലെ ബട്ടൺ തിരുപ്പിടിച്ചുകൊണ്ടിരുന്നു അവൻ.

മെഗ്: "നീ എന്തബദ്ധമാണ് പറയുന്നത്. പെൺകുട്ടികൾ ഒരു തമാശയ്ക്ക് എന്നെ അണിയിച്ചതാണ് ഇതെല്ലാം....... എനിക്ക് ഇഷ്ടവുമായി. എന്നെ കണ്ടാൽ ജോ നോക്കി നിൽക്കില്ലേ?"

"തീർച്ചയായും" ലാറി സഗൗരവം പ്രതിവചിച്ചു.

മെഗ്: "ഈ വേഷത്തിൽ നിനക്കെന്നെ ഇഷ്ടമായില്ലേ?"

"ഇല്ല" എന്നായിരുന്നു അറുത്തുമുറിച്ച മറുപടി.

"എന്തുകൊണ്ട്, ഇല്ല?" മെഗിന്റെ ജിജ്ഞാസപൂണ്ട സ്വരം.

മെഗിന്റെ ചുരുട്ടിവെച്ചമുടിയും നഗ്നമായ ചുമലുകളും വിചിത്രരീതിയിൽ ഒരുക്കിയ വേഷവും ലാറി അതൃപ്തിയോടെ നോക്കിയത് അവളെ

ലജ്ജിപ്പിച്ചു.

"ഈ ബഹളവും പ്രദർശനവുമൊന്നും എനിക്കിഷ്ടമല്ല." സ്വരത്തിൽ സാമാന്യമര്യാദ കാണിക്കാൻ അവനു തോന്നിയതേയില്ല.

തന്നേക്കാൾ പ്രായംകുറഞ്ഞ ഒരുവനിൽ നിന്നും പ്രതീക്ഷിക്കാവുന്നതിലധികമായിരുന്നു ഇത്. മെഗ് കുപിതയായി.

"ഞാൻ കണ്ടവരിൽ വെച്ച് ഏറ്റം ക്രൂരനാണ്, നീ."ക്ഷോഭിച്ച മനസ്സ് ശാന്തമാക്കാൻ അവളൊരു ജാലകത്തിനുസമീപം പോയിനിന്നു. മേജർ ലിങ്കൻ അതിലെ കടന്നുപോയി. തന്റെ അമ്മയോട് അയാൾ പറയുന്നത് മെഗ് കേട്ടു."ആ കൊച്ചുപെൺകുട്ടിയെ അവർ വിഡ്ഢിയാക്കുന്നു. അമ്മ അവളെ കാണണമെന്ന് എനിക്ക് ആഗ്രഹം ഉണ്ടായിരുന്നു. പക്ഷേ, കൂട്ടുകാർ അവളെ വഷളാക്കിക്കളഞ്ഞു. ഇന്നവൾ ഒരു പാവമാത്രം!"

തണുത്ത ജാലകത്തിൽ നെറ്റിയമർത്തി, തിരശ്ശീലയിൽ പാതിമറഞ്ഞാണ് മെഗിന്റെ ഇപ്പോഴത്തെ നിൽപ്പ്. തിരിഞ്ഞപ്പോൾ, പശ്ചാത്തപിക്കും മട്ടിൽ ലാറി തന്നെ നോക്കി നിൽക്കുന്നു.

ലാറി: "എന്റെ കാർക്കശ്യത്തിന് മാപ്പ് തരൂ. വന്ന് എന്റെ കൂടെ ഡാൻസ് ചെയ്യണം."

മെഗ്: "നിനക്ക് ഇഷ്ടമാവുമോ എന്ന പേടിയാണെനിക്ക്."

ലാറി: "അങ്ങനെയൊന്നുമില്ല. എനിക്കു ഡാൻസ് ചെയ്യണം. വരൂ. ഞാൻ നല്ലവനായിരിക്കാം. നിന്റെ ഗൗൺ എനിക്കിഷ്ടമായില്ല. എന്നാൽ നീ ഉജ്ജ്വലയായിരിക്കുന്നു." അവൻ കൈവീശി, അവളോടുള്ള ആരാധനാഭാവം പൂർണമായി പ്രകാശിപ്പിക്കാൻ കഴിയാത്ത മട്ടിൽ!

മെഗ് പുഞ്ചിരിച്ചു. സമയമെത്താനവർ കാത്തുനിന്നു.

മെഗ്: "ഡാൻസ് ചെയ്യുമ്പോൾ എന്റെ പാവാടയിൽ ചവിട്ടി നീ വീഴാനിടയാവരുത്. എന്റെ ജീവിതത്തിലെ പീഡയാണിത്. ഇത് ധരിച്ച ഞാനൊരു വിഡ്ഢിയാണ്."

അടിവെച്ചടിവെച്ച് മന്ദമായി അവർ ഒഴുകിനീങ്ങി. വീട്ടിൽനിന്നു പരിശീലിച്ചതിനാൽ അതു നന്നായിരുന്നു. മറ്റുള്ളവർക്കും ആഹ്ലാദകരമായ ഒരു കാഴ്ച! അനേകം തവണ അവർ കറങ്ങിത്തിരിഞ്ഞു. ഒരു ചെറിയ പിണക്കത്തിനു ശേഷം ആഹ്ലാദകരമായ ഒരനുഭവം.

മെഗ്: "ലാറി നീയെനിക്കൊരു കാര്യം ചെയ്തുതരണം, ചെയ്യില്ലേ"

അവൻ മെഗിനെ വീശുന്നുണ്ട്.

"പിന്നെ ചെയ്തുതരില്ലേ?"

ഉത്സാഹം നിറഞ്ഞ സ്വരം.

മെഗ്: "എന്റെ ഈ ഉടുപ്പിനെപ്പറ്റി വീട്ടിലുള്ളവരോട് പറയരുത്. തമാശ അവർക്കു മനസിലാവില്ല. അമ്മ വിഷമിക്കയും ചെയ്യും."

ലാറി: "പിന്നെ എന്തിനിങ്ങനെ വേഷം കെട്ടി?"

മെഗ്: "ഞാൻതന്നെ അതു പറഞ്ഞോളാം. ഞാനൊരു വിഡ്ഢിയായതുകൊണ്ടാണ് അങ്ങനെ ചെയ്തതെന്നു പറയും. ഞാൻ തന്നെ

പറയും. നീ പറയില്ലല്ലോ?"

ലാറി: "ഞാൻ പറയില്ലെന്നുറപ്പുതരാം. ഇതാ നെഡ് മോഫത് വരുന്നു. അവനെന്താ വേണ്ടത്?"

ലാറിയുടെ പുരികങ്ങൾ കൂമ്പി വളഞ്ഞു.

മെഗ്: "മൂന്നു നൃത്തങ്ങൾക്ക് അവൻ പേർകൊടുത്തു. അതിനാണ് വരുന്നതെന്ന് തോന്നുന്നു."

മെഗിന്റെ അലസഭാവം ലാറിയെ സന്തോഷിപ്പിച്ചു. ഭക്ഷണസമയം വരെ പിന്നീടവർ സംസാരിച്ചില്ല.

14

മെഗ് മനസു തുറക്കുന്നു

നെഡും സുഹൃത്തായ ഫിഷറുമൊന്നിച്ച് മെഗ് ഷാമ്പെയിൻ കുടിച്ചു. ഒരു ജോടി വിഡ്ഢികൾ എന്നാണ് ലാറി അവരെ കണക്കാക്കുന്നത്.

"അതിനിയും കുടിച്ചാൽ നാളെ തല പൊളിയുന്ന തലവേദനയായിരിക്കും. നിന്റെ അമ്മ അതിഷ്ടപ്പെടില്ലെന്ന് അറിയാമല്ലോ."

"ഇന്നു രാത്രി ഞാൻ മെഗ് അല്ല; ഒരു പാവമാത്രം. എല്ലാ വിഡ്ഢിത്തങ്ങളും ചെയ്യുന്നു. നാളെ ഞാൻ ഇവയെല്ലാം വലിച്ചെറിഞ്ഞ് നല്ലകുട്ടിയാവും."

"നാളെ ഇവിടെയായിരുന്നെങ്കിൽ!"

ലാറി നടന്നു നീങ്ങി.

രാത്രി, പിരിയുന്നതുവരെ മെഗ് ലാറിയിൽ നിന്ന് അകന്നുമാറി മറ്റു സുഹൃത്തുക്കളുമായി ഉല്ലസിക്കുകയും നൃത്തംവെക്കുകയും ചെയ്തു.

"പറഞ്ഞത് ഓർക്കുക" മെഗ് ലാറിയോടു പറഞ്ഞു. അവൾക്ക് തലവേദന തുടങ്ങിക്കഴിഞ്ഞിരുന്നു.

"ശരി" സ്തോഭജനകമായ മനസോടെ ലാറി സ്ഥലംവിട്ടു.

ആനിയുടെ ജിജ്ഞാസ വളർന്നു. ക്ഷീണിതയായ മെഗ് ഉറക്കമുറിയിലേക്ക് പോയത് പ്രച്ഛന്നവേഷത്തിനു പോയതുപോലെയാണ്. അടുത്ത ദിവസവും നല്ല സുഖം തോന്നിയില്ല. ശനിയാഴ്ച വീട്ടിലേക്കു തിരിച്ചു, രണ്ടാഴ്ചകൾക്കുശേഷം.

ഞായറാഴ്ച സായാഹ്നമായി. "അമ്മ, ജോ എന്നിവരോടൊപ്പം വീട് നല്ലൊരു സ്ഥലമാണ്, സമ്പന്നമല്ലെങ്കിലും!"

"നീ പറഞ്ഞു കേട്ടത് എനിക്കു സന്തോഷമായി. സമ്പന്നഗൃഹത്തിൽ രണ്ടാഴ്ചത്തെ വാഴ്ചയ്ക്കുശേഷം വീട് നിരുന്മേഷപ്രദമാണെന്ന് നീ പറയുമെന്ന് പേടിച്ചിരിക്കയായിരുന്നു, ഞാൻ."

അന്നു പലവട്ടം അമ്മ, മകളെ ജിജ്ഞാസയോടെ നോക്കുന്നുണ്ടായിരുന്നു.

വിരുന്നുവീട്ടിലെ പല സംഭവങ്ങളും അവൾ സന്തോഷത്തോടെ വിസ്തരിച്ചു. എങ്കിലും മനസിലെന്തോ കനംതൂങ്ങുന്നു. ബെത്തും ആമിയും ഉറങ്ങാൻ പോയി. മെഗ് തീയിൽ നോക്കിയിരുന്നു, മനസ്സ് വിഷമിച്ചമട്ട്. ക്ലോക്ക് ഒമ്പതടിച്ചു. ജോ എഴുന്നേറ്റു. മെഗ് ബെത്ത് ഇരുന്ന സ്റ്റൂളിലേക്കുമാറി അമ്മയെ ചാരിയിരുന്നു.

മെഗ്: "മാർമീ, എനിക്ക് കുറ്റബോധം ഉണ്ട്."

മിസിസ്സ് മാർച്ച്: "എനിക്കങ്ങനെ തോന്നി. എന്താണത്?"

'എന്നാൽ ഞാൻ പോകട്ടെ' എന്നു പറഞ്ഞു ജോ പോകാനൊരുങ്ങി.

മെഗ്: "വേണ്ട, കുട്ടികൾ കേൾക്കെ എനിക്കു പറയാൻ മടിയായിരുന്നു നീ എല്ലാം കേൾക്കണം, അറിയണം."

"ഞങ്ങൾ ഒരുങ്ങി." മിസിസ്സ് മാർച്ച് പുഞ്ചിരിച്ചു.

മെഗ്: "അവരെല്ലാം കൂടി ഒരുക്കിയൊരുക്കി എന്നെ ഒരു ഫാഷൻ ബോർഡ് പോലെയാക്കി. അതു യുക്തമായില്ലെന്നു ലാറി കരുതി. ഒരു മനുഷ്യൻ എന്നെ പാവയെന്നു വിളിക്കയും ചെയ്തു."

ജോ: "അത്രേയുള്ളൂ!"

മെഗ്: "അല്ല, ഞാൻ ഷാമ്പെയ്ൻ കഴിച്ചു. ബഹളമയമായി ആഘോഷിച്ചു. പ്രേമചാപല്യം കാണിച്ചു സ്വയം വെറുക്കപ്പെട്ടവളായി."

മിസിസ്സ് മാർച്ച്: "ഇതല്ല, കുറച്ചുകൂടിയുണ്ടെന്ന് ഞാൻ കരുതുന്നു."

മെഗ്: "ഉണ്ട്. പക്ഷേ, അതു വിഡ്ഢിത്തമാണ്. നമ്മെയും ലാറിയെയും ബന്ധപ്പെടുത്തി ചിലർ പലതും പറയുന്നത് ഞാൻ വെറുക്കുന്നു."

അവിടെ പറഞ്ഞു കേട്ട കാര്യങ്ങൾ മെഗ് ഓരോന്നായി പറഞ്ഞു. മമ്മ ചുണ്ടുകൾ മുറുക്കിപ്പിടിച്ചത് ജോ കണ്ടു.

ജോ കുപിതയായി. "ഇത് വെറും ജൽപ്പനമാണ്. ഞാൻ ആനിയെ ഒന്നു കാണട്ടെ. ഇങ്ങനെയൊരവഹേളനം എങ്ങനെ തീർപ്പാക്കാം എന്നു കാണിച്ചു കൊടുക്കും."

"അമ്മ പദ്ധതി ആസൂത്രണം ചെയ്യുന്നുപോലും. ലാറി ധനികനായതുകൊണ്ട് അവനുമായി അടുക്കുന്നുപോലും, കല്യാണം കഴിക്കാൻ. നമ്മെപ്പറ്റി ഇങ്ങനെ പറഞ്ഞുവെന്ന് അവനറിഞ്ഞാൽ എന്തായിരിക്കും സ്ഥിതി." ജോ പൊട്ടിത്തെറിച്ചു.

മെഗ്: "ലാറിയോട് പറയരുത്. അവൾ പറയില്ലല്ലോ, മമ്മാ."

മിസിസ്സ് മാർച്ച്: "വേണ്ടാ, അത്തരം വിഡ്ഢിത്തങ്ങൾ ഇനി ആവർത്തിക്കേണ്ട. അതെല്ലാം മറക്ക്. ഞാനറിയാത്ത ആളുകളുടെ അടുത്തേക്ക് നിന്നെ അയച്ചത് എന്റെ വിവരക്കേടാണ്. ചെറുപ്പക്കാരെക്കുറിച്ച് വൃത്തികേടുകൾ പറയുന്നു! ഈ സന്ദർശനം നിനക്ക് തിന്മ നൽകിയതിൽ എനിക്കു ദു:ഖമുണ്ട്."

മെഗ്: "സാരമില്ല. ചീത്തയെല്ലാം മറക്കാം. നല്ലതുമാത്രം ഓർമിക്കും. കാരണം ഞാൻ ഉല്ലസിച്ചിട്ടുണ്ട്. ഞാൻ വികാരജീവിയല്ല. അസംതൃപ്തി

യുമില്ല. പുകഴ്ത്തപ്പെടുന്നതും ആരാധന ലഭിക്കുന്നതും നല്ലകാര്യമാണ്. ഞാനത് ഇഷ്ടപ്പെടുന്നു."

മിസിസ്സ് മാർച്ച്: "അതു സ്വഭാവികം. നിരുപദ്രവവും. ഇഷ്ടം ചാപല്യമായി മാറാതിരിക്കണം. അത് വിഡ്ഢിത്തങ്ങളിലേക്കു നയിക്കും. പുകഴ്ത്തലിനെ വിലമതിക്കുക. അതു നല്ലതാണ്. നന്മനിറഞ്ഞവരുടെ ആരാധനയും നന്ന്. വിനയം കാണിക്കണം.''

കൈകൾ പിറകിൽകെട്ടി ജോ ഇതികർത്തവ്യതാമൂഢയായി നിന്നു. മെഗ് മുഖം ചുമപ്പിച്ച് ആരാധന എന്നൊക്കെ പറയുന്നത് ഇതാദ്യമാണ്. തന്റെ സഹോദരി വളർന്നു കഴിഞ്ഞതായി ജോയ്ക്കു തോന്നി. തനിക്ക് അനുഗമിക്കാൻ പറ്റാത്ത ഒരു സ്ഥലത്തേക്ക് നീങ്ങിയതായും കണ്ടു.

"മിസിസ്സ് മോഫത് പറഞ്ഞതുപോലെ, അമ്മ പദ്ധതികൾ ആസൂത്രണം ചെയ്തിരുന്നുവോ?" മെഗ് ലജ്ജയോടെ ചോദിച്ചു.

"ഉണ്ട്. എല്ലാ അമ്മമാരും ചെയ്യുന്നതാണത്."

"പക്ഷേ, ധനമുണ്ട് എന്നതുകൊണ്ടുമാത്രം ധനികരെ വിവാഹം ചെയ്യരുത്. പാവപ്പെട്ടവരാണ് നിങ്ങളെ വിവാഹം കഴിക്കേണ്ടത്. സമാധാനവും പരസ്പര ബഹുമാനവുമില്ലാതെ സിംഹാസനത്തിലിരിക്കുന്ന റാണിയേക്കാൾ നല്ലത് സന്തോഷത്തോടെ ജീവിക്കുക എന്നതാണ്."

"പാവപ്പെട്ടവർക്ക് ഒരു ചാൻസും ലഭിക്കില്ല എന്നാണ് ബെല്ലി പറഞ്ഞത്. " മെഗ് നെടുവീർപ്പിട്ടു.

"എന്നാൽ നാം വൃദ്ധകന്യകമാരാകും"ജോ സധൈര്യം പറഞ്ഞു.

മിസിസ്സ് മാർച്ച്: "ശരിയാണ് ജോ. സന്തോഷമില്ലാത്ത ഭാര്യയാവുന്നതിനേക്കാൾ നല്ലത് വിവാഹം കഴിക്കാതിരിക്കയാണ്. മെഗ്, നീ വിഷമിക്കേണ്ട. ദാരിദ്ര്യം ചിലപ്പോൾ യഥാർഥ കാമുകന് ധൈര്യം നൽകും. ഒരു കാര്യം ഓർക്കണം. അമ്മയെ നിങ്ങൾക്കെന്നും വിശ്വാസത്തിലെടുക്കാം: അച്ഛൻ നിങ്ങളുടെ സുഹൃത്തുമായിരിക്കും. വിവാഹിതരായാലും, ഇല്ലെങ്കിലും നിങ്ങൾ ഞങ്ങളുടെ ജീവിതത്തിലെ അഭിമാനവും സുഖവുമാണെന്ന് ഞങ്ങൾ വിശ്വസിക്കുന്നു."

"മാർമീ, ഞങ്ങൾ അങ്ങനെത്തന്നെയായിരിക്കും."

അവർ പരസ്പരം ശുഭരാത്രി ആശംസിച്ചു.

15

പിക് വിക് ക്ലബ്ബ്

വസന്തകാലം വന്നു.

തെളിഞ്ഞ ദിവസങ്ങളിൽ അവർ പതിവുപോലെ തോട്ടം പണിയുകയും നടക്കുകയും ചെയ്തു. എന്നാൽ മഴ ദിവസങ്ങളിൽ അവർ ഒരു പുതിയ കളിയാണ് തെരഞ്ഞെടുക്കുക.

അതൊരു രഹസ്യ സംഘടനയാണ്. പെൺകുട്ടികൾ ഡിക്കൻ സിന്റെ ആരാധകരാകയാൽ പിക് വിക് ക്ലബ്ബ് എന്ന് നാമകരണം ചെയ്തു. പി സി എന്നു ചുരുക്കപ്പേര്.

ശനിയാഴ്ച സായാഹ്നത്തിൽ അവർ മച്ചിൻപുറത്തെത്തി. മേശയുടെ ഒരു വശത്ത് മൂന്നു കസേരകൾ നിരത്തി. മേശപ്പുറത്ത് വിളക്ക്. നാലു വെളുത്ത ബാഡ്ജ്. ഓരോന്നിലും പി സി എന്ന ഇംഗ്ലീഷു ലിപി, നാലു വർണത്തിൽ. എല്ലാവരും ചേർന്ന് തയ്യാറാക്കിയ ഒരു പത്രം. ജോ അതിന്റെ പത്രാധിപയാണ്.

ഏഴുമണിയോടെ എല്ലാവരും എത്തി ബാഡ്ജ് ധരിച്ചു. മൂത്തവൾ എന്ന നിലയ്ക്ക്, മെഗ്, സാമുവൽ എന്ന കഥാപാത്രമായി. അൽപ്പം സാഹിത്യവാസനയുള്ള ജോ, സ്റ്റോഡ് ഗ്രാസ്സ്. അൽപ്പം ഉരുണ്ട് തുടുത്ത പെൺകുട്ടിയാകയാൽ ബെത്ത് 'ട്രെയ്സി'യാണ്. എപ്പോഴും ചെയ്യാൻ കഴിയാത്തതുതന്നെ ചെയ്യാൻ ശ്രമിക്കുന്ന ആമിയാകട്ടെ, നഥാനിയൽ ആണ്.

പ്രസിഡണ്ട് പത്രം വായിച്ചു. അതിൽ കഥകളും കവിതകളുമുണ്ട്. അംഗങ്ങളുടെ തെറ്റുകളും പോരായ്മകളും സൂചിപ്പിക്കുന്ന ലേഖനങ്ങളും.

വായിച്ചു കഴിഞ്ഞപ്പോൾ കരഘോഷം.

ജോ: "ഞാനൊരു പുതിയ നിർദേശം വെക്കാം. തിയഡോർ ലോറൻസിനെ നമുക്ക് മെമ്പറാക്കാം. നിർദേശം വോട്ടിനിടാം. അനുകൂലിക്കുന്നവർ 'ആയ്' എന്നു പറയണം".

ജോ ഉറക്കെ പ്രതികരിച്ചു. ബെത്തിൽനിന്ന് ചെറിയ സ്വരം.

മെഗും ആമിയും എതിരാണ്. “ഇതൊരു ലേഡീസ് ക്ലബ്ബ് ആണ്. ആൺകുട്ടികൾ വേണ്ടാ”, എന്നായിരുന്നു പ്രതികരണം.

“നമ്മുടെ കളികണ്ടാൽ അവൻ കളിയാക്കി ചിരിക്കും.”

ജോ: “ലാറി അതൊന്നും ചെയ്യില്ലെന്ന് ഞാൻ ഉറപ്പുതരാം. അവനു വേണ്ടി ഒന്നും ചെയ്യേണ്ട. നമുക്കുവേണ്ടി അവൻ പ്രവൃത്തിക്കയും ചെയ്യും. ഇവിടെ ഒരു സ്ഥാനം കൊടുത്താൽ മാത്രം മതി.”

ബെത്ത്: “അങ്ങനെയാവാം. വേണമെങ്കിൽ മുത്തശ്ശനേയും അംഗ മാക്കാം.”

എല്ലാവർക്കും ഉത്സാഹമായി. ജോ ബെത്തിന് കൈകൊടുത്തു. ശബ്ദവോട്ടോടെ നിർദേശത്തിന് അംഗീകാരമായി.

ജോ: “നമുക്ക് സമയം കളയാനില്ല. പുതിയ അംഗത്തെ ഇപ്പോൾ തന്നെ സ്വീകരിക്കാം.”

ജോ അടഞ്ഞുകിടന്ന വാതിൽ തുറന്നു. ലാറി അവിടെ ഇരിക്കുന്നു.

“നീ കള്ളിപ്പെണ്ണാണ്. നിനക്കിത് എങ്ങനെ ചെയ്യാൻ തോന്നി?” മൂന്നു പേരുടെയും ഒന്നിച്ചുള്ള സ്വരം!

ജോ, അവനൊരു കസേരയും ബാഡ്ജും നൽകി.

“രണ്ടു റാസ്കലുകൾ തണുപ്പൻ മട്ടിൽ ഇരിക്കുന്നത് കണ്ടില്ലേ?” മെഗിന് നീരസം മാറുന്നില്ല.

പുതിയ അംഗം അവസരത്തിനൊത്ത് ഉയർന്നു.

ലാറി എല്ലാവരേയും വന്ദിച്ചു.

“ലേഡീസ് ആന്റ് ജന്റിൽമെൻ, മാപ്പുതരണം. ഞാൻ സ്വയം പരി ചയപ്പെടുത്താം. ഞാൻ സാം വെല്ലർ ആണ്. ക്ലബ്ബിലെ വിനീത ഭൃത്യൻ.”

“നന്നായി, നന്നായി.” ജോ, താൻ ചാരിനിന്ന ഒരുതകിട് തട്ടി ഒച്ച യുണ്ടാക്കി, ഉറക്കെ പറഞ്ഞു.

ലാറി: “എന്റെ വിശ്വസ്ത സുഹൃത്തായ ജോയെ ഇതിൽ കുറ്റപ്പെടു ത്തരുത്. ഇതു ഞാനാണ് പ്ലാൻചെയ്തത്.”

ജോ: “അതു മുഴുവൻ ശരിയല്ല. അവിടെ കയറിയിരിക്കാൻ ഞാനല്ലേ പറഞ്ഞത്?”

ലാറി: “അവളെന്തെങ്കിലും പറയട്ടെ. ഞാനിതിന്റെ ഉത്തരവാദിത്വം ഏറ്റെടുക്കുന്നു. ഇനിയൊരിക്കലും ഇങ്ങനെ ചെയ്യില്ലെന്ന് ഉറപ്പുതരാം. ഇന്നുമുതൽ ഞാൻ ഈ ക്ലബ്ബിന്റെ നന്മയ്ക്കായി പ്രവർത്തിക്കും.”

ചീനച്ചട്ടിയുടെ അടപ്പിൽ തല്ലിക്കൊണ്ട് ജോ ഹർഷാരവം മുഴക്കി.

ലാറി: “എനിക്കുതന്ന ബഹുമതിക്ക് നന്ദിസൂചകമായും, ഇരുരാജ്യ ങ്ങൾ തമ്മിൽ സൗഹൃദം ഊട്ടിയുറപ്പിക്കുന്നതിനും ഞാനൊരു കാര്യം ചെയ്യാം. വേലിയിൽ ഒരു പോസ്റ്റ് ഓഫീസ് സ്ഥാപിക്കും. വാതിലും പൂട്ടും ഉണ്ട്. താക്കോൽ ഓരോരുത്തരുടെയും കയ്യിൽ. പരസ്പരം കൈമാറാൻ ഉദ്ദേശിക്കുന്ന വസ്തുക്കൾ അതിലിടുക. എന്നാൽ ഓരോരുത്തരേയും തേടിനടക്കേണ്ടതില്ല.”

ലാറി, എല്ലാവർക്കും താക്കോൽ കൊടുത്തു.

ലാറിയെ അംഗമാക്കിയതിൽ ഇപ്പോൾ ആർക്കും പരാതിയില്ല. അവ

നിൽനിന്നു നല്ല ആശയങ്ങൾ വരുന്നു. ഇതിനേക്കാൾ നല്ലൊരു അംഗത്തെ മറ്റൊരു ക്ലബ്ബിനും കിട്ടുകയില്ലെന്നായി, അവർ.

വൃദ്ധൻ കുട്ടികളുടെ കളികളിൽ രസിച്ചു. പോസ്റ്റ്ഓഫീസ് അഭിവൃദ്ധിപ്പെട്ടു. ആവശ്യമുള്ള വസ്തുക്കൾ പരസ്പരം കൈമാറാൻ കഴിഞ്ഞു. വൃദ്ധൻ ലോറൻസും ചിലപ്പോൾ പൊതികൾ നിക്ഷേപിക്കാൻ തുടങ്ങി. അയാളുടെ തോട്ടക്കാരന് ഹന്നയെ ഇഷ്ടമായതിനാൽ, ഹന്നയ്ക്കുള്ള കത്ത് ജോയുടെ പേരിലയച്ചു.

രഹസ്യം പുറത്തായപ്പോൾ അവർ എത്രയാണ് ചിരിച്ചത്. ഇനിയുമെത്ര പ്രേമലേഖനങ്ങൾ അതിലൂടെ കടന്നുപോകും.

ഇനി ജൂൺ മാസം.

'രാജാക്കന്മാർ' സമുദ്രതീര ഭവനത്തിൽ പോയി. മൂന്നുമാസം അവധിയാണ് മെഗിന്. ഇതെങ്ങനെയാണ് ആഘോഷിക്കുക.

മെഗ് വീട്ടിലെത്തുമ്പോൾ, ജോ, അസാധാരണ ക്ഷീണം ബാധിച്ചമട്ടിൽ സോഫയിൽ കിടക്കുന്നു. അവളുടെ പൊടിയണിഞ്ഞ ബൂട്സ് ബെത്ത് അഴിച്ചുമാറ്റുന്നു. ആമി ലമനേഡ് തയ്യാറാക്കുന്നു.

"വെക്കേഷന് നീ എന്തു ചെയ്യും?"

മെഗ്: "കാലത്ത് വൈകി എണീക്കും. ഒന്നും ചെയ്യുകയുമില്ല. മഞ്ഞുകാലത്ത് എവിടേയും പോയില്ല. മറ്റുള്ളവർക്കായി പണിയെടുത്തു കൊണ്ടേയിരുന്നു. ഇനി മതിവരുവോളം വിശ്രമിക്കട്ടെ."

ജോ: "ങ ഹും. അപ്പണി എനിക്കു പറ്റില്ല. എനിക്കു ധാരാളം പുസ്തകങ്ങൾ ഉണ്ട്. ആപ്പിൾ മരത്തിലിരുന്ന് ഞാനൊരുപാട് വായിക്കും."

ആമി: "ബെത്ത്, പാഠങ്ങൾ പഠിക്കാൻ ഇനി എന്നോട് പറയരുത്. എനിക്കു കളിക്കണം."

ബെത്ത്: "ശരി, അമ്മ എതിർപ്പൊന്നും പറഞ്ഞില്ലെങ്കിൽ. എനിക്ക് പുതിയപാട്ടുകൾ പഠിക്കണം. പാവകൾക്ക് കുപ്പായം തുന്നുകയും വേണം."

മെഗ് അമ്മയുടെ അഭിപ്രായം തേടി. 'മാർമീസ് കോർണറി'ൽ ഇരുന്ന് അവർ തുന്നുന്നു.

"ഒരാഴ്ച നിങ്ങളുടെ പരീക്ഷണങ്ങൾ നടത്ത്. അടുത്ത ശനിയാഴ്ച രാത്രിയാവട്ടെ. കളിയില്ലാതെ, മുഴുവൻ സമയ ജോലി; ജോലി ചെയ്യാതെ മുഴുവൻ സമയം കളി. ഇതുരണ്ടും നന്നല്ല".

"അത് രസകരമായിരിക്കും, മമ്മാ." മെഗ് സന്തുഷ്ടിയോടെ പറഞ്ഞു.

16

പരീക്ഷണങ്ങൾ

കാലത്ത് പത്തുമണിവരെ മെഗിനെ കണ്ടില്ല. അവളുടെ പ്രാതൽ തണുത്തു മരവിച്ചു. മൂറി വിജനവും വൃത്തിഹീനവും. ജോ പൂത്തട്ടം ഒരുക്കിയില്ല. ബെത്ത് പൊടിതട്ടിയില്ല. ആമിയുടെ പുസ്തകങ്ങൾ ചിതറിക്കിടപ്പാണ്.

'മാർമീസ് കോർണർ' എന്നത്തേയുംപോലെ.

മെഗ് അവിടെയിരുന്ന്, തന്റെ ശമ്പളംകൊണ്ടു എന്തു ഭംഗിയുള്ള ഉടുപ്പുകളാണ് വാങ്ങേണ്ടതെന്ന് ആലോചിച്ചു. ജോ ലാറിയോടൊപ്പം നദീതീരത്തുപോയി. ഉച്ചകഴിഞ്ഞ്, ആപ്പിൾ മരത്തിൽ കയറിയിരുന്ന് വായിച്ചു. ബെത്ത് അലമാരയിൽനിന്ന് എല്ലാം വലിച്ചു താഴെയിട്ടു ഒന്ന് ഒതുക്കി ഭംഗിയാക്കി വെക്കാൻ. ജോലി പകുതിയായപ്പോൾ മടുത്തു. പാത്രം കഴുകേണ്ടതില്ലെന്നുവന്നപ്പോൾ പാടാൻ പോയി.

ആമി തന്റെ ഏറ്റവും നല്ല വെളുത്ത ഉടുപ്പു ധരിച്ച്, മുടി ഭംഗിയാക്കി, വള്ളിക്കുടിലിൽ വരയ്ക്കാനിരുന്നു. ഈ കലാകാരി ഏതാണ്, എന്ന് ആരെങ്കിലും ചോദിക്കണേ എന്ന ഭാവം. ആരും കാണാൻ വരാത്തതുകൊണ്ട്, അൽപ്പനേരം പുറത്തിറങ്ങിനടന്നു; നനയുകയും ചെയ്തു.

ചായസമയത്ത് എല്ലാവരും പറഞ്ഞത് നല്ല ദിവസം തന്നെയൊന്നും, എന്നാൽ ദൈർഘ്യം അൽപ്പം കൂടിപ്പോയെന്നുമാണ്.

ഉച്ചകഴിഞ്ഞ് ഷോപ്പിങ് നടത്തിയ മെഗ് നീലമസ്ലിൻ കൊണ്ടുവന്നു. ഏറെനേരം ബോട്ടുയാത്രനടത്തി ജോ കരുവാളിച്ചു; കൂടുതൽ സമയം പുസ്തകം വായിച്ച്, തലവേദനയും. മുറി ഇനിയും ഒതുക്കി വെക്കാനാവാത്തതിൽ ബെത്തിനു വിഷമം. ആമിക്കാവട്ടെ, ഉടുപ്പു ചീത്തയായതിൽ പ്രയാസമുണ്ട്. 'വര' കാണാൻ ആരും വന്നതുമില്ല; നാളെ ഒരു വിരുന്നിന് പോകാനുമുണ്ട്. പരീക്ഷണം ശരിയാകുന്നുവെന്നാണ് അവർ അമ്മ

യോട് പറഞ്ഞത്. അവർ ചിരിച്ചതല്ലാതെ ഒന്നും പറഞ്ഞില്ല. ഹന്നയുടെ സഹായത്തോടെ ബാക്കി ജോലികൾ തീർത്തു.

ദിവസങ്ങൾക്കു നീളം കൂടുന്നതുപോലെ കുട്ടികൾക്കു തോന്നി. കാലാവസ്ഥ മാറിക്കൊണ്ടിരുന്നു. അവരുടെ മനസിനു ചാഞ്ചാട്ടം. അലസമായ കൈകളിൽ സാത്താൻ കുടിയേറും. മെഗ് തന്റെ തുന്നൽപ്പണി വലിച്ചുനീട്ടി സമയം കൊന്നു. മോഫത്സിനെപ്പോലെ ഉടുപ്പുകൾ തേച്ചു മിനുക്കാനുള്ള ശ്രമത്തിൽ അവ കേടുവരുത്തി. ജോ അമിതമായി വായിച്ചു. ക്ഷമയറ്റ് ലാറിയുമായി കലഹിച്ചു.

ജോലിചെയ്യാതെ മുഴുവൻ സമയം കളി എന്ന കാര്യം ബെത്ത് ഇടയ്ക്ക് മറന്നുപോവും. അതുകൊണ്ടവൾക്ക് കുഴപ്പമില്ല. ഒരു സ്വസ്ഥതയില്ലായ്മ ഇടയ്ക്ക് അനുഭവപ്പെടുന്നു.

ആമിയാണ് ഏറെ കഷ്ടപ്പെട്ടത്. അവൾക്ക് പാവകൾ ഇഷ്ടമല്ല. യക്ഷിക്കഥകൾ ബാലിശമാണ്. പിന്നെ എത്രനേരമാണ് വരയ്ക്കുക! സ്വാർഥികളായ മൂന്നു സഹോദരിമാരൊപ്പം ഒരു വീട്ടിനുള്ളിൽ എത്ര നേരമാണ് കഴിയുക?

പരീക്ഷണം മതിയായി എന്നാരും പറഞ്ഞില്ല. എന്നാൽ വെള്ളിയാഴ്ച രാത്രിയായപ്പോൾ, ഒരാഴ്ച അവസാനിച്ചതിൽ അവർ ആശ്വസിച്ചു.

കാര്യങ്ങൾ കൂടുതൽ ബോധ്യപ്പെടാൻ വേണ്ടി, അൽപ്പനർമബോധമുള്ള മിസിസ്സ് മാർച്ച് ഒരു കാര്യം കൂടി ചെയ്തു. ഹന്നയ്ക്ക് ഒരു ദിവസം അവധി നൽകി.

ശനിയാഴ്ച കാലത്ത് എല്ലാവരും ഉണർന്നു. അടുപ്പിൽ തീയില്ല. പ്രാതൽ കാണുന്നുമില്ല; അമ്മ എവിടെയുമില്ല!

"എന്താണ് സംഭവിച്ചത്?" ജോ ഉറക്കെ ചോദിച്ചു. മെഗ് മുകളിലേക്കോടി വേഗം തിരിച്ചെത്തി. മുഖത്ത് ആശ്വാസം. പക്ഷേ അമ്പരപ്പ്.

"അമ്മയ്ക്ക് രോഗമൊന്നുമില്ല. നല്ല ക്ഷീണമുണ്ട്. മുറിയിൽ സ്വസ്ഥമായിരിക്കണമെന്നാണ് പറഞ്ഞത്. നമുക്കുവേണ്ടതു ചെയ്യാം."

ജോ: "ഓ, അതെളുപ്പമാണ്. എനിക്കിഷ്ടമായി. എന്തെങ്കിലും ചെയ്യാൻ കാത്തിരിക്കയായിരുന്നു ഞാൻ."

ഒരാഴ്ചത്തെ അലസതയ്ക്കു ശേഷം എന്തെങ്കിലും ചെയ്യാൻ എല്ലാവരും ഒരുങ്ങി. നല്ല ഇച്ഛാശക്തിയോടെ തുടങ്ങുകയും ചെയ്തു. ഗൃഹഭരണം തമാശയൊന്നുമല്ല എന്ന ഹന്നയുടെ വാക്കുകളുടെ അർഥം ഇപ്പോഴാണ് കിട്ടിയത്. കലവറയിൽ ഭക്ഷ്യപദാർഥങ്ങൾ വേണ്ടുവോളമുണ്ട്. അതുകൊണ്ട് പ്രശ്നമില്ല.

ബെത്തും ആമിയും മേശയൊരുക്കി.

അമ്മയുടെ കാര്യം അമ്മതന്നെ നോക്കിക്കൊള്ളാമെന്നു പറഞ്ഞിരുന്നെങ്കിലും, ഒരു ട്രേയിൽ നിറച്ച സാധനങ്ങൾ മുകളിലേക്കു കൊണ്ടുപോയി. ചായയ്ക്കു കയ്പ്. ഓംലറ്റ് കരിഞ്ഞത്. മിസിസ്സ് മാർച്ച്, നന്ദിപറഞ്ഞുകൊണ്ടു സ്വീകരിച്ചു. ജോ പോയതിനുശേഷം ഹൃദ്യമായൊന്ന് ചിരിച്ചു.

താഴെ, കുറെ പരാതികൾ. തന്റെ പരാജയത്തിൽ പാചകക്കാരിക്ക് മനോവിഷമം.

ജോ : "സാരമില്ല. ഡിന്നർ ഉണ്ടല്ലോ. നിങ്ങൾ കൈകഴുകി ഇരുന്നാൽ മാത്രം മതി."

നിർദേശം സ്വീകാര്യമായി. മെഗ് പാർലറിലേക്കു പോയി. സോഫയ്ക്കടിയിൽ ചപ്പുചവറുകൾപോലെ വസ്തുക്കൾ കൂട്ടിയിട്ടിരിക്കയാണ്. ജോയ്ക്ക് തന്റെ കഴിവിൽ പൂർണവിശ്വാസമാണ്. കലഹമില്ലാതിരിക്കാൻ സൗഹൃദവും കാണിക്കുന്നു. ലാറിയെ ഡിന്നറിനു ക്ഷണിക്കാൻ ജോ ഒരു കുറിപ്പ് തയ്യാറാക്കി.

മെഗ്: "ആരെയെങ്കിലും ക്ഷണിക്കുന്നതിനുമുമ്പ് വിഭവങ്ങൾ എന്തെല്ലാമെന്നു നോക്കണം."

ജോ: "ഓ, ധാന്യമാവ് ചേർത്ത് വേവിച്ച മാട്ടിറച്ചി, ധാരാളം ഉരുളക്കിഴങ്ങ്, ശതാവരിക്കിഴങ്ങ്, പിന്നെ ഹന്ന പറയുമ്പോലെ കൂടുതൽ സ്വാദിനായി ചെമ്മീനും ചീരകൊണ്ട് സലാഡ്, ഡസർട് ആയി ഐസ്ക്രീം, സ്റ്റോബറി, കാപ്പി,

"ഇഷ്ടമുള്ളതെല്ലാം എടുത്തോ. ഞാൻ ഡിന്നറിന് പുറത്തുപോകുന്നു." മിസിസ്സ് മാർച്ച് പറഞ്ഞു.

തിരക്കുള്ള അമ്മ, കാലത്ത് ആട്ടുകസേരയിൽ സുഖമായിരിക്കുന്നതും പത്രംവായിക്കുന്നതുമായ അസാധാരണ കാഴ്ച, ഒരു പ്രകൃതി പ്രതിഭാസംപോലെയാണ് ജോയ്ക്കു തോന്നുന്നത്.

"ഒന്നും പിടിയില്ലല്ലോ", ജോ സ്വയം പറഞ്ഞു: അവിടെ ബെത്ത് കരയുന്നു. ഈ കുടുംബത്തിലെന്തോ കുഴപ്പമുണ്ട്.

ജോ ബദ്ധപ്പെട്ട് പാർലറിലേക്കു ചെന്നു.

തത്ത കൊക്കുപിളർന്ന് കൂട്ടിൽ ചത്തുകിടക്കുന്നു. ബെത്ത് കരയുന്നു.

"എന്റെ കുറ്റംതന്നെ. ഞാനിതിനെ മറന്നു. വിശന്നുചത്തതാണ്. ഞാനെന്തു ക്രൂരയാണ്."

ജോ അതിനെ സ്പർശിച്ചുനോക്കി. അതു ചത്തിരിക്കുന്നു. ഒരു കടലാസുപെട്ടിയിൽ അതിനെ എടുത്തു വെച്ചു.

ജോ: "ശവസംസ്കാരം ഇന്നുച്ചകഴിഞ്ഞ്. നമുക്കെല്ലാം പോകണം. കരയാതെ ബെത്ത്. കഷ്ടമായി. ഈയാഴ്ച ഒന്നും ശരിയായില്ല. തത്തയാണ് ഏറ്റവും കൂടുതൽ അനുഭവിച്ചത്. ഡിന്നർ കഴിഞ്ഞ് നമുക്ക് സംസ്കാരം ഭംഗിയായി നടത്താം."

മറ്റുള്ളവരെ ബെത്തിന്നടുത്തേക്ക് വിട്ട് ജോ അടുക്കളയിൽ കടന്നു. ഒരു വലിയ ഏപ്രൺ കെട്ടി ജോലിതുടർന്നു. കഴുകാനുള്ള പാത്രങ്ങൾ കൂടിക്കിടക്കുന്നു. അടുപ്പിൽ തീ അണഞ്ഞിരിക്കുന്നു.

എളുപ്പവഴിയുണ്ട്. സ്റ്റൗവ്വിന്റെ വാതിൽ തുറന്ന് അവൾ തീക്കൊള്ളികൾ ഇളക്കിക്കത്തിച്ചു. വെള്ളം ചൂടാവുമ്പോഴേക്ക് മാർക്കറ്റിൽ പോയി വരാമല്ലോ.

നടത്തം ജോയ്ക്ക് ഉണർവുനൽകി. സ്വയം പുകഴ്ത്തിക്കൊണ്ട്

അവൾ വില പേശൽ നടത്തി, സാധനങ്ങളുമായി മടങ്ങി. വളരെ ചെറിയൊരു ചിറ്റാക്കൊഞ്ചൻ, പഴയ ശതാവരി, രണ്ടുപെട്ടി സ്ട്രോബറി. തിരിച്ചെത്തുമ്പോൾ അടുപ്പ് ചുട്ടുപഴുത്തുകിടക്കുന്നു. ഹന്ന തയ്യാറാക്കിവെച്ച റൊട്ടിമാവ്, മെഗ് അടുപ്പിൽ വെച്ച്, പാർലറിൽ പോയി സാലിയുമായി സംസാരിച്ചിരുന്നു.

വാതിൽ മലർക്കെ തുറന്ന് ഒരു രൂപം പ്രത്യക്ഷപ്പെട്ടു. ചീകാത്ത മുടിയും പൊടിയണിഞ്ഞ വസ്ത്രവും. കടുപ്പത്തിൽ പറഞ്ഞു. "റൊട്ടി കരിഞ്ഞു മണക്കുന്നു. അതു മാറ്റിയില്ലേ?"

സാലി ചിരിക്കാൻ തുടങ്ങി. മെഗ് തന്റെ പുരികം വളച്ചുയർത്തി പെട്ടെന്നെഴുന്നേറ്റുപോയി.

ബെത്തിനെ അൽപ്പമൊന്ന് തലോടി ആശ്വസിപ്പിച്ച് മിസിസ്സ് മാർച്ച് പുറത്തുപോയി. അമ്മയുടെ തൊപ്പി വളവിൽനിന്നു മറഞ്ഞപ്പോൾ, പെൺകുട്ടികൾക്ക് ഒരുതരം നിസ്സഹായതാബോധം ഉണ്ടായി.

17

ജോ ഡിന്നർ ഒരുക്കുന്നു

ഏതാനും മിനിട്ടുകൾ കഴിഞ്ഞ് മിസ്സ് ക്രോക്കർ വന്നു. അവർക്കും വേണം ഡിന്നർ. കൂർത്ത മുഖവും ജിജ്ഞാസാഭരിതമായ കണ്ണുകളും. അവരുടെ കാഴ്ചയിൽനിന്ന് ആർക്കുമൊന്നും മറയ്ക്കാനാവില്ല. പെൺകുട്ടികൾക്ക് അവരെ ഇഷ്ടവുമല്ല. എന്നാൽ വൃദ്ധയും ദരിദ്രയുമായ അവരോട് സ്നേഹത്തോടെ പെരുമാറണമെന്ന് അമ്മ പഠിപ്പിച്ചിട്ടുണ്ട്. അവരുടെ പ്രധാന വിനോദം, എല്ലാം ചോദിച്ചു മനസിലാക്കി മറ്റു വീടുകളിൽ പോയി പറയുക എന്നതാണ്.

അന്ന് ജോ അനുഭവിച്ച കഷ്ടപ്പാട് വിവരിക്കാനാവില്ല. കൂടുതൽ ഉപദേശം ആരായാൻ മടിച്ച്, ജോ അവൾക്കറിയാവുന്നതെല്ലാം ചെയ്തുവെച്ചു. ശതാവരിക്കിഴങ്ങ് ഒരുപാടുനേരം വേവിച്ചെങ്കിലും ഉറപ്പുകൂടുകയാണുണ്ടായത്. റൊട്ടികരിഞ്ഞു. സാലഡ് തിന്നാൻ പറ്റാത്തവിധം വഷളായി. ലോബ്സ്റ്ററിനെ ഇടിച്ചുചതച്ച്, ഉള്ളിൽ അൽപ്പമാത്രമായ മാംസഭാഗം ലെറ്റ്യൂസ് ഇലകളിൽ പൊതിഞ്ഞുതയ്യാറാക്കി. ഉരുളക്കിഴങ്ങ് വേവിക്കാൻ സമയം കിട്ടിയില്ല. പുഡ്ഡിംഗ് നല്ലതാണ്. സ്ട്രോബറികൾ വേണ്ടത്ര പഴുത്തിട്ടില്ല.

എല്ലാവർക്കും റൊട്ടിയും വെണ്ണയും മാട്ടിറച്ചിയും കഴിക്കാമല്ലോ. ഞാൻ അധ്വാനിച്ചതിന് കാര്യമുണ്ടായില്ല.

പതിവിലും അരമണിക്കൂർ വൈകി, ഭക്ഷണബെൽ മുഴങ്ങി. ലാറിക്കുള്ള പ്ലേറ്റിൽ ഭംഗിയായി നിരത്തിയ ഭക്ഷണം അവൾ നോക്കിക്കണ്ടു. മിസ് ക്രോക്കറിന്റെ ജിജ്ഞാസപൂണ്ട കണ്ണുകളും നാക്കും എല്ലാം കണ്ടെത്തി നാടു നീളെ വിസ്തരിക്കും.

ഭക്ഷണം ഓരോന്നായി രുചിച്ചു, മാറ്റിവെച്ചു അവർ. ആമി ചിരിച്ചു. മെഗിനു സങ്കടം. മിസ് ക്രോക്കർ ചുണ്ട് വക്രിച്ചു. ആഘോഷത്തിനു പകിട്ടുപകരാൻ ലാറി കഠിനമായി യത്നിച്ചു. ചിരിക്കുകയും സംസാരിക്കുകയും ചെയ്തു.

ജോവിന് ഇനിയുള്ള ഏക ആശ്വാസം 'ഡെബർട്ട്'ആണ്. നന്നായി പഞ്ചസാരയും ഒരു പാത്രം നിറച്ച ക്രീമും ചേർത്തിട്ടുണ്ട്.

മനോഹരമായ സ്ഫടികപാത്രങ്ങൾ എല്ലാവരുടെ മുമ്പിലും എത്തിയപ്പോൾ, അവൾ ദീർഘശ്വാസമെടുക്കുകയും ദേഹമൊന്നു തണുക്കുകയും ചെയ്തു. പതുപതുത്ത ക്രീമിൽ ഒഴുകുന്ന ചുവന്ന പവിഴഗോളങ്ങൾ എല്ലാവരും കൗതുകത്തോടെ നോക്കി.

മിസ് ക്രോക്കർ ആദ്യം തന്നെ അതെടുത്ത് വായിൽവെച്ചതും, മുഖം വികൃതമാക്കി ഒരു ഗ്ലാസ്സ് വെള്ളം ഒറ്റവലിക്ക് കുടിച്ചു തീർത്തു. അവർ ലാറിയെ നോക്കി. അവൻ അന്തസ്സായിട്ട് കഴിക്കുന്നു! ചുണ്ടിന്റെ കോൺ ചുളിയുന്നുണ്ടോ എന്നു സംശയം. അവന്റെ കണ്ണുകൾ പ്ലേറ്റിൽ തന്നെ. ഒരു സ്പൂൺ നിറച്ച് കോരി വായിലിട്ട ആമി, മുഖം തൂവാലയിൽ ഒളിപ്പിച്ച് വാഷ്ബേസിനിലേക്ക് ഓടി.

"എന്താ, എന്താ......." ജോ പരിഭ്രാന്തയായി.

"പഞ്ചസാരയ്ക്കുപകരം ഉപ്പാണ്. ക്രീം പുളിച്ചിരിക്കുന്നു."

ഒരുവിചിത്ര ശബ്ദം ഉണ്ടാക്കിക്കൊണ്ട്, ജോ കസേരയിലേക്ക് വീണു. കൂടുതൽ രുചികരമാവാൻ അവസാനനിമിഷം അൽപ്പം കൂടി പൊടി അവൾ ചേർത്തതാണ്. ക്രീം ഫ്രിഡ്ജിൽ വെക്കാൻ മറക്കുകയും ചെയ്തു.

ജോയുടെ മുഖം ചുവന്നു, കരച്ചിലിന്റെ വക്കിലെത്തി. സന്തോഷം തുളുമ്പിനിന്ന ലാറിയുടെ കണ്ണുകൾ കണ്ടപ്പോൾ അത് പൊട്ടിച്ചിരിയായി മാറി. എല്ലാവരും ചിരിയിൽ പങ്കുചേർന്നപ്പോൾ മിസ് ക്രോക്കർക്കും ചിരിക്കാതിരിക്കാൻ കഴിഞ്ഞില്ല.

ഡിന്നർ തമാശയിലും പൊട്ടിച്ചിരിയിലും അവസാനിച്ചു.

"ഇനി ഇപ്പോൾ തന്നെ ഇതൊന്നും അടുക്കിവെക്കാൻ തോന്നുന്നില്ല. നമുക്ക് പിപ്പിന്റെ ശവസംസ്കാരം നടത്താം." അടുക്കളയിലെ തിരക്കിൽ മനസിൽ രചിച്ച കവിത, ജോ കുഴിമാടത്തിൽ എഴുതിവെച്ചു.

ഇവിടെ ശയിക്കുന്നു പിപ്പ് മാർച്ച്
ജൂൺ ഏഴിൽ മരിച്ചു പോയൊരു പിപ്പ്,
പ്രിയമുള്ളവളോടുള്ള സ്നേഹത്താൽ,
ദുഃഖം കരഞ്ഞു തീർക്കാം...........
എളുപ്പം മറക്കുകില്ല ഞങ്ങൾ!

ഒന്നു കിടക്കാനായി ബെത്ത് മുറിയിലെത്തി. കിടക്ക വിരിച്ചിട്ടില്ല. അവൾ തലയിണയിൽ തല്ലി സങ്കടം തീർത്തു.

ഭക്ഷണമുറി വൃത്തിയാക്കാൻ മെഗും ജോയും പണിയെടുത്തു.

രാത്രി ഭക്ഷണത്തിന് ചായയും ടോസ്റ്റും മതിയെന്നുവെച്ചു. ലാറി, ആമിയെ ഒരു സവാരിക്കു കൊണ്ടുപോയി.

വൈകിയെത്തിയ മിസിസ്സ് മാർച്ച് കണ്ടത് തന്റെ മൂന്നുപെൺമക്കൾ അപ്പോഴും ജോലിചെയ്യുന്നതാണ്. വാഷ്ബേസിനിലെ കാഴ്ച, സംഭവത്തിന്റെ ഏകദേശരൂപം വ്യക്തമാക്കി.

സന്ധ്യയായപ്പോൾ എല്ലാവരും പോർച്ചിൽ സമ്മേളിച്ചു.

ജോ: "ഈ ദിവസം ഭയങ്കരം തന്നെ"

മെഗ്: "ദിവസത്തിനു നീളം കുറഞ്ഞതുപോലെ. എന്നിട്ടും ഒരു സുഖവും തോന്നുന്നില്ല."

ആമി: "വീടാണെന്നു തോന്നിയതേയില്ല."

ബെത്ത്: "മാർമിയും പിപ്പുമില്ലാത്ത സ്ഥലം, വീടേയല്ല."

"അമ്മ ഇവിടെയുണ്ടല്ലോ. നിനക്ക് നാളെ മറ്റൊരു കിളിയെ വാങ്ങിത്തരും."

മിസിസ്സ് മാർച്ച് അവരുടെ സ്ഥാനത്ത് ചെന്നിരുന്നു.

"നിങ്ങൾക്കു തൃപ്തിയായോ? ഒരാഴ്ചകൂടി വേണോ?"

"എനിക്കുവേണ്ടാ" ജോ ഉറക്കെ പറഞ്ഞു.

"നീ സാധാരണ പാചകം പഠിക്ക്. ഉപയോഗപ്രദമായ ഈ ജോലി പഠിക്കാതെ ഒരു സ്ത്രീക്കും കഴിയാനാവില്ല".

ജോ നടത്തിയ ഡിന്നറിന്റെ വിഭവങ്ങൾ ഓർത്ത് ചിരിച്ചുകൊണ്ടാണവർ പറഞ്ഞത്. അവർ മിസിസ്സ് ക്രോക്കറെ കണ്ടിരുന്നു.

"ഞങ്ങളെങ്ങനെ തനിച്ചു കഴിയുന്നുവെന്നു കാണാൻ അമ്മ പോയ്ക്കളയുമോ?" മെഗ് ചോദിച്ചു.

"പോകും. ഓരോരുത്തരും അവനവന്റെ ജോലി വിശ്വാസപൂർവം എങ്ങനെ ചെയ്യുന്നു എന്നതിനെ ആശ്രയിച്ചാണ് അവരുടെ സുഖം. ഹന്നയും ഞാനും കൂടി നിങ്ങൾക്കു വേണ്ടതെല്ലാം ചെയ്യുമ്പോൾ നിങ്ങൾക്കു സുഖമാണ്. എല്ലാവരും അവനവനെപ്പറ്റിമാത്രം ചിന്തിച്ചാൽ എന്തുസംഭവിക്കും എന്നു ഞാൻ കാണിച്ചുതരാം. പരസ്പരം സഹായിക്കുന്നത് സന്തോഷകരമാണെന്ന് നിങ്ങൾക്ക് അനുഭവമുണ്ടല്ലോ. ജോലി ചെയ്താലേ ഒഴിവു സമയത്തിന്റെ മാധുര്യം അറിയൂ. വീട് ഏറ്റവും സുഖപ്രദമായ സ്ഥലമാണ്."

"ഞങ്ങൾ ചെയ്യാം"അവർ ഒന്നിച്ചു പറഞ്ഞു.

"ചെറിയ ചുമതലകൾ ഏറ്റെടുക്കുക. ചിലപ്പോൾ ഭാരമായി തോന്നാം. എന്നാലും നല്ലതാണ്. ജോലി പഠിച്ചാൽ ഭാരമായി തോന്നുകയുമില്ല. എല്ലാവർക്കും വേണ്ടത്ര ജോലി ഇവിടെയുണ്ടുതാനും."

"ഞങ്ങൾ തേനീച്ചകളെപ്പോലെ പണിയെടുക്കാം. ഇഷ്ടവുമാണത്. ചെയ്യില്ലേ എന്നു നോക്ക്." ജോ പറഞ്ഞു. "ഈ അവധിക്ക് ഞാൻ പാചകം പഠിക്കും. അടുത്ത ഡിന്നർ പാർട്ടി ഒരു വിജയമായിരിക്കും!"

മെഗ്:"മാർമി ചെയ്യുന്നതിനു പകരം, അച്ഛനുള്ള ഷർട്ട് ഞാൻ തയ്യാ

റാക്കാം. എനിക്ക് വേണ്ടിയുള്ള ജോലിയേക്കാൾ നല്ലതല്ലേ, അത്?"

ബെത്ത്: "ഞാനിനി നന്നായി പഠിക്കും. സംഗീതത്തിനും പാവകൾക്കും വേണ്ടി അധികസമയം ചെലവഴിക്കില്ല. പഠിക്കാതെ, കളിക്കുന്നത് വിഡ്ഢിത്തമാണ്."

ആമി: "ഞാൻ കുപ്പായങ്ങളുടെ ബട്ടൺ ഹോൾ തുന്നാം. പിന്നെ ഗ്രാമർ പഠിക്കാം."

"നല്ലത്, പരീക്ഷണങ്ങൾ എനിക്ക് സംതൃപ്തി നൽകും"മിസിസ്സ് മാർച്ച് പ്രതിവചിച്ചു.

18

ലാറിയുടെ വീട്ടിലേക്കൊരു ക്ഷണം

ബെത്താണ് പോസ്റ്റ് മിസ്ട്രസ്. എല്ലാ ദിവസവും പെട്ടിതുറന്ന് കത്തുകളും മറ്റുവസ്തുക്കളും വിലാസക്കാർക്ക് കൊടുക്കുന്നത് അവൾക്കിഷ്ടപ്പെട്ട ജോലിയായി.

ജൂലായ് മാസത്തെ ഒരു സുപ്രഭാതത്തിൽ, അവൾ കൈനിറയെ കൊണ്ടുവന്നു, എല്ലാവർക്കും കൊടുത്തു.

"ഇതാ മമ്മയ്ക്കുമുണ്ട്, ലാറി മറന്നിട്ടില്ല."

സുഗന്ധമുള്ള ഒരു കൊച്ചു പൂച്ചെണ്ട്; 'മാർമീസ് കോർണറി'ലെ പൂപ്പാലികയിൽവെച്ചു.

"മെഗ്, നിനക്കിതാ ഒരു കത്തും കയ്യുറയും."

മെഗ്: "ഇത് ഒന്നേയുള്ളൂ. ഒരു ജോടി ഞാനവിടെ വെച്ചതാണല്ലോ. ഒന്നുമാത്രം എന്തിനാണ്? സാരമില്ല, മറ്റേത് കണ്ടെത്താം. ഒരു ജർമൻ ഗാനത്തിന്റെ പരിഭാഷമാത്രമാണ് എന്റെ കത്ത്. ബ്രൂക്കാണ് ഇത് എഴുതിയത് എന്നു തോന്നുന്നു. ലാറിയുടെ കൈപ്പടയല്ല."

മിസിസ്സ് മാർച്ച് മെഗ്ഗിനെ നോക്കി. പുലർകാലത്ത് അവൾ കൂടുതൽ സുന്ദരിയായിട്ടുണ്ട്. നെറ്റിയിൽ അളകങ്ങൾ ചിതറിക്കിടക്കുന്നു. തന്റെ മേശയ്ക്കടുത്തിരുന്ന് തുന്നുന്ന അവൾ ശരിക്കും ഒരു സ്ത്രീതന്നെ.

"ഡോക്ടർ ജോയ്ക്ക് രണ്ടുകത്തും ഒരു പുസ്തകവും വലിയൊരു തമാശത്തൊപ്പിയും;" എന്നുപറഞ്ഞുകൊണ്ടാണ് ബെത്ത് ജോ എഴുതിക്കൊണ്ടിരുന്ന മുറിയിലേക്കു ചെന്നത്.

ജോ : "ലാറി ഒരു കൊച്ചു കള്ളൻതന്നെ. വലിയ തൊപ്പി ഫാഷനാവേണ്ടിയിരുന്നു എന്നു ഞാൻ പറഞ്ഞു. ചൂടുദിവസങ്ങളിൽ മുഖം പൊള്ളാറുണ്ട്. എന്തിന് ഫാഷൻ നോക്കുന്നു? വലിയ തൊപ്പിധരിച്ച് മുഖം പൊള്ളാതെ നോക്കാമല്ലോ എന്നായി ലാറി. ഉണ്ടായിരുന്നെങ്കിൽ ധരി

ച്ചേനെ എന്നു ഞാനും പറഞ്ഞു. ഇപ്പോൾ അവൻ ഒന്നു കൊടുത്തയച്ചിരിക്കുന്നു! ഒരു തമാശയ്ക്ക് ഞാനതു ധരിക്കാം. ഞാൻ ഫാഷൻ കാര്യമാക്കുന്നില്ലെന്ന് അവൻ കാണട്ടെ!"

തന്റെ പൗരാണികതൊപ്പി അവൾ സ്റ്റാൻഡിൽ തൂക്കിയിട്ട്, കത്തു വായിച്ചു. അത് അമ്മയുടേതാണ്!

"നീ നിന്റെ പെരുമാറ്റരീതികൾ നിയന്ത്രിക്കുന്നതു കണ്ട് എനിക്കു സന്തോഷമുണ്ട്. അങ്ങനെത്തന്നെ പോകട്ടെ. മറ്റൊരാളും, അമ്മയെപ്പോലെ നിങ്ങളോട് അനുതാപം കാണിക്കുകയില്ലെന്ന് ഓർക്കുക."

—അമ്മ.

നല്ലവളാവാനുള്ള തന്റെ ശ്രമം മറ്റാരും അറിയുന്നില്ലെന്നാണ് അവൾ കരുതിയത്.

രണ്ടാമത്തെ കത്ത്, ലാറിയുടേത്:

"പ്രിയപ്പെട്ട ജോ,

പിന്നെ എന്തെല്ലാം വിശേഷം.

നാളെ ചില ഇംഗ്ലീഷുബാലന്മാരും ബാലികമാരും ഇവിടെ വരുന്നുണ്ട്. പുൽമൈതാനത്തിൽ ഞാനൊരു ടെന്റ് കെട്ടും. നദിയിൽ തുഴയാൻപോകും. തീ കൂട്ടി ഒന്നിച്ച് ലഞ്ച് ഉണ്ടാക്കും. എല്ലാത്തരം വിനോദങ്ങളും ഏർപ്പാടാക്കും. ആൺകുട്ടികളുടെ കാര്യം നോക്കാൻ ബ്രൂക്കും പെൺകുട്ടികളുടെ ചുമതല കാറ്റി വോഗനും. നിങ്ങൾ നാലുപേരും വരണം. ബെത്ത് വിട്ടുനിൽക്കാൻ അനുവദിക്കരുത്. ആരും അവളെ വിഷമിപ്പിക്കില്ല. ഭക്ഷണത്തെപ്പറ്റി വിഷമിക്കേണ്ട, അതെല്ലാം ഞാൻ നോക്കിക്കൊള്ളാം, വന്നാൽ മാത്രം മതി."

—സ്വന്തം ലാറി.

മെഗിനോടും അമ്മയോടും വിവരം പറയാൻ ജോ ഓടി.

"ഞങ്ങൾ പോകാം മാർമീ. ലാറിക്കു നല്ല സഹായമാവും. എനിക്ക് തുഴയാൻ അറിയാമല്ലോ. മെഗ് ഭക്ഷണ കാര്യത്തിൽ സഹായിക്കും. കുട്ടികളും അവർക്കാവുന്നത് ചെയ്യും."

മെഗ്: "വോൾഗൻസ് അത്ര നല്ലവരല്ല എന്നാണ് ഞാൻ കേട്ടത്. നിനക്കറിയാമോ അവരെപ്പറ്റി?"

ജോ: "അവർ നാലുപേരാണ്. കാറ്റി നിന്നേക്കാൾ അൽപ്പം മുതിർന്നതാണ്. ഫ്രെഡും ഫ്രാങ്കും ഇരട്ടകൾ, എന്റെ പ്രായം. ചെറിയ പെൺകുട്ടി ഗ്രെയിസിന് ഒമ്പതോ പത്തോ വയസുകാണും. ലാറിക്ക് അവരെ വിദേശത്തുവെച്ച് പരിചയമാണ്. ആൺകുട്ടികളെ അവന്നു പ്രിയമാണ്. കാറ്റിയോട് വലിയ താൽപ്പര്യമില്ല."

"എനിക്ക് എന്റെ ഫ്രഞ്ച് ഉടുപ്പ് ധരിക്കാം." മെഗ് സന്തുഷ്ടിയോടെ പറഞ്ഞു. "ജോ നിനക്ക് നല്ലതെന്തെങ്കിലുമുണ്ടോ?"

ജോ: "ചാരവും പിങ്കും കലർന്ന ബോട്ടിങ് സൂട്ട്! എനിക്കതാണ് നല്ലത്. ഞാൻ തുഴഞ്ഞ് ചുറ്റിത്തിരിയും. അതിനാൽ തേച്ചുമിനുപ്പാക്കിയ വസ്ത്രം വേണ്ടാ. ബെത്തി, നീ വരുന്നില്ലേ?"

ബെത്ത്: "ആൺകുട്ടികളൊന്നും എന്നോടു സംസാരിക്കാൻ നീ

അനുവദിക്കരുത്,"

ജോ: "ഒരാളെപ്പോലും!"

ബെത്ത്: "ലാറിയോട് സംസാരിക്കാൻ ഇഷ്ടമുണ്ട്. ബ്രൂക്കിനെ പേടിയുമില്ല, അയാൾ നല്ലവനാണ്: എന്നാൽ കളിക്കാനോ പാടാനോ സംസാരിക്കാനോ എനിക്കിഷ്ടമല്ല. ഒരാളെയും വിഷമിപ്പിക്കാതെ ഞാൻ നന്നായി പണിയെടുത്തോളാം. എന്റെ കാര്യം നീ നോക്കണം!"

ജോ: "നീ എന്റെ നല്ല കുട്ടിയല്ലേ. നിന്റെ ലജ്ജയൊക്കെ ഒന്നു മാറ്റണം. എനിക്കതാണിഷ്ടം. തെറ്റുകൾ കീഴടക്കുക എളുപ്പമല്ല. പ്രസരിപ്പോടെയുള്ള ഒരു വാക്കുതന്നെ ചിലപ്പോൾ വലിയ മാറ്റം വരുത്തും".

"അമ്മയ്ക്കു നന്ദി". ജോ ആ മെലിഞ്ഞ കവിളുകളിൽ ചുംബിച്ചു.

ആമി: "ഒരു പെട്ടി ചോക്കലേറ്റു മണികൾ എനിക്കു കിട്ടി. നോക്കി വരയ്ക്കാൻ ഞാൻ ഉദ്ദേശിച്ച ചിത്രവും."

"എനിക്കു മിസ്റ്റർ ലോറൻസിന്റെ ക്ഷണമുണ്ട് സന്ധ്യയ്ക്കുമുമ്പ് അൽപ്പം പിയാനോവായിച്ചു കേൾപ്പിക്കാൻ." ബെത്തും കിഴവനും തമ്മിൽ സൗഹൃദം ഗാഢമാകുന്നു.

അടുത്ത ദിവസത്തെ പ്രഭാതം. വിശേഷപ്പെട്ട കാഴ്ചകളാണ് സൂര്യൻ കാണുന്നത്. എല്ലാവരും ഒരുങ്ങുന്നു. നെറ്റിയുടെ അരികിലുള്ള മുടി ചുരുട്ടുകയാണ് മെഗ്. ജോ മുഖത്ത് ക്രീം പുരട്ടുന്നു. വെയിലത്ത് പോകാനുള്ളതാണല്ലോ. ഉടുപ്പിൽ ധരിക്കുന്ന ഒരാഭരണം ആമി നാസികയിൽ പിടിപ്പിക്കുന്നു.

തെളിഞ്ഞ സൂര്യപ്രകാശവും ചിരിയും നല്ല ശകുനങ്ങൾ തന്നെ. രണ്ടുവീടുകളും തയ്യാറെടുപ്പിന്റെ ബഹളത്തിലാണ്.

അടുത്തവീട്ടിൽ എന്തുനടക്കുന്നു എന്ന് ബെത്ത് റിപ്പോർട്ട് ചെയ്യുന്നു.

"അതാ ഒരാൾ ടെന്റിന് ഉള്ള വസ്തുക്കളുമായി തോട്ടത്തിലേക്ക്. മിസിസ്സ് ബാർക്കർ അടുപ്പ് കൂട്ടുന്നു. മിസ്റ്റർ ലോറൻസ് ആകാശം എങ്ങനെയെന്ന് നോക്കുന്നു. യാത്രയിൽ അദ്ദേഹം കൂടി ഉണ്ടായിരുന്നെങ്കിൽ. ലാറി ഒരു നാവികന്റെ മട്ടിൽ വേഷമിട്ടിട്ടുണ്ട്. ഓ, ഇതാ ഒരു വണ്ടിനിറയെ ആളുകൾവന്ന് ഇറങ്ങുന്നു. പൊക്കം കൂടിയ സ്ത്രീ, ഒരുകൊച്ചു പെൺകുട്ടി, രണ്ട് ആൺകുട്ടികൾ ഭയങ്കരന്മാർ തന്നെ. ഒരുവന് മുടന്തുണ്ട് പാവം, അവൻ ക്രച്ചിലാണ് നടക്കുന്നത്."

"വേഗം തയാറാവ്. നാം വൈകിപ്പോവും. അതാ നെഡ് മോഫതും വന്നു. നോക്കു മെഗ്, നമ്മൾ ഷോപ്പിങ്ങിനു പോയപ്പോൾ നിന്നെ അഭിവാദ്യംചെയ്ത ആളല്ലേ, മറ്റേത്?"

"അതെ, അയാൾ വന്നത് അത്ഭുതം തന്നെ. അയാൾ മലമ്പ്രദേശത്താണെന്നു ഞാൻ കരുതി. സാലിയുമുണ്ട്. അവൾ തിരിച്ചെത്തിയത് നന്നായി. നോക്ക്, ജോ. എന്റെ വേഷമെല്ലാം ശരിയായില്ലേ?"

"അസ്സലായിട്ടുണ്ട്, ഇനിപോകാം."

"ഓ, ജോ, നീ ആ തൊപ്പിധരിക്കല്ലേ. നീ വിഡ്ഢിവേഷം കെട്ടല്ലേ." മെഗ് ശക്തിയായി പ്രതിഷേധിച്ചു.

ലാറി ഒരുതമാശക്കായി കൊടുത്തയച്ച വലിയതൊപ്പി ഒരു ചുവന്ന റിബൺകൊണ്ട് ജോ തലയിലുറപ്പിക്കുന്നു.

ജോ : "ഞാൻ ഇതുതന്നെ ധരിക്കും, നല്ല നിഴൽ കിട്ടും, കാണുന്നവർക്ക് തമാശയാവും. ഒരു പയ്യനെപ്പോലെ തോന്നിച്ചാലും കുഴപ്പമില്ല."

അതും പറഞ്ഞ് ജോ മുമ്പിൽ നടന്നു. മറ്റുള്ളവർ അനുഗമിച്ചു.

19

നദീതീരത്ത് ഒരു വിനോദം

ലാറി ഓടിച്ചെന്നു സ്വീകരിച്ചു. പുൽത്തകിടിതന്നെയാണ് സ്വീകരണവേദി. ചൈതന്യവത്തായ ഒരു രംഗം. കാറ്റി വന്നത് മെഗിനു സന്തോഷമായി. ഇരുപതു വയസുണ്ടവൾക്ക്. ലളിതമായി വേഷംധരിച്ച കാറ്റി, 'ദൂരെ നിൽക്ക്, എന്നെ തൊടരുത്' എന്ന മട്ടാണ്. സ്വതന്ത്രമായി പെരുമാറുന്ന മറ്റുപെൺകുട്ടികളിൽനിന്ന് തികച്ചും വിഭിന്നയായിരുന്നു അവൾ. കാറ്റിയെ കാണാനാണ് താൻ വന്നതുതന്നെ എന്നു നെഡ് പറഞ്ഞപ്പോൾ അവൾക്കിത്തിരി ഗമ കൂടി.

രണ്ട് ആൺകുട്ടികളെ ബെത്ത് നോക്കി മനസിലാക്കി. മുടന്തുള്ളവൻ അത്രയൊന്നും ഭീകരനല്ലെന്നും നല്ലവനാണെന്നും കണ്ടു. ബെത്തിന് അവനെ ഇഷ്ടമായി. ആമി കൂട്ടിനായി കണ്ടെത്തിയത് ഗ്രേസിനെയാണ്.

ടെന്റ്, ഭക്ഷണം എന്നിങ്ങനെ ആവശ്യമുള്ളതെല്ലാം മുൻകൂട്ടി ഒരുക്കിയതിനാൽ അവർ ഉടനെ പുറപ്പെട്ടു; രണ്ടു ബോട്ടുകളിൽ. ലാറിയും ജോയും കൂടിയാണ് ഒരു ബോട്ട് നിയന്ത്രിച്ചത്. ബ്രൂക്കും നെഡും കൂടി രണ്ടാമത്തേതും.

ഒരു ചിരിയോടെ യാത്ര തുടങ്ങാൻ ജോയുടെ തൊപ്പി കാരണമായി. ജോ തുഴയുമ്പോൾ, തൊപ്പിയുടെ വീതി കൂടിയ അരികുകൾ കൗതുകകരമായി ചലിപ്പിച്ചുകൊണ്ടിരുന്നു. മഴപെയ്താൽ തന്റെ തൊപ്പിക്കീഴിൽ നിൽക്കാമല്ലോ. ജോയുടെ മട്ടുകണ്ട് കാറ്റിക്ക് അത്ഭുതം. തുഴ കയ്യിൽ നിന്നു വീണപ്പോൾ, 'ക്രിസ്റ്റോഫർ കൊളംബസ്' എന്നാണവൾ പറഞ്ഞത്! മറുപുറത്തേക്ക് ചാടിക്കടന്നപ്പോൾ, "എന്റെ പ്രിയപ്പെട്ട കൂട്ടുകാരീ, ഞാൻ നിന്നെ ചവിട്ടിപ്പോയോ" എന്നാണ് ലാറിയുടെ ചോദ്യം. കാറ്റി പലതവണ ജോയെ സൂക്ഷിച്ചു നോക്കി, അവൾ സമർഥയാണെന്നു ബോധ്യം വന്നു.

തുഴച്ചിൽകാരെ അഭിമുഖീകരിച്ചുകൊണ്ടാണ് മെഗിന്റെ ഇരിപ്പ്. അതവർ ശരിക്കും ആസ്വദിച്ചു.

അധികം സംസാരിക്കാത്ത ഗൗരവക്കാരനാണ് ബ്രൂക്ക്. തവിട്ടുകണ്ണുകൾ, പ്രസന്നമായ സ്വരം. ശാന്തമായ ആ മട്ട് മെഗിന് ഇഷ്ടമായി. "അറിവിന്റെ നടക്കുന്ന ഭണ്ഡാരം" എന്നാണവൾ കണക്കാക്കുന്നത്. ബ്രൂക്ക് അധികം സംസാരിച്ചില്ലെങ്കിലും മെഗിനെ പലപ്പോഴും നോക്കുന്നുണ്ട്. കോളേജുവിദ്യാർഥിയായ നെഡ്ഡിന് ആവട്ടെ, താൻ എല്ലാവരെയും സന്തോഷിപ്പിക്കാൻ ബാധ്യസ്ഥനാണ് എന്ന ഭാവം. വലിയ വിവരമൊന്നുമില്ലെങ്കിലും നല്ല പ്രകൃതം, ഉല്ലാസവാനും. തന്റെ വെണ്മയേറിയ വസ്ത്രത്തിൽ അഴുക്കു പുരളാതിരക്കാനുള്ള തത്രപ്പാടിലാണ് സാലി. അവൾ ഫ്രെഡുമായി സംസാരിക്കുന്നു. അവന്റെ ചാപല്യം ബെത്തിനെ ഭയപ്പെടുത്തുന്നു.

അവർ എത്തുമ്പോഴേക്ക് നിശ്ചിത സ്ഥലത്ത് ടെന്റ് തയ്യാറായിട്ടുണ്ട്. വിശാലമായി വളർന്നു നിൽക്കുന്ന മൂന്നു ഓക്കുമരങ്ങൾക്കു ചുറ്റുമായി പച്ചപിടിച്ച വയൽ. ഒരു വശത്ത് മരപ്പന്തുകളിക്ക് നിലം ഒരുക്കിയിട്ടുണ്ട്.

"ക്യാമ്പ് ലോറൻസി'ലേക്ക് സ്വാഗതം!" ആതിഥേയൻ പറഞ്ഞു. "ബ്രൂക്ക്, കമാണ്ടർ -ഇൻ-ചീഫ്. ഞാൻ കമ്മിസ്സാർ. മറ്റുള്ളവർ സ്റ്റാഫ് ഓഫീസർമാർ. സ്ത്രീകൾ കൂട്ടുകാർ. ഓക്കുമരം ഇരിപ്പുമുറി, ഇത് ഭക്ഷണമുറി, മറ്റേത് അടുക്കള. വെയിൽ ചൂടാവുന്നതിനു മുമ്പ് നമുക്കൽപ്പം കളിക്കാം."

ഫ്രാങ്ക്, ബെത്ത്, ആമി, ഗ്രേസ് എന്നിവർ കളി കാണാനിരുന്നു. ബ്രൂക്കിന്റെ വശത്ത് മെഗ്, കാറ്റി, ഫ്രെഡ്. ലാറിയുടെ ഭാഗത്ത് സാലി, ജോ, നെഡ്. ഇരു ടീമുകളും നന്നായി കളിച്ചു. ജോയും ഫ്രെഡും പലപ്പോഴും ശണ്ഠകൂടി. തെറ്റായ സ്ഥലത്തു വീണ പന്ത്, അറിയാത്ത മട്ടിൽ ഫ്രെഡ് കാൽകൊണ്ട് തട്ടിനീക്കിയത്, ജോയുമായി വലിയൊരു വാഗ്വാദത്തിനിടയാക്കി. പിന്നീടവൾ സ്വയം തണുത്തു.

അൽപ്പം കള്ളക്കളി കളിച്ച് ഫ്രെഡ് ജയിച്ചതായി പ്രഖ്യാപിച്ചു.

"എതിരാളികളോട് ഔദാര്യം കാണിക്കുന്ന ഒരു സൂത്രം യാങ്കികൾക്കുണ്ട്." ജോ പറഞ്ഞു. "പ്രത്യേകിച്ച് അവരെ തോൽപ്പിക്കുമ്പോൾ." കാറ്റി അടിച്ച പന്തിനെ തൊടാതെവിട്ടുകൊണ്ട് ജോ ശക്തമായി തിരിച്ചടിച്ചു.

ലാറി തന്റെ തൊപ്പി വലിച്ചെറിഞ്ഞു. തന്റെ അതിഥികൾക്കിടയിൽ ഒരു ശത്രുത ഉടലെടുക്കാൻ അവനിഷ്ടമല്ല. ഹർഷാരവത്തിന്റെ ഇടയിൽ അവൻ ജോയോടു പറഞ്ഞു. "നീ ചെയ്തതു ശരിയായി. അവൻ ചതിയനാണ്. ഞാൻ കണ്ടു. നമുക്കങ്ങനെ പറയാൻ വയ്യ. പക്ഷെ, ഇനി ചെയ്യില്ല, ഞാനുറപ്പുതരാം."

മെഗ് ജോയെ മാറ്റിനിർത്തി, അവളുടെ മുടി ശരിയാക്കുന്ന മട്ടിൽനിന്നു; മെല്ലെ പറഞ്ഞു: "അവൻ വല്ലാതെ പ്രകോപനമുണ്ടാക്കി, പക്ഷെ നീ സമനില വിട്ടില്ല. അതിലെനിക്കു സന്തോഷമുണ്ട്".

ലഞ്ചിനു സമയമായി.

ബ്രൂക്ക് : "കമ്മിസ്സാർ തീയുണ്ടാക്കണം, വെള്ളം കൊണ്ടുവരണം മിസ്സ് മാർച്ചും മിസ്സ് സാലിയും ഞാനും ചേർന്ന് മേശയൊരുക്കാം. ആരാണ് നല്ല കാപ്പി ഉണ്ടാക്കുക."

മെഗ്: "ജോ ഉണ്ടാക്കും"

താൻ പഠിച്ച പാചകം തന്റെ ബഹുമതി വർധിപ്പിക്കും എന്ന് ജോ സന്തോഷിച്ചു. കുട്ടികൾ ചുള്ളിക്കമ്പുകൾ പെറുക്കിക്കൊണ്ടുവന്നു. ആൺകുട്ടികൾ അരുവിയിൽനിന്നു വെള്ളവും. അവർ, തീയുണ്ടാക്കി. ഫ്രാങ്ക് ബെത്തിനോട് സംസാരിക്കുന്നു. അവൾ, പ്ലെയ്റ്റ് ആയി ഉപയോഗിക്കുന്നതിന് കൊച്ചുപായകൾ മെടയുന്നു.

കമാണ്ടർ മേശയിൽ വിരിയിട്ട്, തിന്നാന്നും കുടിക്കാനുമുള്ളത് നിരത്തിവെച്ചു. പച്ചിലകൾകൊണ്ട് അലങ്കരിച്ചിരുന്നു അവ. ജോയുടെ കാപ്പി തയ്യാറായി. എല്ലാവരും ഇരുന്നു. ഹൃദ്യമായ ഭക്ഷണമേള. ഇടയ്ക്കിടെ, കൂട്ടമായ പൊട്ടിച്ചിരികൾ കുതിരയെ ഞെട്ടിച്ചുകൊണ്ടിരുന്നു.

"ആർക്കെങ്കിലും ഉപ്പ് വേണമെങ്കിൽ ഇവിടെയിതാ." ജോയ്ക്ക് ഒരു സോസറിൽ സ്റ്റോബറി കൊടുത്തുകൊണ്ടാണ് ലാറി പറഞ്ഞത്.

"നന്ദി, എനിക്ക് എട്ടുകാലിയെയാണിഷ്ടം" ക്രീമിൽ വീണു ചത്ത രണ്ടു എട്ടുകാലികളെ അവൾ തോണ്ടിയെടുത്തു. നീയെന്തിനാണ് ആ നശിച്ച പാർട്ടി വീണ്ടും ഓർമിപ്പിക്കുന്നത്.

ലാറി : "എനിക്കതൊരു നല്ല ദിവസമായിരുന്നു. അതിനാൽ മറക്കാനാവുന്നില്ല. ഇത് എന്റെ ക്രെഡിറ്റ് അല്ലെന്ന് നിനക്കറിയാമോ? ഞാനൊന്നും ചെയ്തില്ല. നീയും മെഗും ബ്രൂക്കും മറ്റുമാണ് എല്ലാം ശരിയാക്കിയത്. എനിക്ക് നിങ്ങളോടെല്ലാം കടപ്പാടുണ്ട്, എന്റെ ക്ഷണം സ്വീകരിച്ചതിൽ. കൂടുതൽ തിന്നാൻ പറ്റാത്തപ്പോൾ മറ്റെന്താണ് ചെയ്യുക?"

മിസ് കാറ്റിക്ക് ധാരാളം പുതിയ കളികൾ അറിയാം. തിന്നുമതിയായ ആൺകുട്ടികളും കൂടുതൽ തിന്നാൻ കഴിയാതിരുന്ന പെൺകുട്ടികളും 'സ്വീകരണമുറി'യിലേക്കു നീങ്ങി 'റിഗ്മരോൾ' എന്ന വിനോദത്തിൽ ഏർപ്പെടാൻ. കളിയുടെ വിശദീകരണം കാറ്റി നടത്തി.

ഒരാൾ ഒരു കഥ നിർമിച്ച് പറയുന്നു. ആവുന്നത്ര പറയാം. വികാരോജ്വലമായ രംഗത്ത് കഥ നിർത്തണം. അവിടെ നിന്ന് മറ്റൊരാൾ തുടരുന്നു, വീണ്ടും മറ്റൊരാൾ... അങ്ങനെയങ്ങനെ...

കാറ്റി : "മിസ്റ്റർ ബ്രൂക്ക് കഥ തുടങ്ങട്ടെ."

20

റിഗ് മരോൾ

ബ്രൂക്ക്: "ഒരിക്കൽ ഒരു യോദ്ധാവ് ഭാഗ്യാന്വേഷണവുമായി ലോകം ചുറ്റാൻ തുടങ്ങി. നല്ലവനായ ഒരു വൃദ്ധരാജാവിന്റെ കൊട്ടാരത്തിലെത്തി. മുഷ്കനായ ഒരു കുതിരക്കുട്ടിയെ മെരുക്കുന്നയാൾക്ക് പാരിതോഷികം പ്രഖ്യാപിച്ചിട്ടുണ്ട്. മെരുക്കുന്നതിന്റെ ഭാഗമായി, ദിവസങ്ങളോളം കുതിരക്കുട്ടിയെ തെരുവുകളിലൂടെ കൊണ്ടുപോയി. സ്വപ്നത്തിൽ മാത്രം കണ്ട സുന്ദരിയുടെ മുഖം അയാൾ അന്വേഷിക്കുന്നുമുണ്ട്.

കുതറിയോടുന്ന കുതിരക്കുട്ടിയേയും കൊണ്ടുപോകവേ, ഒരു നാൾ, ജീർണിച്ച കോട്ടയുടെ ജനലിൽ ആ മുഖം കണ്ടെത്തി. കുറെ രാജകുമാരിമാർ അവിടെ തടവിലാണ്. അയാൾ കയറിച്ചെന്നു വാതിലിൽ മുട്ടി. വാതിൽ തുറന്ന സുന്ദരി, അതിയായ സന്തോഷത്തോടെ വിളിച്ചു പറഞ്ഞു: ഒടുവിൽ, ഒടുവിൽ..."

ഫ്രഞ്ചുനോവലുകൾ വായിച്ചിട്ടുള്ള കാറ്റി കഥ തുടർന്നു:

"ഇതവൾ തന്നെ" യോദ്ധാവ് ഹർഷോന്മാദത്തോടെ പറഞ്ഞു. 'എഴുന്നേൽക്ക്' മാർബിൾ പോലെ സുന്ദരമായ കൈനീട്ടിക്കൊണ്ടവൾ മൊഴിഞ്ഞു. "ഇല്ല!"

"എനിക്ക് നിന്നെയെങ്ങനെ രക്ഷപ്പെടുത്താനാവും?" മുട്ടുകുത്തിനിന്നുകൊണ്ടാണവൾ പറയുന്നത്.

"എന്നെ ഈയവസ്ഥയിൽ എത്തിച്ച നിഷ്ഠൂരൻ മരിക്കുന്നതുംവരെ ഞാനിവിടെ കഴിയേണ്ടിയിരിക്കുന്നു."

"അയാളെവിടെ?"

"മോവ്സലോൺ."

യോദ്ധാവ് കുതിരയോടിച്ചുപോയി. മോവ്സലോണിലെ കെട്ടിടത്തിൽ കടക്കാൻ തുടങ്ങവെ"...............................

നെഡ് കഥ തുടർന്നു:

"കറുത്ത ഗൗൺ അണിഞ്ഞ വൃദ്ധൻ, ഒരു ഗ്രീക്ക് ലെക്സിക്കൺ, യോദ്ധാവിനു നേരെ വലിച്ചെറിഞ്ഞു. പരിക്കുപറ്റി. എങ്കിലും തിരിച്ചു പോകണമല്ലോ. സംഘർഷത്തിന്നിടയിൽ കൈമുട്ട് തട്ടി വാതിലടഞ്ഞു. കർട്ടൺ വലിച്ചുകീറി കയറുണ്ടാക്കി ജാലകത്തിലൂടെ ഇറങ്ങിത്തുടങ്ങി. കയർ പൊട്ടി അറുപതടി താഴ്ചയുള്ള കിടങ്ങിൽ പതിച്ചു. കിടങ്ങിലെ വെള്ളത്തിൽ താറാവിനെപ്പോലെ നീന്തി, മറ്റൊരു വാതിലിലെത്തി. രണ്ടു തടിയന്മാർ അവിടെ കാവലുണ്ട്. അവരുടെ തലകൾ പരസ്പരം കൂട്ടിയിടിച്ചു. വാതിൽ തുറന്നു. പൊടിനിറഞ്ഞ പടവുകൾ കയറിത്തുടങ്ങി; മുകളിൽ കണ്ട കാഴ്ച അയാളുടെ രക്തം മരവിപ്പിച്ചു. ...."

മെഗ് കഥ തുടർന്നു.

"പൊക്കമുള്ള, മുഖാവരണം ധരിച്ച രൂപം അയാളെ എതിരേറ്റു. കയ്യിൽ വിളക്ക്. യോദ്ധാവിന്റെ മുമ്പിൽ നടന്നു നീങ്ങി. ശവക്കോട്ട പോലെ തണുത്ത സ്ഥലം. വശത്തെ ഇരുട്ടിൽ ആയുധമണിഞ്ഞ നിഴൽ രൂപങ്ങൾ. ശ്മശാന നിശ്ശബ്ദത. നീലനിറത്തിൽ വിളക്ക് കത്തുന്നു. പ്രേതരൂപി യോദ്ധാവിന്റെ നേർക്ക് തിരിഞ്ഞു, തിളങ്ങുന്ന കണ്ണുകൾ.

മുമ്പിൽ തിരശ്ശീലയിട്ട മുറിയിൽനിന്ന് മനോഹര സംഗീതം. യോദ്ധാവ് മുന്നോട്ടു കുതിച്ചു. പ്രേതരൂപി അയാളെ തള്ളിനീക്കി, ഭീഷണിയോടെ മുമ്പിൽ.................."

കഥ ജോ ഏറ്റെടുത്തു

"ഒരു പൊടി ഡപ്പി നീട്ടി. യോദ്ധാവ് അതിൽനിന്ന് ഒരുനുള്ളെടുത്തു. ഏഴുതവണ വലിച്ചപ്പോൾ തലതെറിച്ചു പോയി. പ്രേതരൂപി പൊട്ടിച്ചിരിച്ചു.

സുന്ദരിയെ കണ്ടവനാകയാൽ അവനെ ഒരു തകരപ്പെട്ടിയിലടച്ചു. യോദ്ധാക്കൾ പതിനൊന്നുപേർ അതിലുണ്ട്. തലയില്ലാതെ, മത്തി അടുക്കിയപോലെ.

അവരെല്ലാം എഴുന്നേറ്റു നിന്നു, ..."

ഫ്രെഡ് കഥ തുടർന്നു.

''ഡാൻസു ചെയ്യാൻ തുടങ്ങി. ക്രമേണ അതൊരു യുദ്ധമായി. ബ്രിട്ടീഷുകാരും പോർച്ചുഗീസുകാരുമുണ്ടതിൽ.

യുദ്ധത്തിനിടയിൽ പെട്ടി വെള്ളത്തിൽ വീണു............"

സാലി: "ഒരു മെർമെയ്ഡ് അവരെ സ്വാഗതം ചെയ്തു. പെട്ടിയിൽ തലയില്ലാത്ത യോദ്ധാക്കളാണെന്നു കണ്ട് അവൾ വല്ലാതെ സങ്കടപ്പെട്ടു. അവൾ അവരെയെല്ലാം ഉപ്പിട്ടുസൂക്ഷിച്ചു.

ഒരു മുങ്ങൽ വിദഗ്ധൻ അവിടെയെത്തി.

'നീ ഇത് മുകളിൽ എത്തിക്കണം. ഇതിൽ പവിഴങ്ങളാണ്,' യോദ്ധാക്കളെ വീണ്ടും ജീവിപ്പിക്കാൻ ഉദ്ദേശിച്ചാണ് മെർമെയ്ഡ് അങ്ങനെ പറഞ്ഞത്.

കരയിലെത്തിയ അയാൾ പവിഴങ്ങൾ കാണാഞ്ഞ് നിരാശനായി, വയലിൽ ഉപേക്ഷിച്ചു. പെട്ടി കണ്ടത്............."

ആമി: ' ഒരുപെൺകുട്ടിയാണ്. അവൾ നൂറ് അരയന്നങ്ങളെ വളർത്തു

ന്നു. പെൺകുട്ടിക്ക് സങ്കടമായി. അവരെ എങ്ങനെയാണ് ജീവിപ്പിക്കുകയെന്ന് ഒരു വൃദ്ധയോട് ചോദിച്ചു. അരയന്നങ്ങളോട് ചോദിക്കാനാണ് വൃദ്ധ പറഞ്ഞത്.

നൂറ് അരയന്നങ്ങൾ വാ പിളർന്നു ....”

ലാറി: ‘കാബേജുകൾ! അവൾ തോട്ടത്തിലേക്കോടി പന്ത്രണ്ട് നല്ല കാബേജുകൾ പറിച്ചെടുത്തു. തലയുടെ സ്ഥാനത്തു വെച്ചപ്പോൾ അവർ എഴുന്നേറ്റു. പോയ തലയ്ക്കു പകരം കാബേജ് തലയാണെന്ന് അവർ അറിഞ്ഞതേയില്ല.

ഒടുവിലെത്തിയ യോദ്ധാവ് പെൺകിടാവിനെ അന്വേഷിച്ചു പോയി. പെൺകുട്ടി പൂപറിക്കുന്നു.

‘നീയെനിക്കൊരു റോസാപ്പൂതരുമോ?’

‘ഇവിടെവന്നു കൊണ്ടുപോ.’

യോദ്ധാവ് മതിൽ കയറാൻ ശ്രമിച്ചു. മതിലിന് ഉയരം കൂടിക്കൊണ്ടേയിരുന്നു. തുളയ്ക്കാൻ ശ്രമിച്ചു. കനം കൂടിക്കൊണ്ടേയിരുന്നു. ഒടുവിൽ ഒരു തുളയുണ്ടാക്കി.’

അവൻ കടന്നോ ഇല്ലയോ എന്ന് ഫ്രാങ്ക് പറയും.

ഫ്രാങ്ക്: “എനിക്കുകഴിയില്ല; ഞാൻ കളിക്കുന്നില്ല.”

ബെത്ത് ജോയുടെ പിന്നിൽ മറഞ്ഞു.

ഗ്രെയ്സ് ഉറങ്ങിക്കഴിഞ്ഞു!

“ആ യോദ്ധാവ് അങ്ങനെ മതിലിൽ അള്ളിപ്പിടിച്ചു നിൽക്കട്ടെ. – അല്ലേ.” ബ്രൂക്ക് ചിരിച്ചു.

“ഞാൻ ഊഹിക്കുന്നത് രാജകുമാരി ഒരു പൂങ്കുലതന്നെ കൊടുത്ത്, അവനായി വാതിൽ തുറക്കുമെന്ന്.”

ലാറി ചിരിച്ചുകൊണ്ട് ഒരു അത്തിപ്പഴം തന്റെ ട്യൂട്ടർക്ക് എറിഞ്ഞു കൊടുത്തു.

ജോ : “അല്ലയോ എഴുത്തുകാരെ, നമ്മുടെ മനസ്സ് നവീകരിക്കാൻ അർഥപൂർണമായൊരു കളി കളിക്കാം.”

നെഡും ഫ്രാങ്കും ചെറിയ പെൺകുട്ടികളും പങ്കെടുത്തു. മുതിർന്ന മൂന്നുപേർ മാറിയിരുന്ന് സംസാരിച്ചു. കാറ്റി വരയ്ക്കാൻ തുടങ്ങി. മാർഗരറ്റ് നോക്കിയിരുന്നു. ബ്രൂക്ക് ഒരു പുസ്തകവുമായി പുല്ലിൽ മലർന്നു കിടന്നു.

മെഗ്: “നീ എന്തു ഭംഗിയായി വരയ്ക്കുന്നു? എനിക്കും കഴിഞ്ഞെങ്കിൽ!”

കാറ്റി: “നീ എന്തുകൊണ്ട് പഠിച്ചില്ല. നിനക്ക് അഭിരുചി ഉണ്ടെന്നാണ് ഞാൻ കരുതുന്നത്.”

മെഗ്: “എനിക്കു സമയമില്ല.”

കാറ്റി: “നിന്റെ മമ്മയ്ക്ക് വേറെ ചിലത് ചെയ്യിക്കാനാണ് മോഹം. എന്റേയും അങ്ങനെത്തന്നെ. ഞാൻ അമ്മയറിയാതെ ചിത്രകലാക്ലാസിൽ പങ്കെടുത്ത് കഴിവ് തെളിയിച്ചു. ഇപ്പോൾ അമ്മയും അനുകൂലമാണ്. നിന്റെ ഗവർണസിനോടൊത്ത് ചെയ്തു കൂടേ?”

മെഗ്: "എനിക്കു ഗവർണസ്സ് ഇല്ല."

കാറ്റി: "അമേരിക്കയിൽ ധാരാളം ചെറുപ്പക്കാരികൾ സ്കൂളിൽ പോകുന്നു. അവിടെ നല്ല സ്കൂൾ ഉണ്ടെന്ന് പപ്പാ പറയും. നീ സ്വകാര്യ വിദ്യാലയത്തിലാണ്, പോകുന്നത്, അല്ലേ?"

മെഗ്: "ഞാൻ വിദ്യാലയത്തിൽ പോകുന്നില്ല. ഞാൻ തന്നെ ഒരു ഗവർണസ്സ് ആകുന്നു."

കാറ്റി: "ഓ, അങ്ങനെയാണോ?"

അതു ഭയങ്കരമാണല്ലോ എന്നുകൂടി കാറ്റി പറയുമായിരുന്നു. സ്വരം അതാണ് സൂചിപ്പിക്കുന്നത്. മുഖത്തെ ഏതോ ഭാവം മെഗിനെ വിഷണ്ണയാക്കി.

21

ഉല്ലാസയാത്രയുടെ സമാപനം

മിസ്റ്റർ ബ്രൂക്ക് തലയുയർത്തി.

"തങ്ങളുടെ പൂർവികരെപ്പോലെ, അമേരിക്കയിലെ ചെറുപ്പക്കാരികളും സ്വാതന്ത്ര്യം ആഗ്രഹിക്കുന്നു. സ്വപ്രയത്നത്താൽ ജീവിക്കുന്നത് അന്തസ്സായി കാണുകയും ചെയ്യുന്നു."

"അതു വളരെ നല്ലൊരു കാര്യം തന്നെയാണ്."

"മിസ്സ് മാർച്ച്, ജർമൻ ഗാനം നല്ലതല്ലേ." അൽപ്പം വിഷമിച്ചുകൊണ്ടാണ് ബ്രൂക്ക് ചോദിക്കുന്നത്.

മെഗ് : "ഓ, വളരെ മധുരമായ ഗാനം. എനിക്കു വേണ്ടി അതു പരിഭാഷപ്പെടുത്തിയ ആൾക്ക് ഞാൻ കടപ്പെട്ടിരിക്കുന്നു."

ലജ്ജകൊണ്ട് അവളുടെ മുഖം ചുവന്നു.

'നീ ജർമൻ സംസാരിക്കില്ലേ?" മിസ്സ് കാറ്റി ചോദിച്ചു.

മെഗ്: "അത്രനന്നായിട്ടില്ല. അച്ഛനാണ് പഠിപ്പിച്ചത്. അച്ഛൻ ദൂരെ പോയപ്പോൾ എനിക്കത് തുടരാൻ കഴിഞ്ഞില്ല."

"ഇപ്പോൾ കുറച്ചു ശ്രമിച്ചുനോക്ക്. ഇതാ ഒരു പുസ്തകം. പഠിപ്പിക്കാൻ ഇഷ്ടമുള്ള ഒരു ട്യൂട്ടറും ഇവിടെയുണ്ട്."

ബ്രൂക്ക്, തന്റെ കയ്യിലിരുന്ന പുസ്തകം ഒരു പുഞ്ചിരിയോടെ മെഗിന്റെ മടിയിലേക്കിട്ടു.

മെഗ്: "ഇത് ഇത്തിരി കടുപ്പമാണ്. ഞാൻ ശ്രമിച്ചു നോക്കാം."

കാറ്റി: "നിനക്ക് പ്രോത്സാഹനമായി ഞാനിത്തിരി വായിച്ചു കേൾപ്പിക്കാം."

കവിതയിലെ മനോഹരമായൊരു ഭാഗം കാറ്റി ശരിയായി വായിച്ചു, തികച്ചും ഭാവരഹിതയായി!

മിസ്റ്റർ ബ്രൂക്ക് ഒന്നും പറഞ്ഞില്ല. കാറ്റി പുസ്തകം മെഗിനു കൊടുത്തു.

"ഞാൻ കരുതി, കവിതയാണെന്ന്."

"ചിലതുണ്ട്. ഇതൊന്നു നോക്ക്."

മേരിയുടെ വിലാപഗാനം കാട്ടിക്കൊടുത്തപ്പോൾ ബ്രൂക്കിന്റെ മുഖത്ത് മന്ദസ്മിതം.

ഒരു നീണ്ട പുല്ലിഴകൊണ്ട് ബ്രൂക്ക് കാണിച്ച ഭാഗം മെഗ് വായിച്ചു തുടങ്ങി. സാവകാശത്തിൽ, പേടിയോടെ, സ്വയംമറന്ന്, സംഗീതാത്മകമായി, താളലയത്തോടെ. പെട്ടെന്ന് തന്റെ ശ്രോതാക്കളെ മറന്നുകൊണ്ട്, തനിച്ചെന്നമട്ടിൽ, ദുഃഖകരമായ ഒരു രംഗത്തിന്റെ ഭാവാത്മക ഭംഗി അവതരിപ്പിച്ചു. സന്തോഷരഹിതയായ റാണിയുടെ വാക്കുകൾക്ക് നേരിയ ദുഃഖഭാവം പകർന്നു. വായനയിൽ ശ്രദ്ധിക്കുന്ന മുഖത്തെ തവിട്ടു നേത്രങ്ങൾ മെഗ് കാണാനിടയായിരുന്നെങ്കിൽ ഉടൻ വായനനിർത്തിയേനെ. എന്നാൽ മെഗ് മുഖം ഉയർത്തിയതേയില്ല.

പാഠം ഭംഗിയായി.

മിസ്സ് കാറ്റി, കണ്ണടമാറ്റി, ഒരു നിശ്ചലചിത്രംപോലെ മുമ്പിലിരിക്കുന്ന മെഗിനെ നോക്കി, വരയ്ക്കുന്ന പുസ്തകം അടച്ച്, താഴെക്കിടയിൽ ഉള്ളവരോട് ദാക്ഷിണ്യം കാണിക്കുന്ന മട്ടിൽ പറഞ്ഞു:

"നിന്റെ ഉച്ചാരണ രീതി നന്നായിരിക്കുന്നു. ക്രമേണ നല്ലൊരു വായനക്കാരിയാകും. ഞാൻ ഗ്രേസിനെ അന്വേഷിക്കട്ടെ. അവൾ ബഹളം വെച്ച് നടക്കുകയാവും."

മിസ്സ് കാറ്റി നടന്നു നീങ്ങി.

"ഒരുഗവർണസിന്ന് അകമ്പടി സേവിക്കാനൊന്നുമല്ല ഞാൻ വന്നത്. അവൾ സുന്ദരിയായ ചെറുപ്പക്കാരിയാണെങ്കിൽ എനിക്കെന്ത്! ഈ യാങ്കികൾ വല്ലാത്തൊരു വർഗം തന്നെ."

"ഇംഗ്ലീഷുകാർ, ഗവർണസുകളുടെ നേരെനിന്ന് മുഖം തിരിച്ചു പോയ്ക്കളയും എന്ന കാര്യം ഞാനും മറന്നു."

നടന്നു നീങ്ങുന്ന രൂപംനോക്കി അസഹ്യതയോടെ മെഗും പറഞ്ഞു.

ബ്രൂക്ക്:" ട്യൂട്ടർമാർക്കും ഇതേ അനുഭവമാണ്. നമുക്ക് അതായത് ജോലി ചെയ്യുന്നവർക്ക് അമേരിക്കയെപ്പോലെ നല്ലൊരു സ്ഥലമില്ല, മിസ്സ് മാർഗരറ്റ്."

മെഗിന്റെ വാക്കുകൾ ബ്രൂക്കിന് സന്തോഷമായി.

മെഗ്: "എന്റെ ജോലി എനിക്കിഷ്ടമല്ല. എങ്കിലും ജോലിയിൽ സംതൃപ്തി ലഭിക്കുന്നുണ്ട്. അതുകൊണ്ട് പരാതിയില്ല. നിങ്ങളെപ്പോലെ ടീച്ചിങ് ആണ് ഞാൻ ആഗ്രഹിക്കുന്നത്."

ബ്രൂക്ക്: "പഠിപ്പിക്കാൻ ലാറിയെപ്പോലൊരുവനെ കിട്ടിയിരുന്നെങ്കിൽ നീയൊരു ടീച്ചർ ആവും. അടുത്തവർഷം അവനെ കിട്ടാത്തതിൽ എനിക്കു ദുഃഖമുണ്ട്."

മെഗ് : "അവൻ കോളേജിൽ ചേരാനുദ്ദേശിക്കുന്നു, അല്ലേ?"

'നിങ്ങൾ എന്തു ചെയ്യും?' എന്ന് കണ്ണുകളും ചോദിച്ചു.

ബ്രൂക്ക്: "അതെ, അവൻ കോളെജിൽ ചേരേണ്ട സമയം കഴിഞ്ഞു. പോകാൻ ഒരുങ്ങിയിരിപ്പാണ്. പോയാലുടൻ ഞാൻ സൈന്യത്തിൽ ചേരും."

മെഗ്: "എനിക്കു സന്തോഷം. എല്ലാചെറുപ്പക്കാരും യുദ്ധത്തിനു പോകണമെന്നല്ല; വീട്ടിൽ അമ്മമാർക്കും സഹോദരിമാർക്കും അതുവിഷമം ഉണ്ടാക്കുമെങ്കിലും."

ബ്രൂക്ക്: "എനിക്ക് അമ്മയും സഹോദരിയും ഇല്ല. കുറച്ചു സുഹൃത്തുക്കൾ മാത്രം, ഞാൻ മരിച്ചോ ജീവിച്ചിരിക്കുന്നോ എന്നു നോക്കുന്നതിന്." ബ്രൂക്കിന്റെ സ്വരം പരുഷമാണ്.

മെഗ്: "ലാറിയും മുത്തശ്ശനും താങ്കളുടെ കാര്യം ശ്രദ്ധിക്കുന്നു. എന്തെങ്കിലും ആപത്തു പിണഞ്ഞാൽ ഞങ്ങൾക്കെല്ലാം ദുഃഖമുണ്ടാകും." ഹൃദയസ്പർശിയാണ് മെഗിന്റെ സ്വരം.

ബ്രൂക്ക്: "നന്ദി. എനിക്കു സന്തോഷം തോന്നുന്നു." അയാൾ വീണ്ടും ഉന്മേഷഭരിതനായി. കൂടുതൽ എന്തെങ്കിലും പറയും മുമ്പ് നെഡ് അവിടെയെത്തി, തന്റെ അശ്വാഭ്യാസ പാടവം യുവതികൾ കാണട്ടേയെന്ന മട്ടിൽ.

"കുതിരസവാരി നിനക്കിഷ്ടമല്ലേ?" ഗ്രേസ് ആമിയോട് ചോദിച്ചു.

ആമി:"ഞാൻ മണ്ടത്തരം കാണിക്കും. എന്റെ സഹോദരി മെഗ് സവാരി ചെയ്യാറുണ്ടായിരുന്നു. പപ്പ ധനികനായിരുന്നപ്പോൾ. ഇപ്പോൾ ഞങ്ങൾക്ക് കുതിരയില്ല, എലൻ ട്രീ മാത്രം. ആമി ചിരിച്ചുകൊണ്ടാണ് പറഞ്ഞത്."

ഗ്രേസ്: "ആരാണ് എലൻ ട്രീ, കഴുതയാണോ?"

ആമി: ''നിനക്കറിയോ. ജോയ്ക്ക് കുതിരയെന്നു വെച്ചാൽ ഭ്രാന്താണ്. എനിക്കും അങ്ങനെത്തന്നെ. പക്ഷേ ഇപ്പോൾ ജീനിമാത്രം. ഞങ്ങളുടെ ആപ്പിൾ മരത്തിൽ ചാഞ്ഞുകിടക്കുന്ന ശിഖരമുണ്ട്. ഞാൻ അതിൽ കടിഞ്ഞാൺ കെട്ടും. തോന്നുമ്പോഴെല്ലാം അതിൽ കയറി കുതിക്കുന്നു."

"എന്തു തമാശ!" ഗ്രേസ് ചിരിച്ചു.

ഗ്രേസ്: "എനിക്കൊരു കുതിരക്കുട്ടിയുണ്ട്. അതിന്റെ പുറത്തുകയറി ഫ്രെഡിയോടും കാറ്റിയോടുമൊപ്പം എല്ലാ ദിവസവും പാർക്കിൽ പോകും. എന്റെ കൂട്ടുകാരും വരും."

ആമി: "എന്തു രസമായിരിക്കും! ഒരിക്കൽ ഞാനും വിദേശത്തുപോവും. റോമിൽ പോകാനാണ് എനിക്കിഷ്ടം."

പെൺകുട്ടികളുടെ അൽപ്പം പിറകോട്ടു മാറി ഇരുന്ന ഫ്രാങ്ക് അവർ പറയുന്നതെല്ലാം കേട്ടു. അക്ഷമ നിറഞ്ഞ അംഗവിന്യാസത്തോടെ അവൻ ക്രച്ച് തള്ളിനീക്കി; എല്ലാത്തരം കായികമണ്ടത്തരങ്ങളിലും ഏർപ്പെടുന്നവരെ നോക്കിയിരുന്നു.

ബെത്ത് ലജ്ജയോടെയെങ്കിലും, സൗഹൃദഭാവത്തിൽ അവനെ നോക്കി ചോദിച്ചു:

"നീ ക്ഷീണിച്ചുവല്ലോ. ഞാനെന്തെങ്കിലും ചെയ്യേണ്ടതുണ്ടോ?"

ഫ്രാങ്ക് : "തനിച്ചിരുന്ന് മടുത്തു. എന്നോടെന്തെങ്കിലും സംസാരിക്ക്."

ബെത്ത്: "എന്തിനെക്കുറിച്ച് കേൾക്കാനാണ് ഇഷ്ടം?"

ഫ്രാങ്ക് : "ക്രിക്കറ്റ്, ബോട്ടിങ്, നായാട്ട്."

'എന്റീശ്വരാ, ഞാനെന്തു ചെയ്യും.? ഇതൊന്നും എനിക്കറിയില്ലല്ലോ' ഇങ്ങനെ ചിന്തിച്ച് ബെത്ത്, ആ ബാലന്റെ വൈകല്യം പെട്ടെന്നു മറന്നു പോയി.

ബെത്ത് :"ഞാൻ നായാട്ടുകണ്ടിട്ടേയില്ല. നിനക്ക് അതേക്കുറിച്ച് അറിയുമെന്ന് ഞാൻ കരുതുന്നു."

ഫ്രാങ്ക് : "ഒരിക്കൽ ഞാൻ നായാട്ടിനുപോയി. ഇനി പോവുകയുമില്ല! താറുമാറായിക്കിടക്കുന്ന ഒരു ഗേറ്റ് ചാടിക്കടന്നപ്പോൾ പരിക്കുപറ്റി. ഇനിയൊരിക്കലും കുതിരയോ വേട്ടനായ്ക്കളോ എന്റെ ജീവിതത്തിലുണ്ടാകില്ല."

ഒരു നെടുവീർപ്പോടെയാണ് ഫ്രാങ്ക് പറഞ്ഞത്. അറിയാതെ യെങ്കിലും, തന്റെ സംസാരത്തിൽ ബെത്ത് പരിതപിച്ചു.

ബെത്ത് : "ഞങ്ങളുടെ എരുമകളേക്കാൾ, നിങ്ങളുടെ മാനുകൾ തന്നെയാണ് മനോഹരം."

അവൾ മൈതാനത്തേക്ക് ശ്രദ്ധതിരിച്ചു. പോത്തുകൾ ആശ്വാസവും സംതൃപ്തിയും നൽകും. എന്നാൽ മറ്റൊരാളെ ഉല്ലസിപ്പിക്കാനുള്ള ശ്രമത്തിൽ ബെത്ത് സ്വയം മറന്നു.

തനിക്ക് ആരിൽ നിന്നാണോ സംരക്ഷണം തേടിയത്, അവനോട് തന്നെ ബെത്ത് രസമായി സംസാരിക്കുന്ന അസാധാരണ കാഴ്ച ജോയെ വിസ്മയിപ്പിച്ചു.

അവൾ അനുഗ്രഹിക്കപ്പെടട്ടെ. അവൾക്ക് കാരുണ്യമുണ്ട്. അവൾ അവനോട് നന്നായി പെരുമാറുന്നു.

ഒരു ഗ്രാമീണ സർക്കസും അൽപ്പം പന്തുകളിയും കൂടി അവരുടെ സായാഹ്നം ഉന്മേഷപ്രദമാക്കി.

സൂര്യാസ്തമയത്തോടെ എല്ലാം കെട്ടിപ്പെറുക്കി മടക്കയാത്രയ്ക്ക് തയാറായി. രണ്ടു ബോട്ടുകളിലും ഉച്ചത്തിലുള്ള ഗാനാലാപനം. നെഡ് വികാരാധീനനായി ഒരു നിശാസംഗീതം ആലപിച്ചുകൊണ്ടിരുന്നു.

ഏകാന്തതയിൽ ഞാൻ ദുഃഖിതനാണ്.
നാം ചെറുപ്പക്കാർ, നമുക്ക് ഹൃദയമുണ്ട്.
പിന്നെ നാമെന്തിന്ന് തണുപ്പൻമട്ടിൽ
തനിച്ചുനിൽക്കുന്നു ....

അവസാന വരിയോടെ അവൻ മെഗിന്റെ മുഖത്തു നോക്കി. അവൾ പ്രകടമായി ചിരിച്ചപ്പോൾ പാട്ടിനു ഭംഗംവന്നു.

നെഡ് : "നീയെന്നോടെന്താണിത്ര ക്രൂരയായിരിക്കുന്നത്?" ഒച്ചപ്പാടിനിടയിൽ അവൻ മെഗ്ഗിനോട് പതുക്കെ ചോദിച്ചു "നീയെപ്പോഴും ആ ഇസ്തിരിക്കുപ്പായക്കാരൻ ഇംഗ്ലീഷുകാരനൊപ്പമാണ്. ഇപ്പോൾ നീയെന്നെ അധിക്ഷേപിക്കുന്നു."

"ഞാനതൊന്നും ഉദ്ദേശിച്ചതല്ല. തമാശ തോന്നിയപ്പോൾ ചിരിച്ചു."

മെഗ് അവനെ ബോധപൂർവം ഒഴിവാക്കുകയായിരുന്നു; മോഫത് വിരുന്നിൽ കേട്ട സംഭാഷണം കാരണം.

താൻ നിന്ദിക്കപ്പെട്ടതായി അവനു തോന്നി. ആശ്വാസത്തിന്നായി

സാലിയുടെ നേരെതിരിഞ്ഞു.

"ഒന്നു വിലസി നടക്കുന്ന മട്ടേയില്ല, അവൾക്ക്, അല്ലേ?"

"തീരെയില്ല. എന്നാലവൾ എനിക്ക് പ്രിയപ്പെട്ടവളാണ്."

സാലി, സുഹൃത്തിന്റെ രക്ഷയ്ക്കെത്തി.

പുൽത്തകിടിയിൽ തിരിച്ചെത്തി. ഔപചാരിക യാത്രപറയലുകൾക്ക് അവർ ചെറു സംഘങ്ങളായി. കാരണം, വോഗൻസ് കാനഡയിലേക്ക് പോകുന്നു. നാലുസഹോദരിമാർ വീട്ടിലേക്കുതിരിച്ചു. കാറ്റി അവരെ നോക്കിനിന്നു, പറഞ്ഞു: "സ്വയം പ്രദർശിപ്പിക്കുന്ന മട്ട് ഉണ്ടെങ്കിലും, പരിചയപ്പെട്ടു കഴിഞ്ഞാൽ അമേരിക്കൻ പെൺകുട്ടികൾ നല്ലവരാണ്."

"അത് ഞാനും സമ്മതിക്കുന്നു." —ബ്രൂക്ക്.

22

ആകാശക്കോട്ടകൾ

സെപ്തംബറിലെ ചൂടുള്ള സായാഹ്നം. ലാറി ആട്ടുകട്ടിലിൽ ആടി ക്കൊണ്ട്, തന്റെ അയൽക്കാർ എവിടേക്കാണ് ധൃതിപ്പെട്ടുപോകുന്നതെന്ന് അതി ശയിച്ചു.

എല്ലാവരും തൊപ്പി ധരിച്ചിട്ടുണ്ട്. വലിയൊരു സഞ്ചി ചുമലിൽ. ഒരു നീണ്ട വടിയും. കൂടാതെ മെഗിന്റെ കയ്യിൽ ഒരു കുഷ്യൻ. ജോയ്ക്ക് ഒരു പുസ്തകം. ബെത്തിനൊരു പാത്രം. ആമിക്ക് ഒരു കടലാസ് ഫയൽ. അവർ നിശ്ശബ്ദം തോട്ടത്തിൽകൂടി നടന്ന്, പിൻപുറത്തെ ഗേറ്റ് തുറന്ന് കുന്നുകയറാൻ തുടങ്ങി. വീടിനും നദിക്കും ഇടയിലാണ് കുന്ന്.

'അവർ എന്നോടു പറയാതെ പിക്നിക്കിനു പോവുകയാവണം. പക്ഷേ അവർക്ക് ബോട്ടിൽ പോകാനാവില്ലല്ലോ. താക്കോൽ അവരുടെ കയ്യിലില്ല. എടുക്കാൻ മറന്നതാവണം.'

താക്കോലുമായി, ബോട്ട്ഹൗസിലേക്കുള്ള എളുപ്പവഴിയിൽക്കൂടി ലാറി അതിവേഗം നടന്നു, അവിടെ കാത്തിരുന്നു. ആരും വന്നില്ല. ഒരു നിരീക്ഷണം നടത്താൻ കുന്നിൽ മുകളിൽ കയറി. കുന്നന്റെ ഒരു വശത്ത് പൈൻ മരക്കാടുണ്ട്. അതിന്റെ ഉള്ളിൽ നിന്ന് ശബ്ദം കേൾക്കുന്നു. മേൽ ഭാഗം ഇലകൾകൊണ്ട് മറഞ്ഞിരിക്കുന്നു. പൈൻമരത്തിന്റെ മർമരമോ ചീവിടുകളുടെ ഒച്ചയോ അല്ല.

ഇതാ, അവിടെയല്ലാവരും മരത്തണലിൽ ഇരിക്കുന്നു. വെയിലും നിഴലും അവരുടെ ശരീരത്തിൽ ഒളിച്ചുകളി നടത്തുന്നു. പിങ്ക് വർണ ത്തിൽ ഉടുപ്പുധരിച്ച മെഗ് ഒരു റോസാപ്പൂപോലെയുണ്ട്. ഒരു കുഷ്യനിൽ ഇരുന്ന് എന്തോ തുന്നുന്നു. ബെത്ത് പൈൻമരത്തിന്റെ കോണുകൾ ശേഖ രിക്കുന്നു. ആമി ചിത്രംവരയ്ക്കുന്നു. ജോ വായിക്കുകയും കമ്പിളി തുന്നു കയുമാണ്.

തിരിച്ചു പോയാലോ എന്ന് അവൻ ആലോചിച്ചു. എന്നാൽ അവിടത്തെ ഏകാന്തത പൊറുക്കാനാവില്ല.

പൈൻമരത്തിൽ നിന്നിറങ്ങിവന്ന ഒരു അണ്ണാൻ, നിശ്ചലനായി നിൽക്കുന്ന ലാറിയുടെ സമീപത്തെത്തി ഉറക്കെ ശബ്ദിച്ചുകൊണ്ടിരുന്നു. ബെത്ത് തല ഉയർത്തിയപ്പോൾ ലാറിയുടെ ആകാംക്ഷാഭരിതമായ മുഖം. ഒരു പുഞ്ചിരിയോടെ അവനെ ക്ഷണിച്ചു.

"ഞാൻ വരട്ടെ. അതോ, ഞാനൊരു ശല്യമാകുമോ." സാവകാശത്തിൽ മുമ്പോട്ടു നടന്നുകൊണ്ടവൻ ചോദിച്ചു.

മെഗ് പുരികമുയർത്തി, ജോ ഈർഷ്യയോടെ അവളെ നോക്കി.

"വേണമെങ്കിൽ വരാം. ഞങ്ങൾ ആദ്യമേ ചോദിക്കേണ്ടതായിരുന്നു. പെൺകുട്ടികളുടെ കളികൾ നിങ്ങൾ കാര്യമാക്കാറില്ലല്ലോ എന്നുകരുതി."

"നിങ്ങളുടെ കളികൾ എനിക്ക് എപ്പോഴും ഇഷ്ടമാണ്. മെഗിന്ന് ഇഷ്ടമല്ലെങ്കിൽ ഞാൻ പോവാം."

മെഗ്: "എനിക്ക് എതിർപ്പില്ല. നീ എന്തെങ്കിലും പണി ചെയ്യണം. വെറുതെ ഇരിക്കുന്നത് ഇവിടത്തെ നിയമത്തിനെതിരാണ്."

ലാറി: "ഉത്തരവുപോലെ. ഇവിടെ നിൽക്കാൻ അനുവദിച്ചാൽ ഞാൻ എന്തു ജോലിയും ചെയ്യാം. അവിടെ വീട്ടിൽ, സഹാറപോലെ വിരസമാണ്. തുന്നുന്നോ വായിക്കണോ കോൺപെറുക്കണോ വരയ്ക്കണോ! അതോ എല്ലാം കൂടി ചെയ്യണോ?"

ജോ: " എന്നാൽ ഈ കഥ പൂർത്തിയാക്ക്, ഞാനെന്റെ ചെരുപ്പൊന്നു ശരിയാക്കട്ടെ." ജോ പുസ്തകം കൊടുത്തു.

"ശരി." അവൻ വിനയാന്വിതനായി. 'ബിസിബീ സൊസൈറ്റി' യിലേക്ക് പ്രവേശനം തന്നതിന് അവൻ സന്തുഷ്ടനായി.

കഥ നീണ്ടതല്ല. അവൻ വേഗം വായിച്ചു തീർത്തു. പിന്നെ, ചില ചോദ്യങ്ങൾ ചോദിക്കാൻ സാഹസം കാട്ടി.

ലാറി: "ദയവായി പറയുക, ഈ സംഘടന പുതിയതാണോ?"

മെഗ്: "നീ പറയ് ആമി?"

ആമി: "അവൻ ചിരിക്കും."

ജോ: "അവന്റെ ചിരി ആരു കണക്കിലെടുക്കുന്നു?"

ബെത്ത്: "അവൻ ഇഷ്ടപ്പെടുമെന്ന് ഞാൻ ഊഹിക്കുന്നു."

ലാറി: "ഞാൻ ഇഷ്ടപ്പെടും. ചിരിക്കില്ലെന്നുറപ്പുതരാം. ജോ, പേടിക്കാതെ പറയ്."

ജോ: "നിന്നെ പേടിക്കയോ! ഞങ്ങൾ *പിൽഗ്രിംസ് പ്രോഗ്രസ്* അഭിനയിക്കാറുണ്ട്. ഗ്രീഷ്മത്തിലും മഞ്ഞുകാലത്തും. ഒഴിവുകാലം നിരുപയോഗപ്പെടുത്തരുത്. ഓരോരുത്തർക്കും ഓരോ ജോലി. ഇച്ഛാശക്തിയോടെ അതു ചെയ്തുതീർക്കണം. ഒഴിവുകാലം തീരാറായി. നിശ്ചിത തുക ഉപയോഗപ്പെടുത്തി. അതു പാഴാക്കിയില്ലെന്നതിൽ ഞങ്ങൾക്കു സന്തോഷം."

"ശരി, ഞാനും അങ്ങനെ കരുതുന്നു." പാഴാക്കിക്കളഞ്ഞ ദിനങ്ങ

ളെക്കുറിച്ച് അവൻ ഓർത്തു.

ജോ: "കഴിയുന്നത്ര സമയം ഞങ്ങൾ വീടിന്റെ പുറത്തുള്ള സ്ഥലത്ത് കഴിയണമെന്നാണ് മമ്മയുടെ ആഗ്രഹം. അതുകൊണ്ട് ജോലി ഇവിടെയാവാമെന്നു വെച്ചു."

"ഈ സ്ഥലത്തെ, 'സ്വാദിഷ്ഠമായ കുന്ന്' എന്നാണ് ഞങ്ങൾ പറയുക. മുകളിൽ നിന്നാൽ വളരെ ദൂരെയുള്ള സ്ഥലങ്ങൾ കാണാം. ഒരു കാലത്ത് ഞങ്ങൾക്ക് അവിടെ പോയി ജീവിക്കാൻ കഴിഞ്ഞേക്കും."

ജോ ചൂണ്ടിക്കാണിച്ചു. വൃക്ഷങ്ങൾക്കിടയിലെ പഴുതിൽക്കൂടി നോക്കിയാൽ, അങ്ങകലെ നഗരപ്രാന്തത്തിൽ നീലനിറത്തിൽ നദി. അതിനപ്പുറം കുന്നുകൾ ആകാശത്തെ ചുംബിക്കുന്നു.

ബെത്ത് : "വരുമൊരുകാലത്ത് ഞങ്ങൾ ജീവിക്കാൻ പോകുന്ന നാടിനെക്കുറിച്ച് ജോ പറയും. പന്നികളും കോഴികളും, വൈക്കോലുണക്കലും എല്ലാമുള്ള ശരിയായ നാട്. അതെന്തു നന്നായിരിക്കും! ആ സുന്ദരമായ നാട്ടിൽ ഞങ്ങൾക്കെന്നെങ്കിലും പോകാൻ കഴിയുമോ?"

"അതിനേക്കാൾ ഭംഗിയുള്ള നാടുമുണ്ടാകും. നല്ലകാലം വരുമ്പോൾ ഞങ്ങൾ പോകും" മെഗ് മധുര സ്വരത്തിൽ മൊഴിഞ്ഞു.

"അതു ശ്രമകരമാണ്. ഒരുപാട് കാത്തിരിക്കേണ്ടിവരും. എനിക്കു പറന്നു പോകാൻ തോന്നുന്നു."

ജോ: "നീ വൈകാതെ അവിടെയെത്തും ബെത്ത്. അക്കാര്യത്തിൽ പേടിവേണ്ട. ജോലി ചെയ്യാനും സമരത്തിനും ഉള്ളവളാണ് ഞാൻ. എന്നാലും രക്ഷപ്പെടുമെന്ന് തോന്നുന്നില്ല."

ലാറി: "നിനക്ക് കൂട്ടിന് ഞാനുണ്ടാവും. അതുകൊണ്ട് സുഖം കിട്ടുമെങ്കിൽ. നിന്റെ ഗോളാന്തര നഗരം കാഴ്ചയിൽ പെടണമെങ്കിൽ ഞാനൊരുപാട് യാത്രചെയ്യണം. ഞാൻ വൈകിയെത്തിയാലും നീയെന്നോടൊരു നല്ലവാക്കു പറയില്ലേ, ബെത്ത്?"

ലാറിയുടെ മുഖത്ത് പ്രത്യക്ഷമായ എന്തോ ഒന്ന് ബെത്തിനെ വിഷമിപ്പിച്ചു. എങ്കിലും ഔത്സുക്യത്തോടെ പറഞ്ഞു:"ആളുകൾ യഥാർഥത്തിൽ പോകാനാഗ്രഹിക്കയും കഠിനമായി യത്നിക്കയും ചെയ്താൽ അവരും രക്ഷപ്പെടും."

ജോ: "ആകാശക്കോട്ടകളെല്ലാം യഥാർഥമായി, നാമതിൽ താമസിക്കുകയാണെങ്കിൽ, അതെന്തു തമാശ!"

"ധാരാളം ഉള്ളപ്പോൾ, വേണ്ടത് തെരഞ്ഞെടുക്കുക വിഷമമായിരിക്കും." നിലത്തു കിടന്ന് അണ്ണാൻ കുഞ്ഞുങ്ങളുടെ നേരെ കോൺ എറിഞ്ഞുകൊണ്ട് ലാറി പറഞ്ഞു.

മെഗ്: "നിനക്ക് ഇഷ്ടമുള്ളത് തെരഞ്ഞെടുക്കുക. എന്താണത്?"

ലാറി: "ഞാൻ ജർമനിയിൽ സ്ഥിരമാക്കും. സംഗീതമാണ് തെരഞ്ഞെടുക്കുക. ഒരു നല്ല സംഗീതജ്ഞനാവാൻ ശ്രമിക്കും. എല്ലാവരും എന്റെ സംഗീതം കേൾക്കാൻ തിരക്കുകൂട്ടും. പണത്തെക്കുറിച്ചോ ബിസിനസിനെക്കുറിച്ചോ ചിന്തിക്കില്ല. ഞാനിഷ്ടപ്പെടുന്ന കാര്യത്തിനുവേണ്ടി ജീവിച്ച്

ആനന്ദം നേടും. ഇതാണെന്റെ മനക്കോട്ട. നിന്റേതോ, മെഗ്?"

മെഗ്: "എനിക്ക് മനോഹരമായ വീടുവേണം. അതിൽ സുന്ദരമായ ഗൃഹോപകരണങ്ങൾ. നല്ലഭക്ഷണം, നല്ലവസ്ത്രങ്ങൾ, കുറെ പണം. എന്റെ കീഴിൽ കുറെ പരിചാരകർ അപ്പോഴെനിക്ക് ജോലി ചെയ്യേണ്ടതില്ല. എന്തൊരാനന്ദമായിരിക്കും. വെറുതെയിരിക്കില്ല. നല്ലതെന്തെങ്കിലും ചെയ്യും. എല്ലാവരും എന്നെ സ്നേഹിക്കും."

ജോ : "ഒരു നല്ല ഭർത്താവുവേണമെന്ന് നീയെന്താ പറയാത്തത്?" മാലാഖമാരെപ്പോലെ കുറച്ച് ഓമനകളും. അതില്ലാതെ കൊട്ടാരം പൂർണമാവില്ലല്ലോ?"

"നിന്റെ ലോകത്ത് കുതിരയും മഷിക്കുപ്പിയും നോവലുകളും മാത്രമേ കാണൂ." മെഗ് കോപത്തോടെ പറഞ്ഞു.

ജോ: "മാത്രമല്ല, ഒരുകാലം മുഴുവൻ അറേബ്യൻ പടക്കുതിരകൾ, പുസ്തകങ്ങൾ കൂമ്പാരമാക്കിവെച്ച മുറികൾ. മാജിക് കുപ്പിയിലെ മഷി കൊണ്ട് എഴുതും. ലാറിയുടെ സംഗീതംപോലെ എന്റെ രചനകൾ പ്രശസ്തമാകും. എന്റെ താളത്തിലേക്കു പോകും മുമ്പ് നല്ലതെന്തെങ്കിലുമൊന്നെഴുതണം. ഞാൻ പുസ്തകങ്ങൾ എഴുതും. അതെന്നെ ധനികയും പ്രശസ്തയുമാക്കും."

"അച്ഛനുമമ്മയ്ക്കുമൊപ്പം വീട്ടിൽ കഴിഞ്ഞ്, കുടുംബത്തെ സംരക്ഷിക്കുക. ഇതാണെന്റെ സ്വപ്നം." ബെത്ത് സംതൃപ്തിയോടെ പറഞ്ഞു.

ആമി : "എനിക്ക് 'ധാരാളം ആഗ്രഹങ്ങൾ ഉണ്ട്'. ഒരു ആർട്ടിസ്റ്റ് ആവുക എന്നതാണ് ഏറ്റവും പ്രധാനം; പ്രശസ്തയായ ആർട്ടിസ്റ്റ് ആവണം. എന്നിട്ട് റോമിൽ പോവണം."

"നാമെല്ലാം അത്യാഗ്രഹികളാണ്, അല്ലേ? ബെത്തൊഴികെ എല്ലാവരും ധനികർ ആവാൻ ആഗ്രഹിക്കുന്നു. ആഗ്രഹം സഫലമാവുമോ?" ഒരു പുൽനാമ്പ് കടിച്ചുകൊണ്ട് ലാറി ചോദിച്ചു.

"എന്റെ ആകാശക്കോട്ടയിലേക്കുള്ള താക്കോൽ കൈവശമുണ്ട്. തുറക്കാൻ പറ്റുമോ എന്ന് കണ്ടറിയണം." ജോ ഗൂഢാർഥത്തോടെ പറഞ്ഞു.

"എന്റെ താക്കോലും കിട്ടിയിട്ടുണ്ട്, എന്നാൽ അതിനായി ശ്രമിക്കുന്നതിന്ന് അനുവാദമില്ല. കോളെജ് തുലയട്ടെ." ലാറി മുറുമുറുത്തു.

"ഇതാ എന്റേത്." ആമി പെൻസിൽ കാണിച്ചു.

"എനിക്കൊന്നും കിട്ടിയില്ല." മെഗ് നിസ്സഹായയായി.

"ഉവ്വ്, നിനക്കും കിട്ടിയിട്ടുണ്ട്."

"എവിടെ?"

"നിന്റെ മുഖത്ത്!"

"നോൺസെൻസ്! അതുകൊണ്ട് ഗുണമൊന്നുമില്ല."

ലാറി: "കാത്തിരുന്നു കാണാം." കൗതുകമുള്ളൊരു രഹസ്യം അറിയാമെന്നമട്ട്. മെഗിന്റെ മുഖം ചുവന്നു.

23

ലാറിയുടെ ഇഷ്ടാനിഷ്ടങ്ങൾ

“**പ**ത്തു വർഷത്തിനുശേഷം നാമെല്ലാം ജീവിച്ചിരുന്നെങ്കിൽ നമുക്കൊന്നു കൂടണം, ആരുടെയെല്ലാം ആഗ്രഹം സഫലമായെന്നറിയാൻ.”

ജോ എപ്പോഴും തയ്യാറാണ്, ഒരു പ്ലാനുമായി.

“അനുഗ്രഹിക്കപ്പെടട്ടേ! എനിക്കപ്പോൾ വയസ്സ് ഇരുപത്തേഴ് മെഗ് വിസ്മയം തൂകി.”

“ടെസ്സി, ഞാനും നീയും ഇരുപത്താറ്. ബെത്തിനു ഇരുപത്തിനാല്, ആമിക്ക് ഇരുപത്തിരണ്ട്. എന്തൊരു പവിത്രമായ കൂടിച്ചേരൽ!”

ലാറി: “അപ്പോഴേക്കു ഞാൻ കാര്യമായെന്തെങ്കിലും ചെയ്തിരിക്കും പക്ഷേ, ഞാൻ മടിയനാണ്, ജോ.”

ജോ: “നിനക്കെന്തെങ്കിലും ഒരു പ്രേരണ വേണമെന്ന് അമ്മ പറയാറുണ്ട്. അതു കിട്ടിയാൽ നീ ഭംഗിയായി പ്രവർത്തിക്കുമെന്നും അമ്മയ്ക്കറിയാം.”

ലാറി: “അമ്മ അങ്ങനെ പറഞ്ഞോ? എനിക്കൊരു ചാൻസ് കിട്ടിയെങ്കിൽ!”

അവൻ ഉഷാറോടെ എഴുന്നേറ്റിരുന്നു.

“മുത്തച്ഛനെ തൃപ്തിപ്പെടുത്താൻ എനിക്കു കടപ്പാടുണ്ട്. ഞാനതിനു ശ്രമിക്കുന്നുമുണ്ട്. പക്ഷേ, വിഫലമാകുന്നു. അദ്ദേഹത്തെപ്പോലെ ഞാനൊരു ഇന്ത്യൻ വ്യാപാരിയാവണമത്രെ! അതിനേക്കാൾ ഭേദം എന്നെ വെടിവെച്ചിടുകയാണ്. ചായ, പട്ടുതുണികൾ, സുഗന്ധദ്രവ്യങ്ങൾ എന്നിങ്ങനെ മുത്തശ്ശന്റെ കപ്പൽ ഇന്ത്യയിൽനിന്നുകൊണ്ടുവരുന്ന എല്ലാ വസ്തുക്കളോടും എനിക്കു വെറുപ്പാണ്. കോളെജിൽ ചേരുന്നത് മുത്തശ്ശന് തൃപ്തി നൽകും. നാലുവർഷം ഇവിടെനിന്നു വിട്ടുനിന്നാൽ ഞാൻ ബിസിനസിൽ നിന്നകലും. പക്ഷേ അദ്ദേഹം ഉറപ്പിച്ച മട്ടാണ്. എന്റെ അച്ഛൻ ചെയ്തതുപോലെ ഞാൻ ഇവിടന്നു മാറി നിന്നില്ലെങ്കിൽ മുത്ത

ശ്ശന്റെ ഇഷ്ടംതന്നെ നടക്കും. മുത്തശ്ശനോടൊപ്പം ആരെങ്കിലും താമസിക്കാൻ വന്നാൽ ഞാൻ നാളെത്തന്നെ സ്ഥലംവിടും."

"എന്റെ പ്രിയപ്പെട്ട കുട്ടീ, നീ മുത്തശ്ശൻ പറയുംപോലെ ചെയ്യ്." – മെഗിന്റെ സ്വരത്തിന്, ഒരമ്മയുടെ ടോൺ. "കോളെജിൽ നിന്റെ പ്രകടനം നന്നാവണം. നീ കാരണം മുത്തശ്ശന്ന് സന്തോഷം തോന്നിയാൽ അദ്ദേഹം നിന്നോട് നീതിപൂർവം പെരുമാറും. അദ്ദേഹത്തോടൊപ്പം താമസിക്കാനും അദ്ദേഹത്തെ സ്നേഹിക്കാനും മറ്റാരുമില്ലല്ലോ. അവുവാദമില്ലാതെ പോയാൽ, നിനക്ക് മാപ്പിനർഹതയില്ല. സ്വന്തം കടമ നിർവഹിച്ചാൽ നിനക്കതിന്ന് പ്രതിഫലം കിട്ടും. മിസ്റ്റർ ബ്രൂക്കിന്ന് സ്നേഹവും ബഹുമാനവും കിട്ടുംപോലെ."

പ്രസംഗം ലാറിക്കു പിടിച്ചില്ല.

"നിനക്കയാളെപ്പറ്റി എന്തറിയാം? സദുപദേശത്തിന് നന്ദിയുണ്ട്."

"നിന്റെ മുത്തശ്ശൻ എന്റമ്മയോട് പറഞ്ഞതുമാത്രം. അമ്മ മരിക്കും വരെ എങ്ങനെയെല്ലാം ശുശ്രൂഷിച്ചുവെന്നും അമ്മയെ വേർപെടാൻ ഇഷ്ടമില്ലാത്തതുകൊണ്ടുമാത്രം വിദേശത്ത് ജോലി സ്വീകരിച്ചില്ലെന്നും, അമ്മയെ പരിചരിച്ച ഒരു വൃദ്ധയ്ക്ക് ഇപ്പോഴും സഹായം നൽകുന്നു. ഇതൊന്നും ആരോടും പറയാറുമില്ല. ക്ഷമയും ഔദാര്യവും ഉള്ള വ്യക്തി."

"ഓ.", ലാറി ഹൃദ്യമായി പ്രതികരിച്ചു.

"എല്ലാം കണ്ടെത്തുന്നത് മുത്തശ്ശനാണ്. എന്നിട്ട് നന്മകൾ എല്ലാവരോടു പറയും. എനിക്കൊരവസരം കിട്ടിയാൽ, ബ്രൂക്കിനു വേണ്ടി എന്തെല്ലാം ചെയ്യുമെന്ന് നീ നോക്കിക്കോ."

"ഇപ്പോൾത്തന്നെ എന്തെങ്കിലും ചെയ്യ്, അദ്ദേഹത്തെ ഉപദ്രവിക്കാതെ." മെഗ് കടുപ്പത്തിൽ പറഞ്ഞു.

"ഞാനങ്ങനെ ചെയ്യുമെന്ന് മിസ്സ് എങ്ങനെയറിയും?"

"പുറത്തിറങ്ങുമ്പോൾ അയാളുടെ മുഖം നോക്കിയാലറിയാം. നീ നല്ല കുട്ടിയായാൽ അയാൾ സംതൃപ്തനാണ്: ദ്ധടുതിയിൽ നടക്കും. നീ അരുതാത്തത് കാണിച്ചാൽ അദ്ദേഹം ദുഃഖിതനാണ്, മെല്ലെയാണ് നടക്കുക."

"അപ്പോൾ അതു നല്ല കാര്യം! ബ്രൂക്കിന്റെ മുഖം നോക്കിയാണ് നീ എന്റെ നല്ലതും ചീത്തയുമായ പെരുമാറ്റ രീതികൾ മനസിലാക്കുന്നത്! നിന്റെ ജനലിനു താഴെക്കൂടി കടന്നു പോകുമ്പോൾ, അയാൾ തല കുനിച്ച് മന്ദസ്മിതം തൂകുന്നത് ഞാൻ കാണാറുണ്ട്!"

"അങ്ങനെയില്ല; നീ ദേഷ്യപ്പെടേണ്ട. ഞാനിങ്ങനെ പറഞ്ഞതായി ബ്രൂക്കിനോട് പറയരുത്. ഞാനിങ്ങനെ പ്രസംഗിക്കാൻ കരുതിയതല്ല. പിന്നീട് ദുഃഖിക്കാൻ ഇടയാക്കിയേക്കും എന്നുള്ള കാര്യത്തിൽ, ജോ നിന്നെ പ്രോത്സാഹിപ്പിക്കയാണെന്നു ഞാൻ കരുതി. നിനക്ക് ഞങ്ങളോട് ദയയുണ്ട്. ഞങ്ങളുടെ സഹോദരൻ തന്നെ നീ. എനിക്കു മാപ്പുതരണം."

മെഗ് സ്നേഹത്തോടെ കൈനീട്ടി. മനസ്സ് കാതരമായി.

ക്ഷണികമായി തന്റെ മനസിൽ കടന്നുവന്ന വൈരാഗ്യത്തിൽ ലജ്ജിതനായി ലാറി, അവളുടെ കൈത്തലം മെല്ലെ അമർത്തി.

"ഞാനാണ് മാപ്പു ചോദിക്കേണ്ടവൻ."അവൻ തുറന്നു പറഞ്ഞു.

അവന്റെ മനസിലിപ്പോൾ അപ്രിയമില്ല. ലാറി അവരുമായി മനസാലേ ഒത്തുചേർന്നു. മെഗിനു നൂൽ ചുറ്റിക്കൊടുത്തു. ജോയ്ക്ക് കവിത വായിച്ചു കേൾപ്പിച്ചു. ബെത്തിനായി കോണുകൾ കുലുക്കി വീഴ്ത്തി. ഫേണുകൾ ഒതുക്കിവെക്കാൻ ആമിയെ സഹായിച്ചു; താൻ 'ബിസിബീ സൊസൈറ്റി'ക്കു ചേരുന്നവൻതന്നെയെന്നു തെളിയിച്ചു.

ഒരു ആമ നദിയിൽനിന്നു കയറിവന്നു. പിന്നെ ആമകളുടെ രീതികളെക്കുറിച്ചു ചർച്ചയായി. അതിനിടെ, നേരിയ മണിയൊച്ച അകലെ നിന്ന് കേൾക്കായി. ഹന്ന, അത്താഴത്തിനുള്ള സമയമറിയിക്കുന്നു.

"എനിക്കു വീണ്ടും വരാമോ?" ലാറി.

"നീ നല്ലവനെങ്കിൽ" മെഗ് പുഞ്ചിരിച്ചു.

"ഞാൻ ശ്രമിക്കാം."

"എന്നാൽ വരണം, ഞാൻ നിറ്റിംഗ് പഠിപ്പിക്കാം. സോക്സിന് വളരെ ആവശ്യക്കാരുണ്ട്."

ജോ, തന്റെ കയ്യിലെ സോക്സ് കാണിച്ചു.

ഗേറ്റിൽ വെച്ച് അവർ പിരിഞ്ഞു.

24

തെരുവിലൊരു സംവാദം

ഒക്ടോബറിൽ തണുപ്പ് കൂടിയിരിക്കുന്നു. ഉച്ചകഴിഞ്ഞാൽ പകലിനു ദൈർഘ്യം കുറവ്. രണ്ടോ മൂന്നോ മണിക്കൂർ മാത്രം, സൂര്യൻ, ഉയരെയുള്ള ജാലകത്തിൽക്കൂടി എത്തിനോക്കും.

മച്ചിൻപുറത്ത് ജോ തിരക്കിലാണ്! അവൾ ധൃതിയായി എഴുതുന്നു. മേശപ്പുറത്ത് കടലാസുകൾ ചിതറിക്കിടക്കുന്നു. സ്ക്രാബിൾ എന്ന വളർത്ത്എലി ബീൻസ് തിന്നുന്നു. കൂടെ മകനുമുണ്ട്. വലിയ മീശയിൽ അഭിമാനിക്കുന്നവൻ!

ഉദ്ദേശിച്ചത് മുഴുവൻ അവൾ എഴുതിത്തീർത്തു. പേരെഴുതി, ഒപ്പും തീയതിയും വെച്ചു.

"എന്റെ ഏറ്റം നല്ല രചന. ഇതു പ്രസിദ്ധീകരണയോഗ്യമല്ലെങ്കിൽ, കൂടുതൽ നന്നായി എഴുതാൻ കഴിയുംവരെ ഞാൻ കാത്തിരിക്കും."

സോഫയിൽ ചാരിക്കിടന്ന് അവൾ കയ്യെഴുത്തുപ്രതി വായിച്ചുകൊണ്ടിരുന്നു. ഇടയ്ക്കിടെ വെട്ടലും തിരുത്തലും വരയിടലും ആശ്ചര്യചിഹ്നങ്ങൾ സ്ഥാപിക്കലും. പല ആശ്ചര്യചിഹ്നങ്ങളും കൊച്ചു ബലൂണുകൾപോലെ തോന്നിച്ചു.

ജോ കടലാസുകൾ ക്രമത്തിൽ വെച്ച് റിബൺകൊണ്ട് ഒതുക്കിക്കെട്ടി, കുതൂഹലത്തോടെ നോക്കിനിന്നു. എത്ര നിഷ്ഠയോടെയാണ് അവൾ ആ ജോലി പൂർത്തിയാക്കിയത്! തകരത്തകിടുകൊണ്ടുണ്ടാക്കിയതാണ് അവളുടെ മേശ. ഉള്ളിലാണ് കടലാസും പുസ്തകവും. പുറത്തുവെച്ചാൽ എലി കരളും. മേശയ്ക്കുള്ളിൽ നിന്ന് അവൾ മറ്റൊരു കയ്യെഴുത്തുപ്രതി കൂടി പുറത്തെടുത്തു. എല്ലാം തന്റെ പോക്കറ്റിൽ നിറച്ച്, സാവകാശം കോണിയിറങ്ങി.

ജോ തൊപ്പിയും ജാക്കറ്റും ധരിച്ച്, പിൻവാതിലിലൂടെ പുറത്തുക

ടന്നു. അൽപ്പം വളഞ്ഞ വഴിയിലൂടെ നിരത്തിലെത്തി, അപ്പോൾ വന്ന ബസിൽ കയറിയിരുന്നു. ബസ്സ് നഗരത്തിലേക്കാണ്. ആരെങ്കിലും ജോയെ നിരീക്ഷിരുന്നെങ്കിൽ അവളുടെ പെരുമാറ്റത്തിൽ അസ്വാഭാവികത കണ്ടേ നെ. ബസിൽ നിന്നിറങ്ങിയ ജോ, കാൽ നീട്ടിവെച്ചു നടന്ന് തിരക്കേറിയ തെരുവിലെ ഒരു പ്രത്യേക സ്ഥലത്തെത്തി. വാതിൽക്കൽ നിന്ന്, വൃത്തി കെട്ട കോണിപ്പടവുകളിലേക്ക് ഒരു നിമിഷം നോക്കിനിന്നു. പിന്നെ അതേ വേഗത്തിൽ തിരിച്ചു നടന്നു. രണ്ടാമതും വന്ന്, തിരിച്ചുപോയി. മൂന്നാമതും അതേവേഗത്തിൽ വന്നു. എതിർവശത്തെ കെട്ടിടത്തിന്റെ ജാലകത്തിൽക്കൂടി, കറുത്ത കണ്ണുകൾ ഉള്ള മാന്യനായ ചെറുപ്പക്കാരൻ ഈ തമാശ നോക്കിനിൽക്കുന്നു.

തന്റെ എല്ലാ പല്ലുകളും എടുത്തുകളയാൻ പോകുന്നു എന്ന മട്ടിലാണ് കയറുന്നത്!

ഒരു ദന്തവൈദ്യന്റെ പരസ്യചിത്രമാണ് വാതിലിനു മുകളിൽ! ഒരു ജോടി താടിയെല്ലുകൾ അടയുകയും തുറക്കുകയും ചെയ്യുന്നു. മനോഹരമായ കൃത്രിമദന്തങ്ങളിലേക്ക് വഴിയാത്രക്കാരുടെ ശ്രദ്ധതിരിക്കാനുള്ള ഒരുപായം!

ചെറുപ്പക്കാരൻ കോണിയിറങ്ങി വാതിലിൽ ചെന്നു നിന്നു.

'അവൾ തനിച്ചാണല്ലോ വന്നത്. അവൾക്ക് ദുർദശയാണെങ്കിൽ, മടങ്ങിപ്പോകാൻ ആരുടെയെങ്കിലും സഹായം വേണ്ടിവരുമല്ലോ. ഇവിടെ നിൽക്കുക തന്നെ.'

പത്തുനിമിഷത്തിനുള്ളിൽ ജോ, കോണിയിലൂടെ ഓടിയിറങ്ങിവന്നു. അവളുടെ മുഖം ചുവന്നു തുടുത്തിട്ടുണ്ട്. ഒരു അഗ്നിപരീക്ഷയിൽ ജയിച്ചുവന്ന ഭാവം.!

ജോയുടെ മുഖത്ത് തെളിഞ്ഞ സന്തോഷം. അവൾ ചെറുപ്പക്കാരനെ കണ്ടു, തലമെല്ലെ ചലിപ്പിച്ചു കടന്നു പോയി. എന്നാൽ ചെറുപ്പക്കാരൻ വിട്ടില്ല. കൂടെ നടന്ന്, അനുഭാവത്തോടെ ചോദിച്ചു:

"നിനക്ക് ചീത്ത സമയമാണോ?"

ജോ :"അത്രയ്ക്കില്ല".

ലാറി :"ഇവിടെ ഒറ്റയ്ക്കുവന്നത് നീ മാത്രമാണ്. എത്രയെണ്ണം എടുത്തു?"

ഒന്നും മനസിലാവാത്ത മട്ടിൽ ജോ ലാറിയെ നോക്കി. പിന്നീട് ചിരിക്കാൻ തുടങ്ങി.

ജോ : "രണ്ടെണ്ണമാണ് ഞാൻ ഉദ്ദേശിക്കുന്നത്. എന്നാൽ ഒരാഴ്ച കാത്തിരിക്കണം."

ലാറി : "നീയെന്താണിങ്ങനെ ചിരിക്കുന്നത്? എന്തെങ്കിലും കുഴപ്പമുണ്ടോ?"

ലാറിക്ക് കാര്യം പിടികിട്ടാത്തതുപോലെ.

ജോ : "നീയും അങ്ങനെത്തന്നെ. ബില്യാർഡ്സ് മുറിയിൽ നീയെന്താണു ചെയ്യുന്നത്."

ലാറി : "മാഡം! മാപ്പ്. അതൊരു ബില്യാർഡ്സ് മുറിയല്ല; ജിംനേഷ്യമാണ്. ഞാൻ ഫെൻസിങ് പഠിക്കുന്നു."

ജോ : "എനിക്കു സന്തോഷമുണ്ട്."

ലാറി : "എന്തുകൊണ്ട്?"

ജോ : "നീ അത് എന്നെയും പഠിപ്പിക്കുമല്ലോ. നാം ഹാംലെറ്റ് കളിക്കുമ്പോൾ, ഫെൻസിങ്ങിന്റെ നല്ലൊരു സീൻ ഉണ്ടാക്കണം."

ലാറി പെട്ടെന്ന് പൊട്ടിച്ചിരിച്ചു. ഉള്ളിൽ തട്ടുന്ന ചിരി. അതിലെ കടന്നുപോയവർ സ്വയമറിയാതെ മന്ദസ്മിതം തൂവി.

ലാറി : "ഹാംലെറ്റ് കളിച്ചാലും ഇല്ലെങ്കിലും ഞാൻ നിന്നെ ഫെൻസിങ് പഠിപ്പിക്കാം. അതിൽ തമാശയുണ്ട്. സാമ്പത്തികമായും ഗുണംചെയ്യും. പക്ഷേ, നിന്റെ സന്തോഷത്തിനുള്ള കാരണം അതുമാത്രമാണെന്നു ഞാൻ വിചാരിക്കുന്നില്ല."

ജോ : "അല്ല, നീ ബില്യാർഡ്സ് മുറിയിലല്ല എന്നു കേട്ടതിൽ എനിക്കു സന്തോഷമുണ്ട്. അത്തരം സ്ഥലങ്ങളിൽ നീ പോകരുതെന്നാണ് എന്റെ ആഗ്രഹം. നീ പോകാറുണ്ടോ?"

ലാറി : "ചിലപ്പോൾ മാത്രം."

ജോ : "നീ പോകരുത്"

ലാറി : "ജോ, അതുകൊണ്ട് ദോഷമില്ല. എനിക്കത് വീട്ടിൽ തന്നെയുണ്ട്. പക്ഷേ, കൂട്ടിന് നല്ല കളിക്കാരില്ലെങ്കിൽ ഒരു രസവുമില്ല. എനിക്കത് ഇഷ്ടമായതുകൊണ്ട് ചിലപ്പോൾ വന്ന് നെഡ് മൊഫത്മായോ മറ്റാരെങ്കിലുമായോ കളിക്കും."

ജോ : "ഡിയർ, നീയത് കൂടുതൽ ഇഷ്ടപ്പെട്ടു പോകും എന്നു ഞാൻ ഭയപ്പെടുന്നു. അങ്ങനെ പണവും സമയവും കളഞ്ഞ് മറ്റു ചീത്തക്കുട്ടികളെപ്പോലാവും. നീ മാന്യനായി നിന്റെ സുഹൃത്തുക്കൾക്ക് സന്തോഷം നൽകണം."

ലാറി : "സ്വന്തം മാന്യത കളഞ്ഞു കുളിക്കാതെ തന്നെ, ഒരാൾക്ക് നിരുപദ്രവമായ തമാശകളിൽ ഏർപ്പെട്ടുകൂടെ?"

ജോയെ ദ്വേഷ്യപ്പെടുത്തുന്ന മട്ടിൽ ലാറി ചോദിച്ചു.

ജോ : "എവിടെ, ആരോടോപ്പം കളിക്കുന്നു എന്നതിനെ ആശ്രയിച്ചിരിക്കും, അത്. നെഡിനെയും അവന്റെ കൂട്ടും എനിക്കിഷ്ടമല്ല. നീ അവരിൽ നിന്നകന്നു നിൽക്കണമെന്നാണെന്റെ ആഗ്രഹം. എന്റെ അമ്മ അവനെ വീട്ടിലേക്കടുപ്പിക്കില്ല, അവന് വരാനിഷ്ടമാണെങ്കിലും. നീ നെഡിനെപ്പോലായാൽ, ഞങ്ങളുമായി കൂട്ടുകൂടാൻ അമ്മ നിന്നെ അനുവദിക്കില്ല."

"അനുവദിക്കില്ലേ?" ലാറി ഉൽക്കണ്ഠാഭരിതനായി.

ജോ : "ഇല്ല. പച്ചപ്പരിഷ്കാരികളെ അമ്മയ്ക്ക് ഇഷ്ടമല്ല. അങ്ങനെയുള്ളവരുമായി ഇടപഴകിയാൽ അമ്മ ഞങ്ങളെ പുറത്തുവിടില്ല."

ലാറി : "അതു വേണ്ടിവരില്ല. ഞാനങ്ങനത്തെ ഒരു പരിഷ്കാരിയാവില്ല. അങ്ങനെയാവണമെന്ന് ഒട്ടുമില്ലതാനും. എന്നാലും, നിരുപദ്രവിക

ളായവരെ എനിക്ക് ചിലപ്പോഴെല്ലാം ഇഷ്ടമാണ്. നിനക്കും അങ്ങനെയല്ലേ?"

ജോ: "അതെ. ആരും അവരെ കണക്കിലെടുക്കില്ല. അതുകൊണ്ടു വിഹരിച്ചോ. പക്ഷേ, അധികമാവരുത്."

ലാറി: "വീട്ടിലെത്തുംവരെ ഇങ്ങനെ പ്രസംഗിക്കാനാണോ ഭാവം."

ജോ: "അല്ല, എന്തേ ചോദിക്കാൻ."

ലാറി: "ആണെങ്കിൽ ഞാനൊരു ബസിൽ കേറി പോയ്ക്കളയും ഇല്ലെങ്കിൽ, താൽപ്പര്യമുള്ള എന്തെങ്കിലും സംസാരിച്ചുകൊണ്ട് നമുക്കു നടക്കാം."

25

രഹസ്യങ്ങൾ പങ്കുവയ്ക്കുന്നു

ജോ: "ഇനി പ്രസംഗിക്കില്ല. പറയാനുള്ളത് കേൾക്കട്ടെ."

ലാറി: "നല്ലത്. അങ്ങനെവാ. ഇതൊരു രഹസ്യമാണ്.

ഞാനിത് പറഞ്ഞാൽ, നീ നിന്റെ രഹസ്യവും പറയണം."

ജോ: "എനിക്കങ്ങനെ രഹസ്യമൊന്നുമില്ല." .... ഇല്ല എന്നുപറഞ്ഞു തുടങ്ങിയത് അവൾ പെട്ടെന്നു നിർത്തി. തനിക്കും അങ്ങനെയൊന്നു ണ്ടല്ലോ!..............

ലാറി : "നിനക്ക് രഹസ്യമുണ്ടെന്ന് എനിക്കറിയാം. നിനക്കൊന്നും ഒളിക്കാൻ ആവില്ല. നീ പറയ്. അല്ലെങ്കിൽ ഞാൻ പറയില്ല."

"ഞാനെഴുതിയ രണ്ടു കഥാപുസ്തകങ്ങൾ ഒരു പത്രക്കാരന്റെ കയ്യിൽ കൊടുത്തിട്ടുണ്ട്. ഒരാഴ്ച കഴിഞ്ഞ് വിവരം പറയാമെന്ന്." വിശ്വാ സപൂർവം ജോ, ലാറിയുടെ ചെവിട്ടിൽ പറഞ്ഞു.

"ഹുറേ..........! മിസ്സ് മാർച്ച്. വിശ്രുതയായ അമേരിക്കൻ കഥാകാരി!" സ്വന്തം തൊപ്പി മുകളിലേക്ക് എറിഞ്ഞുപിടിച്ച്, ലാറി ആഹ്ലാദം മുഴക്കി.

ജോ : "ഇനി നിന്റെ രഹസ്യം പറയ്. കളി കളിച്ചാൽ, ലാറീ, ഞാൻ ഇനിയൊരിക്കലും നിന്നെ വിശ്വസിക്കില്ല."

ലാറി : "അതു പറഞ്ഞാൽ എന്തെങ്കിലും കുഴപ്പമാകുമോ എന്നെ നിക്കറിയില്ല. എനിക്കു കിട്ടിയവിവരം ആരോടെങ്കിലും പറയാതെ എനിക്കു സ്വസ്ഥതയുണ്ടാവില്ല. മെഗിന്റെ നഷ്ടമായ കയ്യുറ എവിടെ യെന്ന് എനിക്കറിയാം."

"അത്രേയുള്ളൂ," ജോ നിരാശയായി.

"ഇപ്പോഴിതുമതി. അതെവിടെയെന്നു പറഞ്ഞാൽ അതൊരു രഹസ്യം തന്നെയെന്നു നീ സമ്മതിക്കും."

"എന്നാൽ പറയ്".

ലാറി കുനിഞ്ഞ്, ജോയുടെ ചെവിയിൽ മന്ത്രിച്ചു. തമാശ തോന്നി

ക്കുന്ന ഒരു ഭാവമാറ്റമാണ് അത് ജോയിൽ ഉണ്ടാക്കിയത്. ജോ നിവർന്നു നിന്ന് ലാറിയെ തുറിച്ചു നോക്കി. വിസ്മയഭരിതവും സന്തോഷരഹിതവുമായ ഭാവം. നടന്നുകൊണ്ട് കഠിനസ്വരത്തിൽ ചോദിച്ചു.

ജോ : "നിനക്കെങ്ങനെയറിയാം?"

"കണ്ടു"

"എവിടെ ?"

"പോക്കറ്റിൽ"

"ഈ ദിവസമത്രയും?"

"അതെ. അത് റൊമാന്റിക് അല്ലേ?"

"അല്ല, ഭയാനകം"

"ഞാൻ കരുതി, നീ സന്തോഷിക്കുമെന്ന്."

ജോ: "മെഗിനെ ആരെങ്കിലും വന്ന് കൊണ്ടുപോകുന്നതിനോ? ഇല്ല; നന്ദി!"

ലാറി: "ആരെങ്കിലും നിന്നെ കൊണ്ടുപോകുമ്പോൾ നിനക്ക് നന്നായി തോന്നും."

ജോ: "അതിനു ശ്രമിക്കുന്ന ആളെ ഞാനൊന്നു കാണട്ടെ." ജോയുടെ സ്വരം തീക്ഷ്ണമായിരുന്നു."

"ഞാനും ഒന്നുകാണട്ടെ." ലാറി അമർത്തിച്ചിരിച്ചു.

"രഹസ്യമൊന്നും എനിക്കുപറ്റില്ല. നീ പറഞ്ഞപ്പോൾ മുതൽ എന്റെ മനസിന്റെ സ്വസ്ഥത നഷ്ടപ്പെട്ടു." ജോ നീരസത്തോടെ പറഞ്ഞു.

ലാറി : "നമുക്ക് ഈ കുന്ന് ഓടിയിറങ്ങാം. അപ്പോൾ എല്ലാം ശരിയാവും."

ആരും അടുത്തെങ്ങുമില്ല. മിനുസമുള്ള പാത തന്നെ ക്ഷണിക്കുന്നതുപോലെ. അപ്രതിരോധ്യമായ വാഞ്ഛ.

ജോ അതിശീഘ്രം ഇറങ്ങിയോടി. തൊപ്പിയും ചീർപ്പും മുടിപ്പിന്നുമെല്ലാം തലയിൽ നിന്നു പറന്നകന്നു. ലാറിനാണ് ആദ്യം ലക്ഷ്യത്തിലെത്തിയത്. അവനു തൃപ്തിയായി. തന്റെ വിദ്യ ഫലം ചെയ്തിരിക്കുന്നു. ലാറി പിടിച്ചുനിർത്തി. പറക്കുന്ന മുടി, തിളങ്ങുന്ന കണ്ണുകൾ ചുവന്ന മുഖം. അസന്തുഷ്ടിയുടെ ലാഞ്ഛനപോലും മുഖത്തില്ല!

"ഒരു കുതിരയായിരുന്നെങ്കിൽ, എന്നാണെന്റെ ആഗ്രഹം. ഈ വിശാലമായ ഭൂമിയിൽ എനിക്ക് നാഴികകളോളം സഞ്ചരിക്കാമായിരുന്നു. എന്റെ ശ്വാസം തടസപ്പെടാതെ തന്നെ. പോ, ഓടിപ്പോയി എന്റെ സാധനങ്ങളെല്ലാം എടുത്തുകൊണ്ടുവാ. നീയെന്റെ മാലാഖയല്ലേ!"

അവൾ മേപ്പിൾ മരത്തിന്റെ അരികിലേക്കിരുന്നു. നഷ്ടപ്പെട്ട വസ്തുക്കൾ പെറുക്കിയെടുക്കാൻ അവൻ മെല്ലെ സ്ഥലം വിട്ടു. ജോ, ചിന്നിച്ചിതറിയ തന്റെ തലമുടി ഒതുക്കിക്കെട്ടിവെച്ചു. ആകെയൊന്നു ഭംഗിയാക്കുന്നതിനുമുമ്പ് ആരും അതുവഴി വരരുതേ എന്നവൾ പ്രാർഥിച്ചു.

എന്നാൽ ഒരാൾ ആ വഴി വരുന്നു, മെഗ്! അന്തസ്സോടെ. ആഘോഷങ്ങൾക്കു ധരിക്കുന്ന സ്യൂട്ട് ധരിച്ച് ഒരു 'ലേഡി'യായിത്തന്നെയാണ് വരവ്.!

"നീയെന്താണിവിടെ ചെയ്യുന്നത്.?"

ജോയുടെ അലങ്കോലപ്പെട്ട രൂപം കണ്ട് മെഗ് അതിശയത്തോടെ ചോദിച്ചു.

"ഇല പെറുക്കുന്നു."

ജോ സൗമ്യമായി പറഞ്ഞു. അപ്പോൾ പെറുക്കിയെടുത്ത വർണ ഇലകൾ കയ്യിലുണ്ട്.

പിന്നെ ഹെയർപിന്നുകളും. ഒരരഡസൻ മുടിപ്പിന്നുകൾ ജോയുടെ മടിയിലേക്കിട്ട്, ലാറി തുടർന്നു:

"അതിവിടെ മുളച്ചതാണ്, മെഗ്. പിന്നെ ചീർപ്പും തൊപ്പിയും!"

"നീ ഓടുകയായിരുന്നു, അല്ലേ, ജോ നിനക്കെങ്ങനെ കഴിഞ്ഞു? ആർത്തുവിളിച്ചുള്ള കളി നീ എപ്പോഴാണ് നിർത്തുക?"

മെഗിന് ജോയുടെ രീതി അംഗീകരിക്കാനാവുന്നില്ല.

ജോ: "വയസായി, നടക്കാൻ ഒരു ക്രച്ച് ആവശ്യമാകുംവരെ. സമയമാകും മുമ്പ്, എന്നെ ഒരു മുതിർന്നവളാക്കാൻ നീ ശ്രമിക്കേണ്ട, മെഗ്. നീ പെട്ടെന്നങ്ങു മാറി. കഴിയുന്നത്രകാലം ഞാനൊരു പെൺകുട്ടിയായി കഴിയട്ടെ."

ചുണ്ടിലെ വിറയൽ മറയ്ക്കാൻ ജോ തലകുനിച്ച് ഇല പെറുക്കിക്കൊണ്ടിരുന്നു. മാർഗരറ്റ് ഒരു സ്ത്രീയായി വളർന്നു എന്നവൾക്കു തോന്നുന്നു. ലാറി പറഞ്ഞ രഹസ്യം അവളെ ഭയപ്പെടുത്തുന്നു. വേർപാട് തീർച്ചയായും വരും. അതിപ്പോൾ വളരെ അടുത്തെത്തിയപോലെ. ലാറി, ജോയുടെ വിഷമം മനസിലാക്കി, മെഗിന്റെ ശ്രദ്ധതിരിച്ചു.

"നീയെവിടെയായിരുന്നു, മെഗ്?"

മെഗ് : "ഗാർഡിനറുടെ വീട്ടിൽ. സാലി, ബെല്ലി മോഫതിന്റെ കല്യാണക്കാര്യം പറയുകയായിരുന്നു. വളരെ ആർഭാടമായിരുന്നു അത്. മഞ്ഞുകാലത്ത് അവർ പാരീസിലേക്കു പോകുന്നു. എന്തൊരാനന്ദമായിരിക്കും, അവർക്ക്!"

"നിനക്കസൂയയുണ്ട്, അല്ലേ?"

"ഉണ്ടെന്നു തോന്നുന്നു."

"എനിക്കതിൽ സന്തോഷമുണ്ട്." തന്റെ തൊപ്പി കുടഞ്ഞുകൊണ്ട് ജോ പറഞ്ഞു.

"എന്തുകൊണ്ട്?" മെഗിനു ആശ്ചര്യം!

"കാരണം, നീ സമ്പന്നതയാണ് കൊതിക്കുന്നതെങ്കിൽ, നേരെ പോയി ഒരു ദരിദ്രനെ കല്യാണം കഴിക്കില്ല."

"ഞാനിപ്പോൾ ആരെയും കല്യാണം കഴിക്കുന്നില്ല." എന്നു പറഞ്ഞ് മെഗ് അന്തസ്സോടെ നടന്നു തുടങ്ങി. മറ്റു രണ്ടു പേർ അനുഗമിച്ചു; ചിരിച്ചും, മെല്ലെ സംസാരിച്ചും ചെറിയ കല്ലുകൾ പെറുക്കിയെറിഞ്ഞും കുട്ടികളെപ്പോലെ പെരുമാറി.

താൻ നല്ല വസ്ത്രമല്ല ധരിച്ചിരുന്നതെങ്കിൽ, അവരോടൊപ്പം ചേരുമായിരുന്നു എന്ന് മെഗ് ദുഃഖത്തോടെ ചിന്തിച്ചു.

26

ജോ എന്ന എഴുത്തുകാരി

അടുത്ത ഒന്നുരണ്ടാഴ്ചക്കാലം ജോ വിചിത്ര രീതിയിൽ പെരുമാറുന്നതുകണ്ട് സഹോദരിമാർ അങ്കലാപ്പിലായി. പോസ്റ്റുമാൻ മണിയടിക്കുമ്പോൾ വാതിലിലേക്ക് ഓടും. ബ്രൂക്കിനോട് പരുക്കൻ മട്ടിൽ പെരുമാറും. ദുഃഖമൊന്നുമില്ലാത്ത മട്ടിൽ ഇരുന്ന്, മെഗിനെ നോക്കും, ഇടയ്ക്കവളെ പിടിച്ചുകുലുക്കും, പിന്നെ ചുംബിക്കും. ലാറിയും ജോയും തമ്മിൽ ചില ആംഗ്യവിക്ഷേപവും കൈമുദ്രകളും കാണിക്കും. അവരുടെ തമാശയെല്ലാം പോയെന്ന് സഹോദരിമാർ പറയും.

രണ്ടാമത്തെ ശനിയാഴ്ച ജോ പുറത്തുപോയി. മെഗ്, ജാലകത്തിലിരുന്ന് തുന്നുന്നു. വിചിത്രമായ ഒരു കാഴ്ച പുറത്ത്! ലാറി ജോയെ തോട്ടത്തിൽ മുഴുവൻ ഓടിച്ച് പിടികൂടി. ചെടികളുടെ മറവിൽ പൂർണമായി കാണുന്നില്ല. അവർ ചിരിച്ചാർക്കുന്നത് കേൾക്കാം. പിന്നെ ചെറുതായുള്ള സംസാരം, പത്രത്താളുകളുടെ ഒച്ച.

"എന്തൊരു പെണ്ണാണവൾ. ഒരു ചെറുപ്പക്കാരിയെപ്പോലല്ല പെരുമാറ്റം."മെഗ് പറഞ്ഞു.

ഏതാനും നിമിഷങ്ങൾക്കകം, ജോ ഓടിച്ചാടി വന്ന് സോഫയിലേക്കു വീണു. കയ്യിലുള്ളത് വായിക്കുന്നതായി ഭാവിച്ചു.

മെഗ്: "അതിൽ വിശേഷിച്ച് എന്തെങ്കിലുമുണ്ടോ?"

ജോ: "ഒരു കഥയാണ്, മറ്റൊന്നുമില്ല"

ആമി: "അത് ഉറക്കെവായിക്കുന്നതാണ് നല്ലത്. എല്ലാവർക്കും കേൾക്കാം. നീ കുസൃതി കാട്ടാതെയുമിരിക്കും."

ബെത്ത്: "എന്താണ് കഥയുടെ പേര് ?"

ജോ: "ദ റൈവൽ പെയ്ന്റേഴ്സ്"

മെഗ്: "നല്ലപേര്. ഉറക്കെ വായിക്ക്."

'ങ' ഹും' എന്നു പറഞ്ഞു കൊണ്ട് ജോ വേഗത്തിൽ വായിക്കാൻ

തുടങ്ങി. പെൺകുട്ടികൾ താൽപ്പര്യപൂർവം കേട്ടിരുന്നു. കഥ കാൽപ്പനികമാണ്; കരുണയർഹിക്കുന്നത്. മിക്ക കഥാപാത്രങ്ങളും ഒടുവിൽ മരിക്കുകയാണ്.

"എനിക്കതിലെ വിവരണമാണ് ഇഷ്ടമായത്". ആമി കഥ അംഗീകരിച്ചു.

ജോ വായന നിർത്തി.

മെഗ്: "സ്നേഹം ചിത്രീകരിച്ച ഭാഗമാണ് എനിക്കിഷ്ടമായത്. വയല, ആഞ്ജലോ നമുക്ക് ഇഷ്ടമുള്ള പേരുകളാണല്ലോ. അത് വിചിത്രമായിരിക്കുന്നു!"

"ആരാണത് എഴുതിയത്?" ബെത്ത് ജോയുടെ മുഖത്ത് ഉറ്റുനോക്കി.

വായനക്കാരി എഴുന്നേറ്റു നിന്നു. പേപ്പർ വീശിക്കാണിച്ചു. തമാശയും ഉദ്വേഗവും പവിത്രതയും ധ്വനിക്കുന്ന ഉച്ചസ്വരത്തിൽ : "നിങ്ങളുടെ സഹോദരി."

"നീയോ?" മെഗ് തുന്നൽ നിർത്തി.

"വളരെ നന്നായിരിക്കുന്നു. ആമി വിമർശനബുദ്ധിയോടെ മൊഴിഞ്ഞു.

"എനിക്കറിയാമായിരുന്നു, എന്റെ ജോ. എനിക്കന്തഭിമാനമുണ്ടെന്നോ?" അവൾ ജോയെ പുൽകി.

പിന്നെയുള്ള കോലാഹലമൊന്നും പറയേണ്ട. മിസ് ജോസഫൈൻ മാർച്ച് എന്ന അച്ചടിയക്ഷരങ്ങൾ കണ്ടപ്പോഴേ മെഗിന് പൂർണവിശ്വാസം വന്നുള്ളൂ. അവരെല്ലാം കൗതുകത്തോടെ, സന്തോഷത്തോടെ, അഭിമാനത്തോടെ അത് നോക്കിക്കണ്ടു. മികച്ച സാഹിത്യമൂല്യമുള്ള ഭാഗങ്ങൾ ആമി എടുത്തുപറഞ്ഞു. അനുബന്ധം അവൾ നിർദേശിക്കയും ചെയ്തു. പക്ഷേ നായികയും നായകനും മരിച്ചുപോയി.

ബെത്ത് സന്തോഷത്താൽ പാടി.

ഹന്നയ്ക്കും സന്തോഷം. "എല്ലാം ജോയുടെ പണിയാണ്." അവൾക്ക് കാര്യം ശരിക്കു പിടികിട്ടിയില്ല. മിസിസ്സ് മാർച്ച് അഭിമാനം കൊണ്ടു. ജോയ്ക്ക് ചിരിയും കരച്ചിലും!

താനൊരു ആൺമയിൽ തന്നെയാവും എന്നവൾ പ്രസ്താവിച്ചു.

"അതിനെക്കുറിച്ചെല്ലാം പറയ്. എപ്പോഴാണ് അച്ചടിക്കാൻ കൊടുത്തത്? എവിടെ? എന്തു പ്രതിഫലം കിട്ടും?" അച്ഛനോടു പറയണ്ടേ ലാറി ചിരിക്കില്ലേ എന്നിങ്ങനെ ഒരുപാടു സ്വരങ്ങൾ ഒന്നിച്ചു.

ജോ: "കലപിലനിർത്ത്. ഞാനെല്ലാം പറയാം. ഞാൻ നേരത്തെ കൊടുത്തിരുന്നു. പത്രമാഫീസിൽ ചെന്നപ്പോൾ അയാൾ പറഞ്ഞത് കഥ നന്നെന്നും ഉടൻ പ്രസിദ്ധീകരിക്കുമെന്നും. തുടക്കക്കാർക്ക് പ്രതിഫലമൊന്നും കൊടുക്കാറില്ലെന്നും പറഞ്ഞു. തുടർന്ന് നല്ല രചന അയച്ചാൽ പണം തരും. ഇത് ഇന്ന് തപാലിൽ വന്നതാണ്. ലാറി കയ്യോടെ പിടിച്ചു. അതവന്റെ കയ്യിൽനിന്ന് പിടിച്ചെടുക്കാനാണ് തോട്ടത്തിൽ ഓടിയത്. ലാറി വായിച്ചു. വളരെ നന്നായിട്ടുണ്ടെന്നും ഇനിയും എഴുതണമെന്നും പറഞ്ഞു."

"എനിക്കെന്തു സന്തോഷമാണെന്നോ. എന്റെ ആവശ്യത്തിനുള്ള പണം എഴുത്തിലൂടെ ഉണ്ടാക്കും. എന്റെ സഹോദരിമാർക്കും കൊടുക്കും."

തുടർച്ചയായി സംസാരിച്ച് അവളുടെ ശ്വാസം നിലച്ചതായി തോന്നി. പത്രക്കടലാസ് മുഖത്തോട് ചേർത്ത്, ഏതാനും അശ്രുബിന്ദുക്കൾ അക്ഷരങ്ങളെ പുൽകി. സ്വതന്ത്രയാവുക എന്നതും, താൻ സ്നേഹിക്കുന്നവരുടെ പ്രശംസയും സ്നേഹവും നേടുക എന്നതുമാണ് തന്റെ ജീവിതത്തിലെ പ്രിയതരമായ അഭിലാഷം. അത് നേടുക എന്ന ലക്ഷ്യത്തിലേക്കുള്ള ആദ്യത്തെ ചുവടുവെപ്പാണിത്.

27

ഒരു ടെലഗ്രാം വരുന്നു

"നവംബറിൽ ഒരു സുഖവുമില്ല" മഞ്ഞുപുതഞ്ഞ തോട്ടത്തിലേക്കു നോക്കി മെഗ് പറഞ്ഞു.

ജോ: "അതുകൊണ്ടാണ് ഞാൻ നവംബറിൽ ജനിച്ചത്."

ബെത്ത്: "സന്തോഷമുണ്ടാക്കുന്ന എന്തെങ്കിലും ഭവിച്ചാൽ നവംബർ നല്ലമാസമെന്നു പറയാം."

ജോ കൈമുട്ടുകൾ മേശയിലൂന്നി പിറുപിറുത്തു. ആമി വെറുതെ കലഹിച്ചു. ബെത്ത് ജനാലയിൽക്കൂടിനോക്കി.

"സന്തോഷമുള്ള രണ്ടു കാര്യങ്ങൾ സംഭവിക്കാൻ പോകുന്നു. ഒന്ന്, മാർമി വരുന്നുണ്ട്. പിന്നെ, എന്തോ നല്ല കാര്യം പറയാൻ വരുമ്പോലെ."

"അച്ഛന്റെ കത്തുവന്നോ മക്കളേ" എന്നായിരുന്നു മിസിസ്സ് മാർച്ചിന്റെ അന്വേഷണം.

ലാറി: ആരെങ്കിലും എന്റെ കൂടെ സവാരിക്കു വരുന്നോ? ഗണിതവുമായി മല്ലടിച്ച് തല പുണ്ണായി. തെളിച്ചമില്ലാത്ത ദിവസമാണെങ്കിലും അന്തരീക്ഷം നന്ന്. ഞാൻ ബ്രൂക്കിനെ കൊണ്ടുവരാൻ പോകുന്നു. എന്നാൽ അകത്ത് സന്തോഷമായി കഴിച്ചുകൂട്ടാം. ജോയും ബെത്തും എന്റെ കൂടെവാ."

"ഞങ്ങൾ വരുന്നു."

"എനിക്കിത്തിരി പണിയുണ്ട്." എന്നു പറഞ്ഞുകൊണ്ട് മെഗ് തുന്നൽ സാമഗ്രികളുമായി ഉള്ളിലേക്കു പോയി. ചെറുപ്പക്കാരുടെ കൂടെ സവാരിക്കു പോകുന്നത് നല്ലതല്ല എന്ന് അമ്മ മെഗിനോട് പറയുകയുണ്ടായി.

"അമ്മയ്ക്ക് ഞാനെന്തെങ്കിലും ചെയ്തുതരേണ്ടതുണ്ടോ?" അവൻ വിനയത്തോടെ ചോദിച്ചു.

"ഇല്ല, നന്ദി. നീ പോസ്റ്റ്ഓഫീസിലേക്കു വിളിക്കണം. ഇന്നെങ്കിലും ഒരു കത്ത് വരേണ്ടതാണ്. പോസ്റ്റുമാനെ കണ്ടില്ല. അദ്ദേഹം സൂര്യനെപ്പോലെ നിഷ്ഠയുള്ള ആളാണ്. കത്ത് വഴിക്കെങ്ങാൻ തങ്ങിയതാവാം."

ബെൽ ഉറക്കെ അടിച്ചു. അൽപ്പം കഴിഞ്ഞ് ഹന്ന ഒരു ടെലഗ്രാം നീട്ടിപ്പിടിച്ച് വന്നു. എന്തോ പൊട്ടിത്തെറിക്കാനുള്ള വസ്തുവെന്നവണ്ണമാണ് അവളതിനെ കൈകാര്യം ചെയ്തത്.

കടലാസിലെ വരികൾ വായിച്ചതോടെ മിസിസ്സ് മാർച്ച് കസേരയിലേക്കു ചാഞ്ഞു. ലാറി വെള്ളമെടുക്കാൻ താഴേയ്ക്ക് ഓടി. മെഗും ഹന്നയും താങ്ങി. ജോ കത്ത് ഉറക്കെ വായിച്ചു:

"മിസിസ്സ് മാർച്ച്, ഭർത്താവിന്നു രോഗം, ഉടൻ വരിക."

മിസിസ്സ് മാർച്ച് എഴുന്നേറ്റിരുന്നു. കടലാസ് വീണ്ടും വായിച്ചു. കൈകൾ നീട്ടിക്കൊണ്ട് പറഞ്ഞു:

"എനിക്ക് ഉടൻ പോകണം. വൈകിപ്പോയല്ലോ. കുട്ടികളേ, എനിക്കു സഹിക്കാനാവുന്നില്ല."

കുറച്ചുനേരത്തേക്ക് മുറിയിൽ കരച്ചിലിന്റെ നേരിയ ശബ്ദം മാത്രം. ഇടയ്ക്ക് ആശ്വാസവചനങ്ങൾ, സഹായവാഗ്ദാനം. പ്രത്യാശാസ്വരങ്ങൾ കണ്ണീരിൽ മുങ്ങി. ഹന്ന ആദ്യം പൂർവസ്ഥിതിപ്രാപിച്ചു. അബോധമായ അറിവിലൂടെ മറ്റുള്ളവർക്ക് നല്ലൊരു മാതൃകയായി.

"ദൈവം രക്ഷിക്കും. ഞാൻ കരഞ്ഞ് സമയം കളയുന്നില്ല. യാത്രയ്ക്കുള്ളത് ഒരുക്കട്ടെ, മാം." ഉള്ളിൽ തട്ടുന്ന സ്വരത്തിൽ പറഞ്ഞുകൊണ്ട് ഹന്ന കണ്ണുതുടച്ചു. മാർച്ചിന്റെ കൈ പിടിച്ച് സാന്ത്വനപ്പെടുത്തി.

"അവൾ പറഞ്ഞത് ശരിയാ. കരഞ്ഞിരുന്നാൽ പറ്റില്ല. ഞാനൊന്നാലോചിക്കട്ടെ."

അവർ ശാന്തരാകാൻ ശ്രമിച്ചു. അമ്മയുടെ മുഖം വിളറിയിട്ടുണ്ട്. എന്നാലും കരുത്ത് കാണിക്കുന്നു. യാത്രയുടെ ഒരുക്കത്തെക്കുറിച്ചോർത്തു.

"ലാറി എവിടെ?"

"ഇവിടെയുണ്ട്, മാം. എന്നെ എന്തെങ്കിലുമൊന്ന് ചെയ്യാൻ അനുവദിക്ക്." -അവൻ അടുത്ത മുറിയിൽനിന്ന് ക്ഷണം എത്തി.

"ഞാൻ വരുമെന്ന് കമ്പിയടിക്കണം. തീവണ്ടി നാളെ കാലത്താണ്."

ലാറി: "അതെന്തിന്ന്? കുതിര തയ്യാറാണ്. എനിക്കെവിടെയും പോകാൻ കഴിയും."

ഭൂമിയുടെ അറ്റത്തേക്കായാലും ലാറി തയ്യാറാണ്.

"മാർച്ച് അമ്മായിക്ക് ഒരു കുറിപ്പുകൊടുക്കണം. ജോ, പേനയും കടലാസുമെടുക്ക്."

ജോ: മേശ അമ്മയുടെ അടുത്തേക്ക് നീക്കിയിട്ടു. യാത്രയ്ക്കുള്ള പണം കടം ചോദിക്കാനാണ് അമ്മ എഴുതുന്നത്. തനിക്ക് എന്തെങ്കിലും സഹായിക്കാനായെങ്കിൽ!

"ഇതാ കത്ത്. പ്രിയപ്പെട്ട കുട്ടീ, നീ കുതിരയെ പറപ്പിക്കരുത്. അതിന്റെ ആവശ്യമില്ല."

മാർച്ചിന്റെ അപേക്ഷ വിലപ്പോയില്ല. അഞ്ചുനിമിഷം കൊണ്ടവൻ പുറത്തിറങ്ങി. ജീവൻ രക്ഷിക്കാനെന്നവണ്ണമാണ് പടക്കുതിരയെ അവൻ ഓടിക്കുന്നത്.

"ജോ, ഓടിച്ചെന്ന് മിസിസ്സ് കിംഗിനോട്, എനിക്കു വരാനാവില്ലെന്നു പറയ്. വരും വഴിക്ക് ഇതെല്ലാം കൊണ്ടു വാ. ഞാൻ എഴുതിവെക്കുന്നുണ്ട്. ശുശ്രൂഷയ്ക്ക് അതെല്ലാം ആവശ്യമായിവരും. ആശുപത്രിയിൽ വേണ്ടതെല്ലാം ഉണ്ടാവണമെന്നില്ല. ബെത്ത് നീ പോയി, മിസ്റ്റർ ലാറൻസിനോട് രണ്ടുകുപ്പി പഴയ വീഞ്ഞ് തരാൻ പറയ്. അച്ഛനുവേണ്ടി യാചിക്കാൻപോലും ഞാൻ മടിക്കുന്നില്ല. ആമി, മുകളിലുള്ള കറുത്തപെട്ടി ഇവിടേക്കുകൊണ്ടു വരാൻ ഹന്നയോട് പറയ്. മെഗ്, എന്റെ സാധനങ്ങൾ പെറുക്കിവെക്ക്. ഞാനാകെ കുഴങ്ങിയിരിക്കുന്നു."

എഴുതലും ആലോചിക്കലും നിർദേശങ്ങൾ നൽകലും എല്ലാംകൂടി അവർ ആങ്കലാപ്പിലായി. അൽപ്പനേരം സ്വസ്ഥമായിരിക്കാൻ മെഗ് അമ്മയോട് അപേക്ഷിച്ചു. അവരെല്ലാംകൂടി പെട്ടിയും മറ്റും ഒരുക്കിവെക്കും.

കാറ്റിൽ ഇലകൾ പറന്നതുപോലെ, എല്ലാവരും പല സ്ഥലത്തായി. ബെത്തിനോടൊപ്പം മിസ്റ്റർ ലോറൻസ് ധൃതിയിൽ കടന്നുവന്നു. എല്ലാ സൗകര്യങ്ങളും ഒരുക്കാൻ തയാറാണ്. അമ്മയുടെ അഭാവത്തിൽ നാലു പേരുടെയും സംരക്ഷണച്ചുമതലയേറ്റു. വേണ്ടതെല്ലാം വാഗ്ദാനം ചെയ്തു; സ്വന്തം ഡ്രസ്സിങ് ഗൗൺ ഉൾപ്പെടെ.

മിസ്റ്റർ ലോറൻസ് അനുയാത്രചെയ്യാൻ തയ്യാറായി. എന്നാൽ ദീർഘമായ യാത്ര വൃദ്ധനായ ഒരാൾക്ക് പറ്റില്ലെന്ന് മാർച്ചിന് അറിയാം. എന്നാലും വാക്കുകൾ സമാശ്വാസമരുളി. ഉൽക്കണ്ഠ, യാത്രയിൽ വിഷമമുണ്ടാക്കും.

ഉടൻ വരാമെന്നുപറഞ്ഞ് മിസ്റ്റർ ലോറൻസ് തിരിച്ചുപോയി. ഒരു കയ്യിൽ ഒരു ജോടി ചെരുപ്പുകളും മറുകയ്യിൽ ഒരു കപ്പ് ചായയുമായി മെഗ് പൂമുഖത്തെത്തി. അവിടെ ബ്രൂക്ക് നിൽക്കുന്നു.

"വാർത്തയറിഞ്ഞു. ഞാൻ ദുഃഖിക്കുന്നു."

ശാന്തസ്വരത്തിൽ ബ്രൂക്ക് പറഞ്ഞു. മെഗിന് സന്തോഷമായി.

"അമ്മയുടെ കൂടെ പോകാനാണ് ഞാൻ വന്നത്."

മെഗ്, ചെരിപ്പു താഴെയിട്ടു. ചായതുളുമ്പി. അവൾ കൃതജ്ഞതാഭാവത്തിൽ കൈനീട്ടി. തന്റെ വാക്കുകൾക്ക് പ്രതിഫലം കിട്ടിയതായി ബ്രൂക്കിനു തോന്നി.

"നിങ്ങൾ എത്ര ദയാലുവാണ്. സഹായം അമ്മ സ്വീകരിക്കുമെന്നുറപ്പാണ്. ആരെങ്കിലും കൂടെയുണ്ടാവുന്നത് അമ്മയ്ക്ക് ആശ്വാസമാവുമല്ലോ. വളരെ നന്ദി."

മെഗ് ഗൗരവമായി സംസാരിക്കുന്നു. തന്നെ വീക്ഷിക്കുന്ന തവിട്ടു കണ്ണുകളിലെ എന്തോ ഒന്ന്, കയ്യിലിരുന്ന് തണുക്കുന്ന ചായയുടെ ഓർമ യുണ്ടാക്കി. അവൾ പാർലറിലേക്ക് ധൃതിയിൽ നടന്നു.

ലാറി തിരിച്ചെത്തി, പണവും ഒരു കുറിപ്പുമായി.

കുറിപ്പുവായിച്ച് അത് തീയിൽ ഇട്ടു. പണം പോക്കറ്റിലും. പട്ടാള ത്തിൽ ചേരുന്നത് നല്ലതല്ലെന്നും, അതുകൊണ്ട് ഗുണമൊന്നുമുണ്ടാവി ല്ലെന്നും അവർ പറഞ്ഞിരുന്നുവത്രെ. ഇനി വരുമ്പോഴെങ്കിലും, തന്റെ അഭിപ്രായം മാനിക്കുമെന്നവർ വിശ്വസിച്ചു.

28

ജോ മുടി വിൽക്കുന്നു

സായാഹ്നം ഇഴഞ്ഞുനീങ്ങി. മെഗും അമ്മയും അൽപ്പം തുന്നൽ പ്പണി നടത്തി. ബെത്തും ആമിയും ചായയുണ്ടാക്കി. ഹന്ന ഇസ്തിരി യിട്ടു. ജോ മാത്രം എത്തിയില്ല. എല്ലാവരും ഉൽക്കണ്ഠാഭരിതരായി. ലാറി അവളെ തിരഞ്ഞു പുറത്തിറങ്ങി. മറ്റൊരു വഴിയിലൂടെ ജോ തിരിച്ചു വന്നു. വല്ലാത്തൊരു മൂകഭാവമായിരുന്നു, അവൾക്കപ്പോൾ. ഒരു കടലാസുപൊതി അമ്മയുടെ മുമ്പിൽ വെച്ചു. ശ്വാസതടസമുള്ള മട്ടിൽ പറഞ്ഞു:

"അച്ഛനെ സുഖപ്പെടുത്താനും, വീട്ടിലേക്കു കൊണ്ടുവരാനുമുള്ള ചെലവിലേക്കാണിത്."

ഇരുപത്തഞ്ചു ഡോളർ!

"നിനക്കിത് എവിടെന്നു കിട്ടി? അവിവേകമൊന്നും കാട്ടിയില്ലല്ലോ.?"

ജോ: "ഇല്ല. ഇത് സത്യസന്ധമായി ഉണ്ടാക്കിയതുതന്നെ. യാചി ച്ചില്ല. കടംവാങ്ങിയില്ല, കട്ടുമില്ല. നിങ്ങളെന്നെ കുറ്റപ്പെടുത്തുമെന്ന് ഞാൻ കരുതുന്നില്ല. എന്റെ സ്വത്താണ് ഞാൻ വിറ്റത്."

പറഞ്ഞതോടൊപ്പം അവൾ തൊപ്പിമാറ്റി. എല്ലാവരും കൂടി ഒറ്റക്കര ച്ചിൽ! ജോ മുടി മുറിച്ചിരിക്കുന്നു.

"നിന്റെ മുടിയോ? ആ ഭംഗിയുള്ള മുടി? നിനക്കെങ്ങനെ സാധിച്ചു ഇത്? ആ മുടി നിന്റെ സൗന്ദര്യമല്ലേ. എന്റെ ജോയെപ്പോലല്ല, ഇപ്പോഴി വൾ! എങ്കിലും ഞാനവളെ സ്നേഹിക്കുന്നു."

എല്ലാവരും അമ്പരന്നു നിൽക്കെ ബെത്ത് ജോയുടെ തലമാറോട മർത്തി. ജോ നിർവികാരയായി നിന്നു, പറഞ്ഞു:

"ഇത് രാജ്യത്തിന്റെ വിധിനിർണയിക്കുന്നില്ലല്ലോ. ബെത്ത്, കര യാതെ. ഇതെന്റെ തലയ്ക്ക് ഗുണം ചെയ്യും. എന്റെ ചുരുൾമുടി വേഗം

വളരുമെന്ന് ബാർബർ പറഞ്ഞു. ആൺകുട്ടികളുടേതുപോലെ എളുപ്പത്തിൽ ഭംഗിയാക്കിവെക്കാം."

"നീയെന്തിനതു ചെയ്തു?" തന്റെ മുടിയും മുറിക്കുന്നതിനെപ്പറ്റിയാണ് ആമി ആലോചിക്കുന്നത്.

ജോ: "അച്ഛനുവേണ്ടി എന്തെങ്കിലും ചെയ്യണമെന്നു തോന്നി. മെഗ് തന്റെ ശമ്പളം മുഴുവൻ വാടകയ്ക്കായി കൊടുത്തു. എന്റെ കയ്യിൽ കുറച്ചു വസ്ത്രങ്ങൾ മാത്രമേയുള്ളൂ. എന്തെങ്കിലും ചെയ്യാതിരിക്കുന്നത് അധർമമാണ്."

"നിനക്ക് അങ്ങനെ തോന്നേണ്ട കാര്യമില്ല, എന്റെ കുട്ടീ. മഞ്ഞുകാലത്തേക്ക് നിനക്ക് വേണ്ടതൊന്നും ഇല്ലല്ലോ. നീ കഠിനമായി അധ്വാനിച്ചിട്ടല്ലേ അൽപ്പമെങ്കിലും വാങ്ങാൻ കഴിഞ്ഞത്?"

അമ്മയുടെ നോട്ടം, ജോയുടെ മനസ്സ് ഊഷ്മളമാക്കി.

ജോ: "മുടി വിൽക്കുന്നതിനെക്കുറിച്ച് ഞാൻ ഒട്ടുംതന്നെ ചിന്തിച്ചിരുന്നില്ല. എന്താണ് ചെയ്യാൻ കഴിയുക എന്നോർത്തുകൊണ്ട് നടന്നു. ബാർബറുടെ ചില്ലുജാലകത്തിനപ്പുറം പലതരം മുടിക്കെട്ടുകൾ കണ്ടു. വിലയും എഴുതിവെച്ചിട്ടുണ്ട്. എന്റെ മുടിയുടെയത്ര കനമില്ലാത്ത കറുത്ത മുടിക്ക് നാൽപ്പതു ഡോളറാണ് വില.

"പെട്ടെന്ന് ഞാനവിടേക്കു കടന്നു ചെന്നു. എന്റെ മുടിക്ക് എന്തുവിലതരുമെന്ന് ചോദിച്ചു."

ബെത്ത്: "നിന്റെ ധൈര്യം! എനിക്ക് ഊഹിക്കാനേ പറ്റുന്നില്ല."

ജോ: "ചെറിയ മനുഷ്യനാണയാൾ. അയാളെന്നെ തുറിച്ചുനോക്കി. ചെറുപ്പക്കാരികൾ ഓടിച്ചെന്ന്, തന്റെ മുടി വിൽക്കാനുണ്ടെന്ന് മുമ്പൊരിക്കലും അയാളോട് പറഞ്ഞിട്ടുണ്ടാവില്ല. എന്റെ മുടിക്ക് ഫാഷൻ കളർ ഇല്ലാത്തതുകൊണ്ട് താൽപ്പര്യമില്ല എന്നാണയാൾ പറഞ്ഞത്. വിലകുറച്ചാണ് പറഞ്ഞതും. അയാളത് ഉടൻ മുറിച്ചില്ലെങ്കിൽ പിന്നീടത് കൊടുക്കാൻ തോന്നില്ല എന്നെനിക്കു മനസിലായി.

എനിക്കൽപ്പം തിരക്കുണ്ടെന്നും പണത്തിന്റെ ആവശ്യമെന്തെന്നും ഞാൻ പറഞ്ഞു. അയാളുടെ മനസു മാറി. ഭാര്യ ഇതെല്ലാം കേട്ടുനിന്നിരുന്നു.

"തോമസ്, നീ അവളുടെ മുടി മുറിക്ക്. എന്നിട്ട് അവളെ പറഞ്ഞുവിട്. എനിക്കൊരു കൂമ്പാരം മുടിയുണ്ടായിരുന്നെങ്കിൽ, ആവശ്യം വരുമ്പോൾ ജിമ്മിക്കുവേണ്ടി ഞാനും മുറിച്ചേനെ!"

"ആരാണ് ജിമ്മി?" ആമിക്കതറിയണം.

"അവരുടെ മകൻ, പട്ടാളത്തിലാണ്. മുടി മുറിക്കുമ്പോൾ അവർ സംസാരിച്ചുകൊണ്ടിരുന്നു."

"ആദ്യത്തെ മുടി, മുറിക്കുമ്പോൾ, അതു ഭയങ്കരമായി നിനക്കു തോന്നില്ലേ?" മെഗ് വിറയലോടെ ചോദിച്ചു.

ജോ: "അയാൾ കത്രികയും മറ്റുമെടുക്കുമ്പോൾ അവസാനമായി

ഞാനെന്റെ മുടിയൊന്നു നോക്കി. പിന്നെ ഒന്നുമില്ല. അതു മേശപ്പുറത്ത് കിടക്കുന്നത് വിചിത്രമായി തോന്നി. എന്റെ കയ്യോ കാലോ മുറിച്ചെടുത്തപോലാണ് പിന്നീടു തോന്നിയത്. ഞാനതു നോക്കുന്നത് കണ്ട് ആ സ്ത്രീ കുറെ ഇഴകൾ എടുത്ത് എന്റെ കയ്യിൽ തന്നു, സൂക്ഷിച്ചുവെക്കാൻ. ഇത് മമ്മയ്ക്കു തരാം, എന്റെ മുടിയുടെ സുവർണകാലം ഓർക്കാൻ!"

കടും തവിട്ടുനിറത്തിലുള്ള അൽപ്പം മുടിയോടൊപ്പം, നരച്ച ഏതാനും ഇഴകളും മിസിസ്സ് മാർച്ച് ചേർത്തുവെച്ചു.

ആർക്കും ഉറങ്ങാൻ പോകാൻ തോന്നിയില്ല. പത്തുമണി ആയപ്പോൾ യാത്രയ്ക്കുള്ള ഒരുക്കം പൂർത്തിയായി. അവർ മക്കളെ വിളിച്ചു. ബെത്ത് പിയാനോവിൽ, അച്ഛന് പ്രിയങ്കരമായ ഒരു സ്തോത്രം വായിച്ചു. തുടക്കം നന്നായി. എന്നാൽ സംഗീതം ആരെയും സമാധാനിപ്പിച്ചില്ല. എല്ലാവർക്കും ഉത്സാഹം നശിച്ചു. ബെത്ത്, ഗാനം എങ്ങനെയോ പൂർത്തിയാക്കി.

നേരത്തെ എഴുന്നേൽക്കണമെന്ന നിർദേശത്തോടെ അമ്മ എല്ലാവരെയും ഉറങ്ങാനയച്ചു. മക്കൾ അമ്മയെ ചുംബിച്ചു. ബെത്തും ആമിയും ക്ഷണം ഉറങ്ങി. ജോ ഉറങ്ങിയെന്നാണവൾ കരുതിയത്. എന്നാൽ അമർത്തിയ കരച്ചിൽ കേൾക്കായി. ജോയുടെ കവിളുകൾ നനഞ്ഞിരിക്കുന്നു.

"ജോ, നീ അച്ഛനെ ഓർത്ത് കരയുന്നുവോ?"

"ഇപ്പോഴതല്ല."

"പിന്നെയെന്താ?"

"എന്റെ മുടി, എന്റെ മുടി." പൊട്ടിക്കരഞ്ഞ ജോ തലയിണയിൽ മുഖമമർത്തി.

മെഗ് അവളെ ചുംബിക്കയും കെട്ടിപ്പിടിക്കയും ചെയ്തു. ദുഃഖിതയായ ജോയെ സമാധാനിപ്പിച്ചുകൊണ്ടിരിന്നു.

ജോ: "എനിക്കു ദുഃഖമില്ല"വാക്കുകൾ തൊണ്ടയിൽ തടഞ്ഞു. "നാളെയും ഞാനിതു ചെയ്തേക്കും. മനസിലെ സ്വാർഥതയാണെന്നെ കരയിക്കുന്നത്. നീ ആരോടും പറയരുത്. അതു കഴിഞ്ഞു. നീ ഉറങ്ങിയെന്നാണ് ഞാൻ കരുതിയത്. എങ്ങനെ ഉണർന്നു?"

മെഗ്: "എനിക്ക് ഉറങ്ങാനാവുന്നില്ല. മനസിൽ ഉൽക്കണ്ഠയാണ്."

ജോ: "സന്തോഷം തരുന്ന എന്തിനെക്കുറിച്ചെങ്കിലും ചിന്തിക്ക്. അപ്പോൾ ഉറക്കം വരും."

മെഗ്: "ഞാൻ ശ്രമിച്ചു. പക്ഷേ കൂടുതൽ ഉണർവ് ഉണ്ടാകുന്നു."

ജോ: "നീ എന്തിനെക്കുറിച്ചാണ് ചിന്തിച്ചത്?"

മെഗ്: "സുന്ദരമായ മുഖം, പ്രത്യേകിച്ച് കണ്ണുകൾ." ഇരുളിലവൾ സ്വയം പുഞ്ചിരിച്ചു.

ജോ: "നിനക്കേതാണ് ഏറ്റവും ഇഷ്ടം?"

മെഗ്: "തവിട്ട്, ചിലപ്പോൾ. എന്നാൽ നീലയാണ് ഭംഗി."

ജോ ചിരിച്ചു. മിണ്ടാതിരിക്കാൻ മെഗ് ശാസിച്ചു. ജോയുടെ മുടി ചുരുട്ടിക്കൊടുക്കാമെന്ന് പറഞ്ഞ്, ഉറങ്ങി. സ്വപ്നത്തിൽ ആകാശക്കോട്ടകൾ കെട്ടി.

ഘടികാരം പാതിരാവെന്നറിയിച്ചു. മിസിസ്സ് മാർച്ച് എഴുന്നേറ്റു. ഓരോ കട്ടിലിലും പോയി നോക്കി, പുതപ്പ് വലിച്ചിടുകയും തലയിണ നേരെയാക്കുകയും ചെയ്തു. കർട്ടൻ വലിച്ചു പുറത്തേക്കു നോക്കിയപ്പോൾ, മേഘങ്ങൾക്കിടയിൽനിന്ന് ചന്ദ്രൻ പുറത്തുവന്ന് പ്രകാശം ചൊരിയുന്നു. അവരുടെ മനസ്സ് കുളിർത്തു.

29

മിസിസ്സ് മാർച്ച് യാത്രയാവുന്നു

പ്രഭാതത്തിൽ സഹോദരിമാർ ഉണർന്നു. പതിവുപോലെ *ബൈബിൾ* പാരായണം നടത്തി. ഇന്ന് കൂടുതൽ നിഷ്ഠയോടെ ചെയ്തു. പുറത്ത് അന്തരീക്ഷം നിശ്ശബ്ദം. എന്നാൽ ഉള്ളിൽ എല്ലാം സജീവം. അത്രനേരത്തെ പ്രാതലുമായി പൊരുത്തപ്പെടാൻ കഴിയുന്നില്ല. പരിചിതമായ ഹന്നയുടെ മുഖത്തിന്ന് അസ്വാഭാവികത; കാരണം രാത്രിത്തൊപ്പി ഊരിവെക്കാൻ അവൾ മറന്നിരുന്നു.

വലിയപെട്ടി യാത്രയ്ക്കു തയ്യാറായി. അമ്മയുടെ ഓവർകോട്ടും തൊപ്പിയും സോഫയിൽ. മിസിസ്സ് മാർച്ച് പ്രാതൽ കഴിക്കാൻ ഒരു വിഫലശ്രമം നടത്തി. ഉറക്കമില്ലായ്മകാരണം മുഖം വിളറിയിട്ടുണ്ട്. മെഗിന്റെ കണ്ണുകൾ നിറഞ്ഞിരിക്കുന്നു. ജോ, തന്റെ മുഖം ഒളിക്കാൻ അടുക്കളയിലെ ആട്ടുകല്ലിലേക്ക് നോക്കിനിന്നു. ചെറിയ പെൺകുട്ടികളുടെ മുഖം വിവർണമാണ്. ദുഃഖം അവർക്ക് പുതിയൊരനുഭവമാണ്.

ആരും അധികം സംസാരിച്ചില്ല. വണ്ടിക്കുള്ള സമയമായപ്പോൾ മിസിസ്സ് മാർച്ച് എല്ലാവരോടുമായി പറഞ്ഞു: "മക്കളെ നിങ്ങളുടെ കാര്യങ്ങൾ നോക്കാൻ ഹന്നയും മിസ്റ്റർ ലോറൻസുമുണ്ട്. വെറുതെയിരുന്ന് സങ്കടപ്പെടരുത്. നിങ്ങളുടെ ജോലി സാധാരണപോലെ ചെയ്യുക. ജോലി ഒരനുഗ്രഹമാണ്. ഓർക്കുക - എന്തെല്ലാം സംഭവിച്ചാലും നമുക്ക് അച്ഛനെ നഷ്ടമാവില്ല."

പെൺകുട്ടികൾ കാര്യം മനസിലാക്കി.

"മെഗ്, ബുദ്ധിപൂർവം പ്രവർത്തിക്കണം. താഴെയുള്ളവരുടെ കാര്യം നോക്കണം. ഹന്നയോട് വീട്ടുകാര്യങ്ങൾ ചർച്ച ചെയ്യണം. എന്തെങ്കിലും വിഷമം തോന്നിയാൽ മിസ്റ്റർ ലോറൻസിനോടു പറയണം, ജോ, ക്ഷമയോടിരിക്കണം. വിഷണ്ണയാവരുത്. ഇടയ്ക്ക് കത്തയക്കണം. വീട്ടിലെ

ചെറിയ ജോലികൾ ശ്രദ്ധിക്കണം. ആമി, അനുസരണയോടെ സന്തോഷത്തോടെ ഇരിക്കണം. ആവുന്നത്ര സഹായിക്കണം."

"അങ്ങിനെത്തന്നെ അമ്മേ."

വണ്ടിവന്നു. കുട്ടികൾ സ്വയം നിയന്ത്രിച്ചു. ആരും ബഹളം വെച്ചില്ല. അച്ഛനുള്ള സ്നേഹസന്ദേശങ്ങൾ കൈമാറി. അമ്മയെ ചുംബിച്ചു. വണ്ടി ഓടിത്തുടങ്ങിയപ്പോൾ കൈവീശി യാത്രയാക്കി.

ലാറിയും മുത്തശ്ശനും അവരെ യാത്രയാക്കാൻ വന്നു. ബ്രൂക്ക് കാരുണ്യമുള്ളവനും കരുത്തനുമായി കാണപ്പെട്ടു. കുട്ടികൾ ഒരു വിളിപ്പേരിട്ടു, 'ഗ്രെയ്റ്റ് ഹാർട്ട്.'

സൂര്യൻ ഉദിച്ചു. അമ്മ തിരിഞ്ഞു നോക്കിയപ്പോൾ എല്ലാവരും സൂര്യപ്രഭയിൽ കുളിച്ചുനിൽക്കുന്നു. അതൊരു നല്ല ശകുനമാണ്. നാലു പെൺകുട്ടികളുടെ മുഖം, പിന്നിൽ ഹന്ന. സമീപത്ത് മിസ്റ്റർ ലോറൻസും, എന്തിന്നും തയ്യാറായി ലാറിയും.

"ഒരു ഭൂകമ്പം പോലെ." അയൽക്കാർ യാത്രയായപ്പോൾ ജോ പറഞ്ഞു.

എന്തോ പറയാൻ ബെത്ത് വായതുറന്നു. എന്നാൽ പറയാതെ ചൂണ്ടിക്കാണിച്ചു. ഭംഗിയായി തുന്നിയ സ്റ്റോക്കിങ്സ്. പണി പൂർത്തിയായില്ല. പോകാനുള്ള തിരക്കിന്നിടയിലും അമ്മ അതു തുന്നുന്നത് അവർ കണ്ടിരുന്നു. അവർ സങ്കടപ്പെട്ട് കരഞ്ഞു. ദുഃഖം കരഞ്ഞുതീരട്ടെയെന്ന് ഹന്ന കരുതി. പിന്നെ, കാപ്പി കൊണ്ടുവന്നു.

"പ്രിയ യുവതികളെ, അമ്മ പറഞ്ഞതോർക്കുക. ക്ലേശിക്കരുത്. കാപ്പി കുടിച്ച് നിങ്ങളുടെ ജോലിയിൽ ഏർപ്പെടുക."

കാപ്പി ഒരു ഔഷധം തന്നെ. ഹന്ന ബുദ്ധിപൂർവം പ്രവർത്തിച്ചു. കാപ്പി കുടിച്ചപ്പോൾ അവർ സാധാരണ നിലയിലായി.

ജോ : "അലസരാവാതെ പ്രവൃത്തിച്ചുകൊണ്ടിരിക്കുക. അതാണ് നമ്മുടെ മോട്ടോ. ആരാണത് ഓർക്കുന്നതെന്ന് നമുക്കു നോക്കാം. ഞാൻ മാർച്ച് അമ്മാവനിനുടെ അടുത്തേക്ക് പോകുന്നു."

മെഗ് : "എന്റെ 'രാജാക്ക'ന്മാരുടെ അടുത്ത് പോകണമെനിക്ക്. എന്നാൽ കാര്യങ്ങൾ നോക്കി ഇവിടെത്തന്നെ ഇരിക്കാനാണ് തോന്നുന്നത്."

ആമി : "അതിന്റെ ആവശ്യമില്ല. ബെത്തും ഞാനും കൂടി വീട്ടുകാര്യങ്ങൾ നോക്കാം."

ബെത്ത് : "എന്താണ് ചെയ്യേണ്ടതെന്ന് ഹന്ന പറഞ്ഞുതരും. നിങ്ങൾ തിരിച്ചെത്തുമ്പോൾ ഇവിടെ എല്ലാം ശരിയായിരിക്കും.

നിലംതുടയ്ക്കാൻ തുണിയും പാത്രവുമെടുത്ത് അവർ തയ്യാറായി.

സായാഹ്നമായി.

"ഉൽക്കണ്ഠ വളരെ രസമുള്ളൊരു കാര്യമാണെന്ന് ഞാൻ കരുതുന്നു." പഞ്ചസാര തിന്നുകൊണ്ട് ആമി പറഞ്ഞു.

സഹോദരിമാർ ചിരിച്ചു. പഞ്ചസാര തിന്നുന്നതിൽ ആശ്വാസം കാണുന്ന ആമിയെ നോക്കി മെഗ് തലകുലുക്കി.

രണ്ടുപേർ പുറത്തുപോയി. ശേഷിച്ചവർ അമ്മ ഇരിക്കുന്ന സ്ഥാന ത്തേക്കു നോക്കി. അവർ, വീട്ടിലെ ആഘോഷം ഓർത്തു.

വഴി പിരിയുമ്പോൾ ജോ പറഞ്ഞു. "മെഗ്ഗ് ഇന്ന് നിന്റെ 'രാജാക്ക'ന്മാർ നിന്നെ വിഷമിപ്പിക്കില്ലായിരിക്കും. അച്ഛന്റെ കാര്യമോർത്ത് ദുഃഖിക്കേണ്ട."

മെഗ്: "നിന്റെ തലകണ്ടിട്ട് മാർച്ച് അമ്മായി, മാക്രിയെപ്പോലെ കര യില്ലായിരിക്കും. ആൺകുട്ടിയെപ്പോലെ നന്നായിരിക്കുന്നു." ചുമലിൽ തൊട്ടുനിൽക്കുന്ന ചെറിയ മുടിച്ചുരുൾ മെഗ് തൊട്ടുനോക്കി.

ജോ: "അതാണെന്റെ സുഖം"

മഞ്ഞുകാലത്ത് രോമം കത്രിച്ചെടുത്ത ആടിനെപ്പോലാണ് അവളുടെ അവസ്ഥ.

ബ്രൂക്ക് എല്ലാ ദിവസവും വിവരം അറിയിച്ചുകൊണ്ടിരുന്നു. കഠിന രോഗമായിരുന്നെങ്കിലും, നല്ല പരിചരണം ഫലപ്രദമായി.

മൂത്തവൾ എന്ന നിലയ്ക്ക്, മെഗ് ആണ് കത്തുവായിക്കുക.

ഒരാഴ്ച കഴിഞ്ഞു.

പെൺകുട്ടികൾ നല്ല നിലയിൽ പെരുമാറുകയും നല്ല കാര്യങ്ങൾ ചെയ്യുകയും ചെയ്ത് അയൽക്കാരുടെ ശ്രദ്ധപിടിച്ചുപറ്റി. സ്വയംനിഷേധം ഒരു ഫാഷനായി. ആകാംക്ഷയിൽനിന്ന് മോചിതരാകവെ, അവർ പഴയ മട്ടിലേക്ക് തിരിച്ചെത്തി.

തലയിലെ ചർമത്തിൽ കാറ്റു തട്ടി ജോയ്ക്ക് ജലദോഷം. കുറച്ചു ദിവസം വീട്ടിൽ തന്നെ ഇരിക്കേണ്ടി വന്നു. ഇത് ജോയ്ക്കും ഇഷ്ടമായി. പുസ്തകം വായിച്ചുകൊണ്ട് സോഫയിൽ ചടഞ്ഞുകൂടിയിരുന്നു. വീട്ടു ജോലിയും ചിത്രരചനയും ഒത്തുപോവില്ലെന്ന് ആമി മനസിലാക്കി. മെഗ് ജോലി സ്ഥലത്തുപോകും. വീട്ടിലിരുന്ന് തുന്നും. അമ്മയ്ക്ക് നീണ്ട കത്തു കളെഴുതാനാണ് കൂടുതൽ സമയം മാറ്റിവെച്ചത്. പിന്നെ, വരുന്ന കത്തു കൾ വായിക്കാനും. കൊച്ചുകൊച്ചു ജോലികൾ ബെത്ത് ചെയ്തു തീർക്കും, ചിലപ്പോൾ സഹോദരിമാർ മറന്നുവെച്ച ജോലിയും ചെയ്യും. വീട് ഒരു ക്ലോക്ക് പോലെ ആയിത്തീർന്നു. അതിന്റെ പെൻഡുലം ഒരു യാത്രയ്ക്കു പോയമട്ടിലാണ്. അമ്മയുടെ സാമീപ്യം അതിയായി ആഗ്ര ഹിക്കുമ്പോൾ, ബെത്ത് തനിയെ ഒരു മുറിയിൽ അടച്ചിരുന്ന്, അമ്മയുടെ പഴയഗൗണിൽ മുഖമമർത്തി കരയും. ദുഃഖം പൂണ്ട അവളെ, ഏതൊരു കാര്യമാണ് ദുഃഖവിമുക്തയാക്കുന്നതെന്ന് മറ്റാർക്കും അറിയില്ലായിരുന്നു.

30

ബെത്തിനു രോഗം ബാധിക്കുന്നു

ബെത്തിന് പ്രസന്നഭാവമുണ്ട്. മറ്റുള്ളവർക്ക് എപ്പോഴും സഹായിനാണവൾ. അവരുടെ കൊച്ചു പ്രശ്നങ്ങൾക്ക് പരിഹാരം തേടാൻ ബെത്തിന്റെ അടുത്താണ് പോവുക.

ഈ അനുഭവങ്ങൾ അവരുടെ വ്യക്തിത്വത്തിന്റെ ഹിതപരിശോധനയാണ് എന്ന കാര്യം ആരുമറിഞ്ഞില്ല. നല്ലകാര്യങ്ങൾ ചെയ്യുന്നുണ്ടെന്ന ബോധം ക്രമേണ വന്നു. നല്ലതു ചെയ്യുമ്പോൾ തെറ്റുകൾ കുറഞ്ഞുവരുന്നു.

മിസിസ്സ് മാർച്ച് വീടുവിട്ടിട്ട് പത്തുദിവസമാവുന്നു. ബെത്ത് മെഗിന്റെ സമീപം ചെന്നുപറഞ്ഞു:

"മെഗ്, നീ പോയി ഹമ്മെൽസിനെ കാണണം. അവരുടെ കാര്യം മറക്കരുതെന്ന് അമ്മ പറഞ്ഞിരുന്നുവല്ലോ?"

"എനിക്കു വല്ലാത്ത ക്ഷീണം. ഇന്നു സായാഹ്നത്തിൽ എന്തായാലും പോകുന്നില്ല." തുന്നിക്കൊണ്ടിരുന്ന മെഗ് പറഞ്ഞു.

"നീ പോവില്ലേ, ജോ?"

"ശക്തിയായ ജലദോഷമാണെനിക്ക്"

"അതു മാറിയില്ലേ?"

"ലാറിയോടൊപ്പം പോകാൻ മാത്രം സുഖപ്പെട്ടു. എന്നാൽ ഹമ്മെൽസിന്റെ അടുത്തുപോകാൻ മാത്രം സുഖമായില്ല." ചിരിച്ചുകൊണ്ട്, അൽപ്പം ലജ്ജയോടെ ജോ പറഞ്ഞു.

"നിനക്കുതന്നെ പോയ്ക്കൂടെ?" മെഗ് ചോദിച്ചു.

ബെത്ത് "ഞാൻ എല്ലാദിവസവും പോകുന്നതല്ലേ? ഇപ്പോൾ കുഞ്ഞി രോഗമാണ്. എന്തു ചെയ്യണമെന്ന് എനിക്കറിയില്ല. മിസിസ്സ് ഹമ്മൽ ജോലിക്കു പോകും. ലോചൻ അതിനെ ശുശ്രൂഷിക്കുന്നു. എന്നാൽ രോഗം കൂടിവരുന്നു."

"നീയോ ഹന്നയോ പോകേണ്ടതാണ്." ബെത്ത് ഗൗരവത്തോടെ പറഞ്ഞുതീർത്തു. അടുത്ത ദിവസം പോകാമെന്ന് മെഗ് സമ്മതിച്ചു.

"ഹന്നയോട് ലഘുവായ എന്തെങ്കിലും ഭക്ഷണം ഉണ്ടാക്കിത്തരാൻ പറയ്, ബെത്ത്. പുറത്തെ കാലവസ്ഥ നിനക്കു ഗുണം ചെയ്യും. എനിക്കെന്റെ കഥ പൂർത്തിയാക്കണം." അല്ലെങ്കിൽ ഞാൻ പോകുമായിരുന്നു. ക്ഷമാപൂർവം ജോ പറഞ്ഞു.

ബെത്ത്: "എനിക്കു തലവേദന. വല്ലാത്ത ക്ഷീണവുമുണ്ട്. നിങ്ങളിലാരെങ്കിലും പോവുകയാണ് നല്ലത്.

മെഗ്: "ആമി ഇവിടെയുണ്ടല്ലോ. അവൾ ഒറ്റ ഓട്ടത്തിന് പോയിവരട്ടെ."

ബെത്ത് സോഫയിൽ കിടന്നു. മറ്റുള്ളവർ ജോലി തുടർന്നു. ഹമ്മൽസ് മറക്കപ്പെട്ടു. ഒരു മണിക്കൂർ കഴിഞ്ഞു. ആമി വന്നില്ല. ഒരു പുതിയ ഉടുപ്പ് ധരിച്ചുനോക്കാൻ മെഗ് മുറിയിലേക്കു പോയി. ജോ രചനയിൽ മുഴുകി. ഹന്ന, തീയിന്നരികെ ഗാഢനിദ്രയിൽ.

ബെത്ത് എഴുന്നേറ്റു. നിശ്ശബ്ദയായി തന്റെ ശിരോവസ്ത്രം ധരിച്ചു. ഒരു കുട്ടയിൽ, കുട്ടികൾക്കായി ചില്ലറ സാധനങ്ങൾ പെറുക്കിവെച്ച്, തണുത്ത തെരുവിലേക്കിറങ്ങി. തല കനത്തിരുന്നു. കണ്ണിൽ അസ്വസ്ഥമായ നോട്ടം.

ബെത്ത് തിരിച്ചെത്തിക്കഴിഞ്ഞ്, ജോ എന്തോ അന്വേഷിച്ച് അമ്മയുടെ മുറിയിലെത്തി. ബെത്ത് മരുന്നുപെട്ടിയുടെ അടുത്തിരിപ്പാണ്. മുഖം മ്ലാനം. കണ്ണ് ചുവന്നും. കയ്യിൽ കർപ്പൂരത്തിന്റെ ഡപ്പി.

ജോ : "ക്രിസ്റ്റോഫർ കൊളംബസ്! എന്താണു കാര്യം." ജോ അടുത്തേക്കു വരുന്നത് വിലക്കിക്കൊണ്ടു ബെത്ത് ചോദിച്ചു:

"നിനക്ക് മുമ്പൊരിക്കൽ സ്കാർലറ്റ് ഫീവർ വന്നില്ലേ."

ജോ : "കുറെക്കൊല്ലം മുമ്പാണത്. മെഗിനു വന്നപ്പോൾ എനിക്കും പിടിച്ചു. എന്തേ ചോദിക്കാൻ ?"

ബെത്ത് : "ആ കുട്ടി മരിച്ചു."

ജോ : "ഏതുകുട്ടി ?"

ബെത്ത് : "മിസിസ്സ് ഹമ്മെലിന്റെ. ഡോക്ടർ എത്തുമ്പോഴേക്ക് അത് എന്റെ കയ്യിൽ കിടന്നു മരിച്ചു." ബെത്ത് കരഞ്ഞു.

ജോ : "അതെന്തു ഭയങ്കരമായിപ്പോയി. നീയവിടെ പോകരുതായിരുന്നു."

അമ്മയുടെ വലിയ കസേരയിൽ ഇരുന്ന് ജോ ബെത്തിനെ മടിയിലിരുത്താൻ നോക്കി. ജോയുടെ മുഖത്ത് പശ്ചാത്താപം.

ബെത്ത് : "അതു ഭയങ്കരമല്ല. കഷ്ടതരമാണ്. രോഗം വർധിച്ചു വെന്ന് പെട്ടെന്നു ഞാൻ മനസിലാക്കി. മിസിസ്സ് ഹെമ്മൽ ഡോക്ടറെ തേടിപ്പോയിരിക്കുന്നു. ലോചന് വിശ്രമം നൽകാൻ ഞാൻ കുട്ടിയെ മടിയിൽ വെച്ചു. അത് ഉറങ്ങുന്നതായി തോന്നി. പെട്ടെന്നൊരു കരച്ചിലും വിറയലും. പിന്നെ, അനങ്ങാതെ കിടന്നു. ഞാനതിന്റെ പാദം ഉരസി ചൂടാക്കി.

ലോചൻ പാൽകുടിപ്പിക്കാൻ ശ്രമിച്ചു. പക്ഷേ, അത് ഇളകിയില്ല. അത് മരിച്ചിരുന്നു." ബെത്ത് പൊട്ടിക്കരഞ്ഞു.

ജോ : "കരയാതെ മോളേ. നീയെന്തു ചെയ്തു?"

ബെത്ത് : "ഹെമ്മൽ ഡോക്ടറുമായി എത്തുംവരെ ഞാനതിനെ മടിയിൽ വെച്ചു. ഡോക്ടർ പറഞ്ഞു, കുഞ്ഞ് മരിച്ചെന്ന്. പിന്നെ, മറ്റു രണ്ടുകുട്ടികളെ നോക്കി. അവർക്ക് തൊണ്ട വേദനയാണ്."

'കുഞ്ഞിന് സ്കാർലറ്റ് ഫീവർ ആയിരുന്നു. നിങ്ങളെന്തേ എന്നെ മുമ്പെ വിളിക്കാതിരുന്നത്?'– ഡോക്ടർ നിശിതമായി ചോദിച്ചു.

താൻ ദരിദ്രയായതുകൊണ്ട്, കുഞ്ഞിനെ സ്വയം പരിചരിക്കുകയായിരുന്നു എന്നാണ് ഹെമ്മൽ പറഞ്ഞത്. ഡോക്ടർ ചെറുതായി ചിരിച്ചു. മുഖത്ത് കാരുണ്യം. അതൊരു ദുഃഖകരമായ അവസ്ഥയാണ്. ഞാൻ അവരോടൊപ്പം കരഞ്ഞു. ഡോക്ടർ പെട്ടെന്ന് എന്നോട് വീട്ടിൽ പോകാൻ പറഞ്ഞു. പനിമരുന്ന് ഉടൻ കഴിക്കണമെന്നും, അല്ലെങ്കിൽ പനിവരുമെന്നും.

ജോ: "ഇല്ല, നിനക്കു പനിവരില്ല". ജോ, ബെത്തിനെ കെട്ടിപ്പിടിച്ചു കരഞ്ഞു. ജോയുടെ കൺകളിൽ ഭയം നിഴലിട്ടു –"നിനക്ക് പനിവന്നാൽ എന്നോടാരു ക്ഷമിക്കും?"

ബെത്ത്: "പനിവന്നാലും കടുക്കില്ല എന്നു ഞാൻ കരുതുന്നു. അമ്മയുടെ പുസ്തകത്തിൽ നോക്കി. തലവേദനയോടെ ആരംഭിക്കുമെന്നു കണ്ടു. തൊണ്ടവേദന പിന്നെ, എനിക്കുണ്ടായ വിചിത്രമായ തോന്നലുകൾ. അതിനാൽ മരുന്നു കഴിച്ചു, അൽപ്പം സുഖം തോന്നുന്നു."

അവൾ തണുത്ത കൈ പൊള്ളുന്ന നെറ്റിയിൽ വെച്ചു; സുഖമുണ്ടെന്ന് കാണിക്കാൻ ശ്രമിച്ചു.

ജോ: "അമ്മ ഇവിടെ ഉണ്ടായിരുന്നെങ്കിൽ!"

ജോ പുസ്തകം പിടിച്ചു വാങ്ങി. ഒരു പേജ് വായിച്ചു ബെത്തിനെ തൊട്ടുനോക്കി. വാ പൊളിച്ചു നോക്കി, ഗൗരവത്തോടെ പറഞ്ഞു. എനിക്കു പേടിയാകുന്നു. നിനക്കും അതുവരാൻ പോകുന്നുവെന്ന് തോന്നുന്നു. ഞാൻ ഹന്നയെ വിളിക്കാം. അവൾക്ക് രോഗത്തെക്കുറിച്ച് അറിയാം.

ബെത്ത്: "ആമിയെ ഇവിടേക്കു വിടരുത്. അവൾക്ക് ഈ രോഗം ഉണ്ടായിട്ടില്ലല്ലോ. എന്നിൽനിന്ന് അവൾക്കിത് കിട്ടാൻ പാടില്ല. നിനക്കും മെഗിനും വീണ്ടും ഉണ്ടാകുമോ എന്ന് പേടിയുണ്ട്."

ജോ: "ഉണ്ടാവില്ലെന്നു കരുതുന്നു. എനിക്ക് ഉണ്ടായാലും സാരമില്ല. നിന്നെ പോകാനയച്ച ഞാൻ സ്വാർഥിയായ ഒരു പന്നിയാണ്! എന്നിട്ട് ഞാനവിടെയിരുന്ന് ചപ്പുചവറു എഴുതുകയും."

ജോ ഹന്നയെ തേടിപ്പോയി.

ഹന്ന പെട്ടന്നുണർന്നു. വിഷമിക്കേണ്ട കാര്യമില്ലെന്നുറച്ചു പറഞ്ഞു. എല്ലാവർക്കും ഈ പനിവരാറുണ്ട്. ശരിയായി ചികിത്സിച്ചാൽ ആരും മരിക്കില്ല. ജോ ഇതെല്ലാം വിശ്വസിച്ച്, ആശ്വാസത്തോടെ മെഗിനെ വിളിക്കാൻ പോയി.

ഹന്ന ബെത്തിനെ പരിശോധിച്ചു. –"ഇനി എന്തു ചെയ്യണമെന്നോ?" ഡോക്ടർ ബാങ്സ് വന്നു നിന്നെ കാണട്ടെ. എന്നിട്ടുമതി, ആമിയെ അമ്മാ

യിയുടെ അടുത്തയച്ച്, മാറ്റിനിർത്തൽ. നിങ്ങളിലൊരാൾ ബെത്തിനെ പരിചരിക്കണം."

"ഞാനിവിടെ നിൽക്കാം. ഞാനാണ് മൂത്തവൾ."ഉൽക്കണ്ഠിതയായും സ്വയം കുറ്റപ്പെടുത്തിക്കൊണ്ടുമാണ് മെഗ് പറഞ്ഞത്.

ജോ: "ഞാനാണ് നിൽക്കുക. എന്റെ തെറ്റുകൊണ്ടാണ് അവൾ രോഗിയായത്. വിവരമെല്ലാം അറിയിക്കുമെന്ന് അമ്മയോട് പറഞ്ഞിരുന്നു. പക്ഷേ ഞാനതു ചെയ്തില്ല."

ഹന്ന: "ബെത്ത്, ആരാണ് നിൽക്കേണ്ടത്. ഒരാൾ മാത്രം മതി."

ജോ മതി എന്ന് ബെത്ത് പറഞ്ഞതോടെ തീരുമാനമായി.

മെഗ്: "ഞാൻ ആമിയോട് പറയട്ടെ."

ജോ മതി എന്നുപറഞ്ഞതിൽ അവൾക്ക് കുണ്ഠിതമുണ്ട്. എന്നാൽ ആശ്വാസം തോന്നി. രോഗീപരിചരണം മെഗിന് ഇഷ്ടമല്ല, ജോയ്ക്ക് ഇഷ്ടമാണുതാനും.

ആമി പ്രതിഷേധിച്ചു. അമ്മായിയുടെ വീട്ടിൽ പോയിനിൽക്കുന്നതിനേക്കാൾ, അവൾക്കു നല്ലത് പനി പിടിക്കുകയാണെന്ന്!

31

രോഗം മൂർച്ഛിക്കുന്നു

എന്തു ചെയ്യേണ്ടു എന്നറിയാതെ മെഗ് വിഷമിച്ചു. ഇനി ഹന്നയോട് സംസാരിക്കുകതന്നെ. മെഗ് തിരിച്ചുവരും മുമ്പ് ലാറി കടന്നുവന്നു. ആമി, കുഷ്യനിൽ തലപൂഴ്ത്തി കരയുന്നു. തന്നെ ആശ്വസിപ്പിക്കും എന്ന ധാരണയിൽ, ആമി ലാറിയോട് വിവരം പറഞ്ഞു.

ലാറി കൈകൾ പോക്കറ്റിൽ തിരുകി ഒരു ചൂളം കുത്തിക്കൊണ്ട്, മുറിയിൽ അങ്ങോട്ടുമിങ്ങോട്ടും നടന്നു.

ലാറി പെട്ടെന്ന്, ആമിയുടെ അടുത്തിരുന്ന്, അനുനയിപ്പിക്കും വിധം പറഞ്ഞു: — "അൽപ്പം ബുദ്ധിപൂർവം പ്രവൃത്തിക്ക്. ഞാനൊന്നു പ്ലാൻ ചെയ്തു. നീ അമ്മായിയുടെ അടുത്തേക്ക് പോ. ഞാൻ എല്ലാ ദിവസവും വന്ന് ഒരു സവാരിക്കായി നിന്നെ പുറത്തു കൊണ്ടുപോകാം."

"പക്ഷേ അവിടെ ഒരു രസവുമില്ല. അവർ മുൻകോപിയാണ്." ആമി ഭയത്തോടെ പറഞ്ഞു.

ലാറി "വിരസമാവില്ല. ഞാൻ എല്ലാ ദിവസവും ബെത്തിന്റെ കാര്യം പറയാം. പുറത്ത് നമുക്കൽപ്പം കളിക്കുകയും ചെയ്യാം."

"നീയെന്നെ ശീഘ്രം നടത്തത്തിനു കൊണ്ടുപോകുമോ?"

"തീർച്ചയായും, ഒരു മാന്യനെപ്പോലെ"

"എല്ലാ ദിവസവും വരുമോ?"

"വരില്ലേന്ന് നീ നോക്ക്!"

"ബെത്തിനു സുഖമായാൽ ഉടൻ തിരിച്ചെത്തിക്കില്ലേ?"

"ആ നിമിഷം തന്നെ."

"ഞാൻ പോകാം."

"നല്ലകുട്ടി! പോകാമെന്ന് മെഗിനോട് പറയ്."

മെഗും ജോയും ഓടിവന്നു. ആമിയിൽ വന്നമാറ്റം അത്ഭുതാവഹം

തന്നെ. അൽപ്പം വലിപ്പം നടിച്ച്, ഒരു ത്യാഗം ചെയ്യുന്ന മട്ടിൽ, അവൾ പോകാനൊരുങ്ങി.

ലാറി: "എന്റെ കൊച്ചു സോദരി എങ്ങനെയുണ്ട്?"

ലാറിക്കും പ്രിയമുള്ളവളാണ് ബെത്ത്.

മെഗ്: "അമ്മയുടെ കിടക്കയിലാണ്. സുഖം തോന്നുന്നുണ്ട്."

"കുഞ്ഞിന്റെ മരണമാണവളെ വിഷമിപ്പിക്കുന്നത്. അവൾക്ക് ജലദോഷം മാത്രമാണ്. ഹന്നയും അങ്ങനെ പറയുന്നു. എന്നാൽ ഹന്നയ്ക്കു വിഷമമുള്ളതായി തോന്നുണ്ട്. അതാണെന്നെ കുഴക്കുന്നത്."

"എന്തൊരു പരീക്ഷണം!" തലമുടി പിടിച്ചു കശക്കിക്കൊണ്ട് ജോ ക്ഷോഭത്തോടെ പറഞ്ഞു. "ഒന്നു കഴിയുമ്പോൾ മറ്റൊന്ന്."

ലാറി : "മുള്ളൻ പന്നിയെപ്പോലാവാതെ! പിന്നെ അതു ശരിയാവില്ല. വിഗ് എടുത്ത് തലയിൽ വെക്ക്. അമ്മയ്ക്ക് ഞാൻ കമ്പിയടിക്കണോ, വേണ്ടായോ എന്നു പറയ്. അല്ലെങ്കിൽ മറ്റെന്തെങ്കിലും ചെയ്യണോ?"

മെഗ് :"അതാണ് എന്റെയും വിഷമം. ബെത്തിന് രോഗമാണെങ്കിൽ അമ്മയോട് പറയേണ്ടതാണ്. ഹന്ന പറയുന്നത് വേണ്ടെന്നാണ്. ഇപ്പോൾ അച്ഛനെ തനിയെയാക്കരുതല്ലോ. വരാൻ കഴിയാതെ അമ്മ വിഷമിക്കും. രോഗം അധികദിവസം നീണ്ടുനിൽക്കില്ല. എന്തുചെയ്യണമെന്ന് ഹന്നയ്ക്കറിയാം."

ലാറി: "ശരി. എനിക്കൊന്നും പറയാനില്ല. ഡോക്ടർ വന്നു കണ്ടിട്ട് മുത്തശ്ശനോട് ചോദിക്കാം."

"ജോ, നീ പോയി ഡോക്ടർ ബാങ്സിനെ കൊണ്ടുവാ." മെഗ് കൽപ്പിച്ചു. "ഡോക്ടർ വന്നു കാണുന്നതുവരെ നമുക്കൊന്നും പറയാനാവില്ല."

"നീയവിടെ നിൽക്ക്, ജോ. ഞാനാണിവിടത്തെ സന്ദേശവാഹകൻ"—ലാറി തൊപ്പിയെടുത്തു.

ഡോക്ടർവന്നു. ബെത്തിന് രോഗലക്ഷണമുണ്ട്. ലഘുവായിട്ട്. എന്നാൽ ഹമ്മൽ കുടുംബത്തിലെ രോഗവാർത്ത കേട്ട് ഡോക്ടർ വിഷണ്ണനായി. ആമിയെ ഉടൻ പറഞ്ഞു വിടണം. അപകടം പിണയാതിരിക്കാൻ എന്തെങ്കിലുമൊന്ന് ചെയ്യണം.

ജോയും ലാറിയും ആമിയെ അനുഗമിച്ചു.

മാർച്ച് അമ്മായി പതിവുപോലെ സ്വീകരിച്ചു.

"ഇനിയിപ്പോൾ എന്താണ് വേണ്ടത്?" അവരുടെ നോട്ടം തീക്ഷ്ണമാണ്.

തത്ത ചിലച്ചു. "പോ, ഇവിടെ ആൺകുട്ടികൾ വേണ്ട." ലാറി പുറകോട്ട് മാറിനിന്നു. ജോ വിവരം പറഞ്ഞു.

"ഞാൻ പ്രതീക്ഷിച്ചതിൽ കവിഞ്ഞതൊന്നുമല്ല, ഇത്. ദരിദ്രരായ ആളുകളുടെ അടുത്ത് പോകരുതെന്ന് ഞാൻ പറയാറുണ്ട്. ആമിക്ക് രോഗമില്ലെങ്കിൽ അവൾ ഇവിടെ നിൽക്കട്ടെ, കരയരുത്. അയൽക്കാർ കേട്ടാൽ കുഴപ്പമാണ്."

ആമി കരയാനൊരുങ്ങുകയായിരുന്നു. ലാറി പെട്ടെന്ന് ആരും കാണാതെ തത്തയുടെ വാൽ പിടിച്ചു വലിച്ചു. തത്തയുണ്ടാക്കിയ വിചിത്ര ശബ്ദം കേട്ട് ആമി ചിരിച്ചുപോയി.

"അമ്മയിൽനിന്നു വിവരമെന്തുണ്ട്?"

"അച്ഛന് ഭേദമായിവരുന്നു".

"ങ് ഹാ. അതു നീണ്ടുനിൽക്കില്ല. മാർച്ചിന് ഒരിക്കലും മനക്കരുത്തില്ല." പ്രസന്നഭാവത്തിലാണതു പറഞ്ഞത്.

തത്ത എന്തോ ചിലച്ചു. മിസിസ്സ് മാർച്ചിന്റെ മുടിയിൽ നഖം കൊളുത്തുകയും ചെയ്തു.

"നാവടക്ക്. നിനക്ക് എന്നോടൊരു ബഹുമാനവും ഇല്ല. ജോ, നീ വേഗം വീട്ടിലേക്കു പോ. ഒരു ആൺകുട്ടിയുടെ കൂടെ ഇങ്ങനെ ചുറ്റിത്തിരിയുന്നത് നന്നല്ല."

"ഇത് സഹിക്കാനാവുമെന്ന് തോന്നുന്നില്ല. എന്നാലും ഞാൻ ശ്രമിക്കാം." ആമി ആലോചനയിൽ ആണ്ടു.

"പോ, നീയെന്നെ പേടിപ്പിക്കുന്നു." തത്തമൊഴിഞ്ഞു.

ബെത്തിന് പനി വർധിച്ചു. ഹന്നയ്ക്കും ഡോക്ടർക്കും അൽപ്പമൊരു പ്രതീക്ഷയുണ്ട്. പെൺകുട്ടികൾക്ക് രോഗത്തിന്റെ ഗൗരവസ്വഭാവത്തെ ഷുറിച്ച് ഷാര്യമായറിവില്ല. ബെത്തിനെ കാണാൻ മിസ്റ്റർ ലോറൻസിന് അനുവാദമില്ല. ഹന്ന അവളുടേതായ രീതിയിൽ എല്ലാം ചെയ്തു. ഡോക്ടർ പരമാവധി ശ്രമിക്കുന്നു. ബാക്കി പരിചരണം സമർഥയായ നേഴ്സിനുതന്നെ. മെഗ് എവിടെയും പോയില്ല. അമ്മയ്ക്ക് കത്തുകൾ എഴുതിക്കൊണ്ടിരുന്നു. ബെത്തിന്റെ രോഗകാര്യം ഇനിയും എഴുതാത്തതിൽ കുറ്റബോധമുണ്ട്. അമ്മയിൽനിന്ന് കാര്യം മറച്ചുവെക്കുന്നത് ശരിയല്ലെന്നറിയാം. ഒരു നിസ്സാരകാര്യത്തിനെചൊല്ലി അമ്മയെ വിഷമിപ്പിക്കേണ്ട എന്നാണ് ഹന്ന പറയുന്നത്. ജോ മുഴുവൻ സമയവും ബെത്തിനടുത്തുതന്നെ. അതു പ്രയാസമുള്ള കാര്യമല്ല. ബെത്ത് ശാന്തയായി കിടക്കും. വേദനയിൽ പരാതിയില്ല. ഒരു തവണ അബോധാവസ്ഥയിൽ പരുക്കൻ സ്വരത്തിൽ സംസാരിച്ചു. തന്റെ പിയാനോ വായിക്കുന്നതുപോലെ, പുതപ്പിൽ ചലനങ്ങളുണ്ടാക്കി. ആരെയും തിരിച്ചറിയുന്നില്ല. അമ്മയെ ചോദിക്കുകയും ചെയ്തു. ജോ പേടിച്ചു. വിവരം അമ്മയെ അറിയിക്കാമെന്നു മെഗ്. അപകടാവസ്ഥയിൽ അല്ലെങ്കിൽപ്പോലും, അറിയിക്കാമെന്നു ഹന്നയും അഭിപ്രായപ്പെട്ടു.

തത്സമയം വാഷിംഗ്ടണിൽ നിന്ന് ഒരു കത്ത്. "രോഗം കുറഞ്ഞു. തൽക്കാലം യാത്രചെയ്യാൻ പറ്റില്ല."

വീടിനെ ഇരുൾമൂടുന്നതായി തോന്നുന്നു. ഒരിക്കൽ സന്തോഷം നിറഞ്ഞുനിന്ന വീട്ടിൽ ദുഃഖത്തിന്റെ മൗനനൊമ്പരവും മരണത്തിന്റെ നിഴലും. ഏകാന്തതയിലിരിക്കുന്ന മെഗിന്റെ നേത്രങ്ങൾ അശ്രു പൂർണങ്ങളാണ്. പണം കൊടുത്തുവാങ്ങാനാവാത്ത സമ്പന്നത കഴിഞ്ഞനാളുകളിൽ ഇവിടെയുണ്ടായിരുന്നു. ജോ ദുഃഖിതയായി. തന്റെ വശ്യമായ പെരുമാ

റ്റവും, നിസ്വാർഥമായ സഹായസന്നദ്ധതയും കാരണം എല്ലാവരുടെയും മനസിൽ ബെത്തിന്ന് നല്ലൊരിടമുണ്ട്. അവൾ എപ്പോഴും മറ്റുള്ളവർക്കു വേണ്ടി ജീവിച്ചു.

ആമിക്കാവട്ടെ, വീട്ടിലെത്തി ബെത്തിനെ ശുശ്രൂഷിക്കാൻ തിടുക്കമായി. വിശ്രമമില്ലാതെ, ഒരു പ്രേതത്തെപ്പോലെ ലാറി എപ്പോഴും ആ വീടിനു ചുറ്റും നടന്നു. മിസ്റ്റർ ലോറൻസ് പിയാനോ പൂട്ടിവെച്ചു. തന്റെ ദിനങ്ങൾക്ക് നിറംപകർന്നത് ബെത്തായിരുന്നുവല്ലോ. പാൽക്കാരൻ ബേക്കറിക്കാരൻ, പലവ്യഞ്ജനക്കാരൻ ഇറച്ചിവിൽപ്പനക്കാരൻ തുടങ്ങി എല്ലാവരും ബെത്തിന്റെ കാര്യങ്ങൾ അന്വേഷിച്ചുകൊണ്ടിരുന്നു. തന്റെ ചിന്താശൂന്യതയിൽ മിസിസ്സ് ഹമ്മൽ ദുഃഖിതയായി, മാപ്പുചോദിക്കാനെത്തി. അയൽക്കാരും അവൾക്കായി പ്രാർഥിച്ചു. കൊച്ചുബെത്തിന് ഇത്രയധികം സുഹൃത്തുക്കളോ?

ശാന്തമായ ബോധാവസ്ഥയിൽ അവൾ ജോയുടെ കാര്യമോർത്തു ദുഃഖിച്ചു. ആമിക്കായി സന്ദേശങ്ങൾ അയച്ചു. അമ്മയ്ക്കു നേരിട്ടു കത്തെഴുതാൻ ശ്രമിച്ചു. അച്ഛനെ അവൾ അവഗണിച്ചു എന്നു വരുമല്ലോ. കുറച്ചുകഴിയുമ്പോൾ അബോധാവസ്ഥയിലെത്തുകയും പരസ്പര ബന്ധമില്ലാതെ പുലമ്പുകയും ചെയ്തു. ഉറക്കം ഉന്മേഷം നൽകുന്നുമില്ല.

ഡോക്ടർ ദിവസത്തിൽ രണ്ടു തവണ വരാൻ തുടങ്ങി. ഹന്ന രാത്രി മുഴുവൻ കുത്തിയിരുന്നു. മെഗ് മേശയ്ക്കുള്ളിൽ ഒരു ടെലഗ്രാം കരുതിവെച്ചു. ജോ ബെത്തിനടുത്തുനിന്ന് അനങ്ങിയതേയില്ല.

32

ലാറി ജോയെ സാന്ത്വനപ്പെടുത്തുന്നു

ഡിസംബർ ഒന്നിന്റെ തണുത്ത പ്രഭാതം. കാറ്റടിക്കുന്നു, മഞ്ഞു വീഴുന്നു.

ഡോക്ടർ കാലത്തുതന്നെ വന്നു.

ബെത്തിന്റെ കൈ തന്റെ ഇരുകൈകൾക്കുള്ളിലാക്കി കുറേനേരം നിന്നു. പിന്നെ പതുക്കെ താഴെ വെച്ചു, ഹന്നയോട് പറഞ്ഞു:

"മസിസ്സ് മാർച്ചിനു വരാൻ പറ്റുമെങ്കിൽ വിവരമറിയിക്ക്."

ഹന്ന തലയാട്ടി, ഒന്നും മിണ്ടിയില്ല. മെഗ് കസേരയിലേക്ക് വീണു. തന്റെ ചൈതന്യം മുഴുവൻ കൈകാലുകളിലൂടെ ഊർന്നു പോകുന്നതായി അവൾക്കു തോന്നി. ജോ വിളറിപ്പോയി. അവൾ ടെലഗ്രാം എടുത്ത്, പുറത്തെ തണുത്ത കാറ്റിലേക്കോടി. ദ്രവഗം തന്നെ തിരിച്ചുവന്ന്, മേൽക്കുപ്പായം അഴിച്ചുമാറ്റി. ലാറി ഒരു കത്തുമായി വന്നു. ജോ നന്ദി പറഞ്ഞ്, വായിച്ചു. ശുഭവാർത്ത. എന്നാൽ ഹൃദയഭാരം ഒട്ടും കുറഞ്ഞില്ല. മുഖം അത്യന്തം വേദനാപൂർണം. ലാറി പെട്ടെന്നു ചോദിച്ചു.

"എന്താണ്? ബെത്തിന്റെ സ്ഥിതിയെന്ത്?"

"അമ്മ വരാൻ ഞാൻ കത്തയച്ചിട്ടുണ്ട്." വല്ലാത്തൊരു മുഖഭാവത്തോടെയാണ് ജോ പറഞ്ഞത്.

"നന്നായി, ജോ. നിനക്ക് സ്വയം തോന്നി ചെയ്തതാണോ?" ലാറി അവളെ കസേരയിൽ പിടിച്ചിരുത്തി. കനത്ത ഷൂ അഴിച്ചുമാറ്റി. അവളുടെ കൈകൾ വിറയ്ക്കുന്നു.

"അല്ല." ഡോക്ടർ പറഞ്ഞു.

"ഓ, ജോ, അവളുടെ സ്ഥിതി അത്രമോശമൊന്നുമാവില്ല."

"അതെ, ലാറി. അവൾ ഞങ്ങളെ തിരിച്ചറിയുന്നില്ല. അത് ബെത്ത് അല്ല എന്നു തോന്നിപ്പോവുന്നു. ഈ വേദനസഹിക്കുമ്പോൾ ഞങ്ങളെ

സഹായിക്കാനാരുമില്ല. അച്ഛനും അമ്മയും ഇവിടെയില്ല. ഈശ്വരനും അകലെയാണല്ലോ. എനിക്ക് ഈശ്വരനെ കാണാനാവുന്നില്ല."

കണ്ണുനീർ ഒഴുകിക്കൊണ്ടിരിക്കെ ജോ കൈകൾ നീട്ടി മുന്നോട്ടാഞ്ഞു, ഇരുട്ടിൽ തപ്പുന്നതുപോലെ. ലാറി ആ കരങ്ങൾ കൂട്ടിപ്പിടിച്ചു, മെല്ലെ പറഞ്ഞു.

"ഞാനിവിടെയുണ്ട്! കരയാതെ." അവന്റെ തൊണ്ടിടറുന്നുണ്ട്.

അവൾക്ക് സംസാരിക്കാനായില്ല. സൗഹൃദത്തിന്റെ ചൂടുള്ള കരങ്ങൾ അവൾക്ക് ആശ്വാസം നൽകി. മൃദുവായ സാന്ത്വനവാക്കുകൾ ലാറിക്കു പറയണമെന്നുണ്ട്. പറ്റിയ പദങ്ങൾ കിട്ടാതെ അവൻ നിശ്ശബ്ദനായി, അവളുടെ തലമുടിയിൽ തടവിക്കൊണ്ടിരുന്നു. ഏതൊരു സാന്ത്വനവാക്കിനേക്കാളും ഫലപ്രദമായിരുന്നു അത്. നിശ്ശബ്ദമായ അനുതാപം അവൾ അനുഭവിച്ചു. മധുരമായ ഈ സാന്ത്വനത്തിൽ, സ്നേഹം ദുഃഖത്തെ അടിമപ്പെടുത്തുന്നു.

"നന്ദി, ലാറീ, എനിക്കിപ്പോൾ സുഖം തോന്നുന്നുണ്ട്. നിരാലംബത തോന്നുന്നില്ല. ഞാൻ തയ്യാറാവട്ടെ".

"നല്ലതിനു വേണ്ടി കാക്കുക. അതു നിന്നെ സഹായിക്കും. അമ്മ ഉടൻ എത്തും. അപ്പോഴേക്ക് എല്ലാം ശുഭമാവും."

"അച്ഛന് സുഖമുണ്ടെന്നറിഞ്ഞ്, എനിക്കേറെ സന്തോഷമുണ്ട്. ഇനിയിപ്പോൾ അമ്മയ്ക്ക് അച്ഛനെ വിട്ടുപോരാൻ വിഷമം ഉണ്ടാവില്ല. ഓ, ഞാനോ, എല്ലാ ദുരിതങ്ങളും ഒറ്റയടിക്കു വന്നതുപോലെ. അതെന്റെ ചുമലിൽ വലിയൊരു ഭാരമായി."

"പാവം കുട്ടീ, നീ തകർന്നുപോയി. അൽപ്പം നിർത്ത്. ഞാനെല്ലാം ശരിയാക്കിത്തരാം!"

ലാറി കോണിപ്പടികൾ ഓടിക്കയറി, നിമിഷംകൊണ്ട് തിരിച്ചെത്തി, ഒരു ഗ്ലാസ് വീഞ്ഞുമായി.

"എന്റെ ബെത്തിന്റെ ആരോഗ്യത്തിനായ് ഞാൻ കുടിക്കുന്നു. ലാറീ, നീയൊരു നല്ല ഡോക്ടർതന്നെ, നല്ല സുഹൃത്തും. ഇതിന് എങ്ങനെയാണ് പ്രതിഫലം നൽക്കുക?"

"ഞാൻ ബിൽ അയയ്ക്കുന്നുണ്ട്! ഇന്നുതന്നെ ഞാൻ നിനക്ക് ഒരു വസ്തു കൂടിതരുന്നുണ്ട്! ഈ വീഞ്ഞിനേക്കാൾ അത് നിന്റെ മനസിന് ശക്തി നൽകും."

"എന്താണത്?"

"നിന്റെ അമ്മയ്ക്ക് ഞാൻ ഇന്നലെത്തന്നെ കമ്പിയടിച്ചിട്ടുണ്ട്. ഇന്നു രാത്രിതന്നെ അവർ ഇവിടെയെത്തുമെന്ന് ബ്രൂക്ക് അറിയിച്ചിട്ടുണ്ട്. അപ്പോൾ എല്ലാം ശരിയാവും."

ലാറി വളരെ ധൃതിയിലാണ് സംസാരിച്ചത്. വികാരംകൊണ്ടവൻ ചുവന്നുതുടുത്തു. ഇക്കാര്യം അവൻ രഹസ്യമാക്കി വെച്ചതാണ്. ബെത്തിന്റെ അന്ത്യമായി എന്ന് വീട്ടിലുള്ളവർ കരുതരുതല്ലോ.

ജോ വിളറിവെളുത്തു. എഴുന്നേറ്റ് ലാറിയുടെ കഴുത്തിൽ ചുറ്റിപ്പിടിച്ചു. "..... ഓ, ലാറി, അമ്മേ, എനിക്കെന്തു സന്തോഷമായി!" പിന്നീട് കരഞ്ഞില്ല. ഹിസ്റ്റീരിയ ബാധിച്ചപോലെ ചിരിച്ചു, ദേഹം വിറച്ചു. പെട്ടെന്നു കേട്ട വാർത്തയിൽ അങ്കലാപ്പോടെ ലാറിയെ കയറിപ്പിടിച്ചു.

ലാറി അത്ഭുതപ്പെട്ടെങ്കിലും, പ്രത്യുൽപ്പന്നമതിത്വത്തോടെ മനസു ശാന്തമാക്കി, അവളുടെ മുതുകിൽ തടവിക്കൊണ്ടിരുന്നു. തന്റെ പ്രവൃത്തികൊണ്ട് അവൾ സ്വസ്ഥയാവുന്നതു കണ്ടു. അവൾ പൂർണമായും ബോധതലത്തിലേക്കെത്തി. കോണിയുടെ കൈവരിയിൽ പിടിച്ചുകൊണ്ട് ജോ, ലാറിയെ മെല്ലെ നീക്കിനിർത്തി; ശ്വാസം വിടാതെ പറഞ്ഞു: "ഓ, വേണ്ട, ഞാനിങ്ങനെ കരുതിയില്ല. ഭയങ്കരമായൊരവസ്ഥയിലായിരുന്നു ഞാൻ. നീ അത്രയും പ്രിയങ്കരനായതുകൊണ്ടാണ് ടെലഗ്രാം ചെയ്തത്.

സന്തോഷംകൊണ്ട് എനിക്ക് നിയന്ത്രിക്കാനായില്ല. എല്ലാം പറയ്. ഇനി വീഞ്ഞ് തരരുത്. അതാണ് എന്നെക്കൊണ്ട് ഇങ്ങനെ ചെയ്യിച്ചത്."

"അതു സാരമില്ല" ലാറി ചിരിച്ചു, തന്റെ ടൈ ശരിയാക്കിവെച്ചു."നീ കണ്ടില്ലേ. ഞാൻ പരിഭ്രമിച്ചു, മുത്തശ്ശനും. ഹന്ന മേധാവിത്വം കാണിക്കുന്നു എന്ന് ഞങ്ങൾക്കു തോന്നി. നിന്റെ അമ്മ അറിയേണ്ടതല്ലേ. ബെത്തിനെന്തെങ്കിലും പറ്റിയാൽ അവർ നമുക്ക് മാപ്പു തരുമോ? എന്തെങ്കിലും ചെയ്യേണ്ടതുണ്ടെന്ന് മുത്തശ്ശനും ഞാനും തീർച്ചയാക്കി, പ്രത്യേകിച്ച് ഡോക്ടറുടെ മുഖഭാവം കണ്ടിട്ട്. ഞാനതു പറഞ്ഞപ്പോൾ ഹന്ന എന്റെ തല തിന്നില്ലെന്നേയുള്ളൂ. ഞാനിന്നലെ ടെലഗ്രാം അയച്ചു. അമ്മ വരും, ഇന്നുരാത്രി രണ്ടുമണിക്ക്. കൊണ്ടുവരാൻ ഞാൻതന്നെ സ്റ്റേഷനിൽ പോകുന്നുണ്ട്. നീ നിന്റെ ആനന്ദപ്രകടനമെല്ലാം ഒന്നു കെട്ടിവെക്ക്. എന്നിട്ട് ബെത്തിനെ ശ്രദ്ധിക്ക്, അമ്മവരും വരെ"

ജോ: "ലാറി, നീയൊരു ദേവൻ തന്നെ. ഞാൻ എങ്ങനെയാണ് നന്ദി പറയുക?"

ലാറി: "എന്റെ നേരം വീണ്ടും പറന്നുവരിക. എനിക്കിഷ്ടമായി" അവൻ കുസൃതിയോടെ നോക്കി.

ജോ: "ഇല്ല, നന്ദി. നിന്റെ മുത്തശ്ശൻ വരുമ്പോൾ ഞാനക്കാര്യം ഒരു പ്രതിപുരുഷനായിട്ടു ചെയ്യാം.

എന്നെ കളിയാക്കല്ലേ. പോയി വിശ്രമിക്ക്. രാത്രി പോകേണ്ടതല്ലേ. നീ അനുഗ്രഹിക്കപ്പെടട്ടെ.'

"ഇങ്ങനെ മറ്റുള്ളവരുടെ കാര്യത്തിൽ വേണ്ടാതെ ഇടപെടുന്ന ഒരുത്തനെ ഞാൻ കണ്ടിട്ടില്ല. എന്നാലും ഞാനവന്ന് മാപ്പുകൊടുക്കും. മിസ്സ് മാർച്ച് ഇന്നെത്തുമല്ലോ." എന്നാണ് വിവരമറിഞ്ഞപ്പോൾ ഹന്നയുടെ പ്രതികരണം. മെഗിന് അതിയായ സന്തോഷം. എങ്കിലും നിശ്ശബ്ദയാണ്. ജോ രോഗിയുടെ മുറി നന്നായൊരുക്കിവെച്ചു. മിസിസ്സ് മാർച്ചിന്റെ കൂടെ അപ്രതീക്ഷിതമായി ആരെങ്കിലും വന്നാലോ എന്നുകരുതി, ഹന്ന ചിലതൊക്കെ ഒരുക്കിവെച്ചു. വീടിനുള്ളിൽ ഒരു നവോന്മേഷം. നിശ്ശബ്ദ

മായ മുറികളിൽ പ്രകാശം. പ്രത്യാശാഭരിതമായ മാറ്റം. ബെത്തിന്റെ കിളി പാടിത്തുടങ്ങി. ആമിയുടെ തോട്ടത്തിൽ, ജാലകത്തിനു സമീപം ഒരു വെള്ള റോസാപ്പൂവിരിയാൻ തുടങ്ങുന്നു. നെരിപ്പോട് നന്നായി കത്തുന്നു. പെൺകുട്ടികൾ പരസ്പരം സമീപിക്കുമ്പോൾ മുഖത്തൊരു പുഞ്ചിരി. ആശ്ലേഷിച്ചുകൊണ്ട് പറയുന്നു, അമ്മ വരുമല്ലോ...... അമ്മവരുമല്ലോ..... എല്ലാവരും സന്തോഷിക്കുന്നു. എന്നാൽ ബെത്ത് മാത്രം .... അവൾ ഗാഢമായ മയക്കത്തിലാണ്. സന്തോഷമോ പ്രത്യാശയോ അവളിൽ നിന്നു ബഹുദൂരത്താണ്. റോസാപ്പൂപോലിരുന്ന മുഖം, വാടി ഇരുന്നു. പുഞ്ചിരിച്ച ചുണ്ടുകൾ മരവിച്ചു, ഭംഗിയായൊതുക്കി വെക്കുന്ന മനോഹരമായ മുടി, തലയിണയിൽ ചിതറി. ദിവസം മുഴുവൻ അങ്ങനെത്തന്നെ. വരണ്ട ചുണ്ടുകളിൽ ഇടക്കിടെ 'വെള്ളം' എന്ന അവ്യക്ത ധ്വനി. ജോയും മെഗും എപ്പോഴും അടുത്തിരുന്ന് നിരീക്ഷിച്ചു. ദൈവത്തിലും അമ്മയിലും വിശ്വാസമർപ്പിച്ചു.

33

മരണത്തിൽനിന്നൊരു തിരിച്ചുവരവ്

മഞ്ഞ് വീണുകൊണ്ടിരുന്നു. കാറ്റ് ക്ഷോഭിച്ചു. സമയം ഇഴഞ്ഞു നീങ്ങുന്നു. എങ്കിലും രാത്രിവന്നു. ക്ലോക്കിൽ മണിയടിക്കുമ്പോൾ അവർ പരസ്പരം നോക്കി. ബെത്തിൽ ചെറുതായി കാണപ്പെടുന്ന മാറ്റം നല്ല തിനോ ചീത്തയ്ക്കോ. അതു പാതിരാവാകുമ്പോൾ അറിയാം. അപ്പോൾ വരാമെന്നു പറഞ്ഞ് ഡോക്ടർ പോയി.

ക്ഷീണതയായ ഹന്ന സോഫയിൽ ഗാഢ നിദ്രയിലമർന്നു.

മിസ്റ്റർ ലോറൻസ്, പാർലറിൽ അങ്ങോട്ടുമിങ്ങോട്ടും നടന്നു കൊണ്ടി രുന്നു. മിസിസ്സ് മാർച്ച് വരുമ്പോൾ അവരുടെ മുഖം എങ്ങനെയിരിക്കും? ലാറി വിരിയിൽ കിടന്ന് വിശ്രമിക്കുന്നതായി ഭാവിച്ചു.

ആ രാത്രി പെൺകുട്ടികൾക്ക് മറക്കാനാവില്ല. അവർ ബെത്തിനെ ത്തന്നെ നോക്കിയിരിപ്പാണ്.

മെഗ്: "ബെത്തിനെ നമുക്ക് തിരിച്ചുകിട്ടിയാൽ ഞാൻ പിന്നീടൊരി ക്കലും പരാതിപ്പെടില്ല."

ജോ: "ഈശ്വരൻ ബെത്തിനെ നമുക്ക് തിരിച്ചുതന്നാൽ ഈ ജീവിതം മുഴവൻ ദൈവത്തെ ഭക്തിയോടെ ആരാധിക്കും."

മണി പന്ത്രണ്ടടിച്ചു. ബെത്തിന്റെ പ്രസാദമറ്റമുഖത്ത് ഒരു മാറ്റം ദൃശ്യ മായി. മരണവീടിന്റെ നിശ്ചലതയാണ് ചുറ്റും. മെഗും ജോയും മാത്രം ഉണർന്നിരിപ്പാണ്. അവർ ഇമ പൂട്ടാതെ ആ മുഖത്ത് നോക്കിയിരുന്നു. ഒരു മണിക്കൂർ കൂടി കഴിഞ്ഞു. ലാറി സ്റ്റേഷനിലേക്ക് പുറപ്പെട്ടു. ഒരു മണിക്കൂർ കൂടി കഴിഞ്ഞു ആരും വന്നില്ല. ഉൽക്കണ്ഠമൂലമുള്ള ഭയം. വണ്ടി വൈകിയോ? മറ്റെന്തെങ്കിലും ആപത്ത്? അല്ലെങ്കിൽ വാഷിംഗ്ട ണിൽ എന്തെങ്കിലും സംഭവിച്ചോ. ചിന്തകൾ വേട്ടയാടുന്നു.

രണ്ടുമണികഴിഞ്ഞു. ജോ ജാലകത്തിനു സമീപം പുറത്തേക്ക് നോക്കിനിൽക്കുന്നു. ചെറിയ ശബ്ദം കേട്ട് തിരിഞ്ഞപ്പോൾ, മെഗ്, അമ്മ

യുടെ കസേരയ്ക്കു സമീപം മുട്ടുകുത്തി മുഖം മറച്ച് ഇരിക്കുന്നു. ഭീതിദമായ ചിന്ത ജോയുടെ മനസിൽ. 'ബെത്ത് മരിച്ചു. എന്നോട് പറയാൻ മെഗിനു ഭയം.'

ജോ പെട്ടെന്ന് കട്ടിലിനടുത്തെത്തി. ഒരു വലിയ മാറ്റം വന്നിട്ടുണ്ട് എന്ന് കണ്ണുകൾ കണ്ടെത്തി. പനികൊണ്ടുള്ള തുടുപ്പും വേദനയുടെ ഭാവവും പോയ്ക്കഴിഞ്ഞു. മുഖം വല്ലാതെ വിളറിയെങ്കിലും ശാന്തമാണ്. ജോയ്ക്ക് കരയാനോ എന്തെങ്കിലും പറയാനോ കഴിഞ്ഞില്ല.

ജോ കുനിഞ്ഞ് ബെത്തിന്റെ നനവാർന്ന നെറ്റിയിൽ ചുംബിച്ചു. ഗുഡ്ബൈ, ബെത്ത്, ഗുഡ്ബൈ.

ഹന്ന ഞെട്ടിയുണർന്നു. ധൃതിയിൽ ബെത്തിനടുത്തെത്തി കൈകൾ പിടിച്ചു നോക്കി. മുഖവും ചുണ്ടുകളും നന്നായി നിരീക്ഷിച്ചു. സമീപത്തിരുന്ന് തലയിളക്കി വിസ്മയംകൊണ്ടു. ഇതാ പനിമാറി. അവൾ സാധാരണ മട്ടിൽ ഉറങ്ങുന്നു. വിയർത്ത് നനഞ്ഞിട്ടുണ്ട്. സുഖമായി ശ്വസിക്കുന്നു. ഓ, എല്ലാം നല്ലതിനാണല്ലോ!

സന്തോഷപ്രദമായ കാര്യം ഉൾക്കൊള്ളാൻ കഴിയും മുൻപേ, ഡോക്ടർ എത്തി, അത് സ്ഥിരീകരിച്ചു.

"പ്രിയപ്പെട്ടവരെ അവൾ സുഖം പ്രാപിക്കുന്നു. അവൾ ഉറങ്ങട്ടെ. ശബ്ദമുണ്ടാക്കി ശല്യം ചെയ്യരുത്. അവൾ ഉണരുമ്പോൾ............"

മുഴുവൻ കേൾക്കാൻ നിൽക്കാതെ സഹോദരിമാർ, ഇരുണ്ട ഹാളിലേക്ക് പോയി, പരസ്പരം കെട്ടിപ്പിടിച്ചു. ഹൃദയംനിറഞ്ഞ സന്തോഷത്താൽ അവർക്കു മിണ്ടാനായില്ല. മുറിയിലേക്കു തിരിച്ചെത്തിയപ്പോൾ, ഹന്നയും അവരെ കെട്ടിപ്പിടിച്ചു ചുംബിച്ചു. ബെത്ത് സാധാരണ മട്ടിൽ കിടക്കുന്നു, കരതലത്തിൽ കവിൾവെച്ച്. ഭീതിദമായ വിളർച്ചമാറി. ശാന്തമായ ശ്വാസോച്ഛ്വാസം; ഇപ്പോൾ ഉറങ്ങിയ മട്ട്.

ജോ: "അമ്മ ഇപ്പോൾ വന്നെങ്കിൽ!"

മെഗ്: "ഇതുനോക്ക്. അവളുടെ കയ്യിൽ പാതിവിരിഞ്ഞ വെളുത്ത റോസാപ്പൂ. ഇത് നാളെ ബെത്തിന്റെ കയ്യിൽ പിടിപ്പിക്കേണ്ടിവരുമെന്നു കരുതി. എന്നാൽ രാത്രിതന്നെ വിരിഞ്ഞു. ഞാനിത് പൂപ്പാത്രത്തിൽ വെക്കാം. അവൾ ഉണരുമ്പോൾ ആദ്യം കാണുന്നത് ഈ പൂവും അമ്മയുടെ മുഖവും ആയിരിക്കട്ടെ."

ഉദയസൂര്യനെ ഇത്ര മനോഹരമായി മുമ്പ് കണ്ടിട്ടില്ല. ലോകം ഇത്ര സുന്ദരമായി തോന്നിയുമില്ല. ജോയും മെഗും പ്രഭാതത്തിലേക്കു നോക്കി. നീണ്ടുനിന്ന ദുഃഖകരമായ നിതാന്ത ജാഗ്രതയ്ക്ക് ഒരു വിരാമം.

"ഒരു യക്ഷിലോകംപോലെ തോന്നുന്നു." മെഗ് പുഞ്ചിരിച്ചു. ദീപ്തിപൂർണമായ പുറത്തെ ലോകം നോക്കിക്കൊണ്ട്, ജാലകത്തിരശ്ശീലയ്ക്കു സമീപം അവൾ നിന്നു.

ജോ ചാടിയെഴുന്നേറ്റു. താഴെ മണിയടിക്കുന്നു. ഹന്നയിൽനിന്ന് ഒരു കരച്ചിൽ. ലാറിയുടെ സന്തോഷം നിറഞ്ഞ ശബ്ദം "പെൺകുട്ടികളേ, അമ്മ വന്നു."

സ്വന്തം ഭവനത്തിൽ ഇതെല്ലാം നടക്കുമ്പോൾ ആമി കടുത്ത മനഃ

ക്ഷോഭത്തിലാണ്. ഈ 'നാടുകടത്തൽ അവൾക്ക് വല്ലാതെ നൊമ്പരമുണ്ടാക്കുന്നു. വീട്ടിൽ താൻ എത്രമാത്രം സ്നേഹിക്കപ്പെടുകയും ഓമനിക്കപ്പെടുകയും ചെയ്യുന്നുവെന്ന് ഇപ്പോഴാണവൾ മനസിലാക്കുന്നത്. മാർച്ച് അമ്മായി ആരെയും ലാളിച്ചിരുന്നില്ല. പക്ഷേ അവർ ദയവതിയാണ്. നന്നായി പെരുമാറുന്ന ഈ കൊച്ചുപെൺകുട്ടി അവരെ സന്തുഷ്ടയാക്കുന്നു.

ആമിക്ക് കഴിയുന്നത്ര സന്തോഷം നൽകാൻ അവർ ശ്രമിക്കുന്നു. അവർ എന്തുതെറ്റുചെയ്തു! തന്റെ നിയമങ്ങളും കൽപ്പനകളും വഴി അവർ ആമിയെ കഷ്ടപ്പെടുത്തി. അവരുടെ വെടിപ്പായ രീതികളും നീണ്ട പ്രസംഗവും അവളെ ബോറടിപ്പിച്ചു. സഹോദരിയേക്കാൾ അനുസരണാശീലമുള്ള ആമിയെ കഴിയുന്നത്ര മെരുക്കാനായിരുന്നു അവരുടെ ശ്രമം. വീട്, സ്വാതന്ത്ര്യം, സുഖാനുഭവം എന്നിവയുടെ 'മോശമായ സ്വാധീനം ഇല്ലാതാക്കുന്നത് തന്റെ കടമയാണെന്നവർ വിശ്വസിച്ചു! അറുപതുവർഷം മുമ്പ് താൻ വളർത്തപ്പെട്ടതുപോലെ, ആമിയെ നിയന്ത്രിക്കാൻ അവർ ശ്രമിക്കുന്നു.

ദിവസവും കാലത്ത് കപ്പുകൾ കഴുകിത്തുടയ്ക്കണം. പഴയമട്ടിലുള്ള കയിലുകൾ തേച്ചുതിളക്കണം. അടിച്ചുവാരണം. എന്തൊരു പണിയാണത്! ഒരൊറ്റ പൊടിയും ഉണ്ടാവരുത്. കൊത്തുപണികളും വളഞ്ഞകാലുകളും ഉള്ള മരസ്സാമാനങ്ങൾ തുടച്ചുവൃത്തിയാക്കാൻ വല്ലാത്തൊരു പണിതന്നെ.

പിന്നെ, തത്തയെ തീറ്റണം, നായയെ ചീവണം. പത്തുതവണയെങ്കിലും കോണിയിറങ്ങിക്കയറണം. അതെല്ലാം കഴിഞ്ഞ് പാഠം പഠിക്കണം. അതുകഴിഞ്ഞ് ഒരു മണിക്കൂർ കളിക്കാം.

ആമിയെ സവാരിക്കുകൊണ്ടുപോകാൻ ലാറി എല്ലാദിവസവും വരും. അമ്മായിയെ പറഞ്ഞു പാട്ടിലാക്കാൻ കഠിനശ്രമം തന്നെ വേണം. ലാറിയോടൊത്തു പുറത്തുപോകുമ്പോൾ മാത്രമാണ് അവൾക്കാശ്വാസം.

ഭക്ഷണം കഴിഞ്ഞാൽ അവർക്ക് ഉറക്കം വരുംവരെ ഉറക്കെവായിച്ചുകൊടുക്കണം. പിന്നെ അത്യാവശ്യതുന്നലുകൾ. പുറമേക്ക് അനുസരണഭാവിച്ചും ഉള്ളിൽ പ്രതിരോധിച്ചുംകൊണ്ട് അവൾ എല്ലാം ചെയ്യുന്നു. ചായസമയംവരെ പിന്നെയവൾ സ്വതന്ത്രയാണ്.

19

ആമി 'നല്ലവളാ'വുന്നു

ലാറിയും, പ്രായമായ എസ്തർ എന്ന വേലക്കാരിയുമാണ് ആമിക്ക് ഇതെല്ലാം സഹനീയമാക്കുന്നത്. പാചകക്കാരൻ അത്രനല്ലവനല്ല. വണ്ടിക്കാരൻ ബധിരനാണ്. വീട്ടിൽ എസ്തർ മാത്രമാണ് ആമിയെ ശ്രദ്ധിക്കുന്നത്.

എസ്തർ ഒരു ഫ്രഞ്ചുയുവതിയാണ്. വളരെ വർഷങ്ങളായി അവർ 'മാഡത്തി'നോടൊത്തു കഴിയുന്നു. എസ്റ്റെലാ എന്നാണ് ശരിയായ പേര്. മാർച്ച് അമ്മായി ആവശ്യപ്പെട്ട കാരണം ഇപ്പോൾ എസ്തർ ആണ്. പേരു മാറിയാലും മതം മാറാൻ പറയരുത് എന്നാണ് വ്യവസ്ഥ! അവർ ആമിയുമായി നല്ല കൂട്ടുണ്ടാക്കി, ഫ്രാൻസിലെ ജീവിതത്തെക്കുറിച്ച് പറയും. ആമിയെ ആ വലിയ വീട്ടിൽ ചുറ്റിനടക്കാൻ അനുവദിക്കും. വലിയ പത്തായങ്ങളിലും അലമാരകളിലും സൂക്ഷിക്കുന്ന വിചിത്രവസ്തുക്കൾ എടുത്തുനോക്കാൻ അനുവദിക്കയും ചെയ്യുന്നു.

പ്രാക്കൂടുകളെപ്പോലെ ധാരാളം അറകളുള്ള ഒരു ഇന്ത്യൻ അലമാരയാണ് അവളെ ഏറെ ആകർഷിച്ചത്. കൊച്ചറകളിൽ വിചിത്രങ്ങളായ ആഭരണങ്ങൾ ഉണ്ട്. അതെല്ലാം പരിശോധിക്കുന്നത് ആമിക്ക് സന്തോഷം നൽകുന്ന കാര്യമാണ്. പ്രത്യേകമായി രത്നപേടകങ്ങൾ. നാൽപ്പതു വർഷം മുമ്പ് ഒരു സുന്ദരി അണിഞ്ഞിരിക്കാനിടയുള്ളവയാണ്, വെൽവെറ്റ് കുഷ്യനിൽ വിശ്രമിക്കുന്ന ആഭരണങ്ങൾ.

"മാഡം പറഞ്ഞാൽ, നിനക്കായി ഏതാണ് തിരഞ്ഞെടുക്കുക?" സ്വർണമണികളും എബണിയും കോർത്ത ഒരു ചരട് അവൾ കാണിച്ചു. അതേപോലുള്ള കുരിശും അതിലുണ്ട്.

"ഇതാണ് ഞാനെടുക്കുക."

എസ്തർ: "എനിക്കും അതിയായ മോഹമുണ്ടതിൽ. അതൊരു ജപമാലയാണ്. അതുധരിച്ചാൽ ശരിയായി കത്തോലിക്കാ സ്ത്രീയാകും."

ആമി: "നിങ്ങളുടെ കണ്ണാടയിൽ തൂങ്ങുന്ന, സുഗന്ധമുള്ള മരമണികൾ കോർത്ത ചരടും ഉപയോഗിക്കാമല്ലോ."

എസ്തർ: "അതെ, അങ്ങനെത്തന്നെ."

ആമി: "പ്രാർഥനകൊണ്ട് നിങ്ങൾക്ക് സന്തോഷം ലഭിക്കുന്നതായി കാണുന്നു. ഇറങ്ങിവരുമ്പോൾ ശാന്തയും സംതൃപ്തയുമാണ് നിങ്ങൾ. എനിക്കും അങ്ങനെയാവാനൊത്തെങ്കിൽ"!

എസ്തർ: "മാഡം കത്തോലിക്ക ആയിരുന്നെങ്കിൽ ശരിയായ സാന്ത്വനം ലഭിച്ചേനെ. അങ്ങനെയല്ലാത്തനിലയ്ക്ക് എല്ലാദിവസവും അൽപ്പനേരം ധ്യാനത്തിലിരിക്കുക, പ്രാർഥിക്കുക. ഞാൻ മുമ്പ് താമസിച്ച വീട്ടിലെ സ്ത്രീ അതാണ് ചെയ്തത്. അവർക്ക് ചെറിയൊരു ചാപ്പൽ ഉണ്ടായിരുന്നു. എല്ലാവിഷമങ്ങൾക്കും സമാധാനം കിട്ടിയത് അതിൽ നിന്നാണ്."

ആമി: "ഞാനങ്ങനെ ചെയ്താൽ ശരിയാവുമോ?"

തന്റെ ഏകാന്തതയിൽനിന്ന് രക്ഷപ്പെടാൻ എന്തെങ്കിലുമൊന്ന് വേണമെന്നവൾക്ക് തോന്നുന്നുണ്ട്.

എസ്തർ: "അതുവളരെ ഗുണംചെയ്യും. എന്റെ കൊച്ചു ഡ്രെസ്സിങ്ങ് മുറി നിനക്കായൊരുക്കാം. മാഡത്തിനോട് പറയരുത്. അവർ ഉറങ്ങുമ്പോൾ, നീ മുറിയിൽ ഒറ്റയ്ക്കായി തനിച്ചിരുന്ന് പ്രാർഥിക്കണം, നിന്റെ സഹോദരിയുടെ രോഗശാന്തിക്ക്.

ആമിക്ക് നിർദേശം ഇഷ്ടമായി.

"മാർച്ച് അമ്മായി മരിക്കുമ്പോൾ ഈ വിശിഷ്ടവസ്തുക്കളെല്ലാം എങ്ങോട്ടു പോകും എന്നാണ് ഞാൻ ചിന്തിക്കുന്നത്."

ജപമാല പെട്ടിയിൽ വെച്ച്, അവൾ എല്ലാം അടച്ചുവെച്ചു.

എസ്തർ: "എല്ലാം നിനക്കും സഹോദരിമാർക്കും ഉള്ളതാണ്. എനിയ്ക്കറിയാമത്. വലിയമാഡത്തിന് എന്നെ വിശ്വാസമാണ്. ഞാനവരുടെ വിൽപ്പത്രം കണ്ടു. അത് അങ്ങനെയാണ്."എസ്തർ പുഞ്ചിരിച്ചു. ഇപ്പോൾ ത്തന്നെ ഞങ്ങൾക്കതു തന്നെങ്കിൽ എത്ര നന്നായിരുന്നു. കാലവിളംബം വരുത്തുന്നത് നല്ലതല്ല."

എസ്തർ: "അവർക്കിത് അധികകാലം ധരിക്കാൻ കഴിയില്ല. വിവാഹനിശ്ചയം കഴിഞ്ഞ മൂത്തവൾക്ക് പവിഴമാല. ചെറിയ ടർക്കോയിസ് മോതിരം നീ പോകുമ്പോൾതന്നെ തരും. നിന്റെ നല്ലപെരുമാറ്റവും, രീതികളും മാഡത്തിന്ന് ഇഷ്ടമായിരിക്കുന്നു."

ആമി : "നിങ്ങൾ അങ്ങനെ കരുതുന്നോ? എനിക്കത് കിട്ടുമെങ്കിൽ ഞാനൊരു ആട്ടിൻ കുട്ടിതന്നെയാവാം. കിറ്റിയുടേതിനേക്കാൾ മനോഹരമാണത്. അല്ലെങ്കിലും അമ്മായിയെ എനിക്കിഷ്ടമാണല്ലോ."

തിളങ്ങുന്ന മുഖത്തോടെ, ആമി മോതിരം വിരലിട്ടു നോക്കി.

അന്നുമുതൽ അവൾ, അനുസരണയുടെ അവതാരം തന്നെയായി. തന്റെ പരിശീലനം വിജയകരമായി എന്നാണ് കിഴവി കരുതിയത്. കൊച്ചുമുറിയിൽ എസ്തർ ഒരു മേശയും സ്റ്റൂളും കരുതി വെച്ചു. മുമ്പിലൊരു ചിത്രവും. പ്രശസ്തമായൊരു ചിത്രത്തിന്റെ പകർപ്പായിരുന്നു അത്. കന്യാമറിയത്തിന്റെ ആ മനോഹരചിത്രം എത്രനേരം നോക്കി

യാലും ആമിക്ക് മതിയാവില്ല. മേശപ്പുറത്ത് *ബൈബിളും* സ്തോത്രപുസ്തകവും. ലാറികൊണ്ടുവരുന്ന ഏറ്റവും നല്ല പൂക്കൾ ഒരു പൂപ്പാലികയിൽ ഒരുക്കിവെച്ചിട്ടുണ്ട്. എല്ലാ ദിവസവും തനിച്ച് ബെത്തിനായി പ്രാർഥിക്കും. തന്റെ കാര്യം മറക്കാനും പ്രസന്നയായിരിക്കാനും താൻ ചെയ്യുന്ന 'ശരി'കൾകൊണ്ടു തൃപ്തിപ്പെടാനും അവൾ ശ്രമിച്ചു. നല്ലവളാവാൻ ആദ്യം ചെയ്യേണ്ടത് വിൽപ്പത്രം എഴുതുകയാണ്, അമ്മായിചെയ്തതുപോലെ. താൻ ശേഖരിച്ചുവെച്ച കൊച്ചുസാധനങ്ങൾ അവൾക്ക് നിധിയാണ്. അവ മറ്റുള്ളവർക്ക് കൊടുക്കുന്നത് ആലോചിച്ചപ്പോൾതന്നെ ആമിക്കു സങ്കടമായി.

എങ്കിലും അവളത് തയ്യാറാക്കി, എസ്തറിന്റെ സഹായത്തോടെ. എസ്തർ അതിൽ ഒപ്പുവെച്ചപ്പോൾ അവൾ കൃതാർഥയായി. ഇനി ലാറി വരുമ്പോൾ കാണിക്കണം. ലാറിയെ രണ്ടാം സാക്ഷിയാക്കണം.

ഒരു മഴദിവസമാകയാൽ അവൾ മുകളിൽ കയറി കളിക്കാൻ പോയി. തത്തയെ കയ്യിലെടുത്തു. പഴയമട്ടിലുള്ള വസ്ത്രങ്ങൾ സൂക്ഷിച്ച ഒരു അലമാരയുണ്ട്, അവിടെ. കണ്ണാടിക്കു മുമ്പിലൂടെ അങ്ങോട്ടുമിങ്ങോട്ടും നടക്കുന്നത് അവൾക്ക് ഇഷ്ടപ്പെട്ട വിനോദമാണ്. നിലത്ത് വസ്ത്രം ഇഴയുന്ന ശബ്ദം അവളെ വല്ലാതെ ആനന്ദിപ്പിക്കും.

തിരക്കിലാകയാൽ, ലാറി ബെല്ലടിച്ചതോ തന്നെ അന്വേഷിക്കുന്നതോ അവൾ അറിഞ്ഞില്ല. പിങ്കുനിറത്തിൽ, നീണ്ടുകിടക്കുന്ന തലപ്പാവു ധരിച്ച്, കൊച്ചുവിശറി വീശിക്കൊണ്ട് അവൾ നടക്കുന്നു. ഉയർന്ന മടമ്പുള്ള ചെരിപ്പുധരിച്ചതിനാൽ, വളരെ സൂക്ഷിച്ച് നടക്കേണ്ടിയിരുന്നു. അതൊരു കോമാളിക്കാഴ്ചയെന്ന് ലാറി പിന്നീട് ജോയോട് പറയുകയുണ്ടായി. ആമിയുടെ താളത്തിനൊത്ത്, തത്തയും പിറകിൽ ആടിയാടി നടന്നിരുന്നു.

ലാറി വാതിലിൽ മുട്ടി. അവൻ ആദരവോടെ സ്വീകരിക്കപ്പെട്ടു. ഉള്ളിൽ തോന്നിയ രസികത്തം അവൻ മറച്ചുവെച്ചു.

ആമി: "ഞാനിതെല്ലാം ഒന്നൊതുക്കിവെക്കും വരെ നീയവിടെയിരിക്ക്. ഒരു പ്രധാനകാര്യം സംസാരിക്കാനുണ്ടെനിക്ക്."

തത്തയെ അവളൊരു മൂലയിലേക്ക് മാറ്റി. ഈ പക്ഷി തന്റെ ജീവിതത്തിലെ ഒരു പരീക്ഷണമാണ്. തന്റെ നീണ്ടതലപ്പാവ് അഴിച്ചുമാറ്റി.

ലാറി അൽപ്പം അകലെ ഒരു കസേരയിൽ കാലിന്മേൽ കാൽ കയറ്റിവെച്ച് ഗമയിൽ ഇരുന്നു.

"ഈ കിളിയെ എനിക്കു കിട്ടിയിരുന്നെങ്കിൽ ഞാനതിന്റെ കഴുത്തു ഞെരിക്കുമായിരുന്നു."

കോപം നടിച്ചുകൊണ്ട് ഉറക്കെപ്പറഞ്ഞു, അവൻ.

35

ആമിയുടെ വിൽപ്പത്രം

"**ഞാ**ൻ തയ്യാറായി."—അലമാര അടച്ചുകൊണ്ട് ആമി പറഞ്ഞു. തുടർന്ന് പോക്കറ്റിൽ നിന്നൊരു കടലാസ് എടുത്തു.

"ഇതുവായിച്ച് ഇതിനു നിയമസാധുതയുണ്ടോ എന്നു പറയ്. ജീവിതം അനിശ്ചിതമായതുകൊണ്ടാണ് ഇങ്ങനെയൊന്നെഴുതിയത്. എന്റെ ശവക്കുഴിയിൽ എനിക്കു സ്വസ്ഥതകിട്ടാൻ."

ലാറി ചുണ്ടുകൾ കടിച്ചുപിടിച്ചു. ആമിയിൽ നിന്നൽപ്പം തിരിഞ്ഞിരുന്ന് വായിച്ചു.

എന്റെ വിൽപത്രവും അന്ത്യാഭിലാഷവും

ഞാൻ, ആമി കർട്ടിസ് മാർച്ച്, സ്വബോധത്തോടെ, എന്റെ സ്വന്തമായ വക മറ്റുള്ളവർക്ക് നൽകുന്നു.

അച്ഛന് — നല്ലചിത്രങ്ങൾ, ഭൂപടങ്ങൾ, കലാസൃഷ്ടികൾ. പിന്നെ, ഇഷ്ടാനുസരണം ചെലവാക്കുന്നതിന് ഞാൻ സ്വരൂപിച്ച നൂറു ഡോളർ.

അമ്മയ്ക്ക് — പോക്കറ്റുകൾ ഉള്ള നീലക്കുപ്പായം ഒഴികെ എല്ലാ വസ്ത്രങ്ങളും. എന്റെ ഇഷ്ടവും മെഡലും - സ്നേഹത്തോടെ.

മാർഗരറ്റിന് — എന്റെ ടർക്കോയ്സ് മോതിരം (അതുകിട്ടിയാൽ), പച്ചപ്പെട്ടിയും കഴുത്തിൽ കെട്ടുന്ന ലേസും ഞാൻ വരച്ച അവളുടെ ചിത്രവും.

ജോയ്ക്ക് — ഉടുപ്പിൽ കുത്തുന്ന പിൻ, ഓടിൽ തീർത്ത മഷിസ്റ്റാന്റ്. പ്ലാസ്റ്ററിൽ തീർത്ത മുയൽ — ഞാനവളുടെ കഥ കത്തിച്ചതാണല്ലോ.

ബെത്തിന് — എന്റെ പാവകൾ, ചെറിയ പെട്ടി, വിശറി, ലിനൻ വസ്ത്രങ്ങൾ, പുതിയ ചെരുപ്പ്.

വൃദ്ധ ജോവന്നയെ കളിയാക്കിയിട്ടുണ്ടെങ്കിൽ അതിനു മാപ്പ് ചോദിക്കുന്നു.

എന്റെ സുഹൃത്തും അയൽക്കാരനുമായ തിയഡോർ ലോറൻസിന്

— പാപ്പിയർ മാഷികൊണ്ടുണ്ടാക്കിയ പെട്ടി. കുതിരയുടെ കളിമൺ പ്രതിമ, അതിനു കഴുത്തില്ല എന്ന് അവൻ പറയുമെങ്കിലും! വിഷമാവസ്ഥയിൽ ഞങ്ങളോട് ദയകാണിച്ചതിന്ന്, ഞാൻ വരച്ച അവന് ഇഷ്ടപ്പെട്ട ഏതെങ്കിലും ഒരു ചിത്രം, 'നോത്ര് ദാം' ആണ് നല്ലത്. ഞങ്ങളുടെ അഭ്യുദയ കാംക്ഷിയായ മിസ്റ്റർ ലോറൻസിന്, എന്റെ വയലറ്റു പെട്ടി, അടപ്പിൽ കണ്ണാടിയുമുണ്ട്. പൊന്നുവെക്കാൻ കൊള്ളാം. പിന്നെ, വേർപിരിഞ്ഞ എന്നെ ഓർമിക്കാനും, ബെത്തിനോട് കാണിച്ച സൗമനസ്യത്തിന് നന്ദി സൂചകമായും.

എന്റെ കളിക്കൂട്ടുകാരി കിറ്റിക്ക് —നീല സിൽക്ക് ഏപ്രൺ, തലയിൽ കെട്ടുന്ന സ്വർണ മുത്ത് പതിച്ച വളയം.

ഹന്നയ്ക്ക് — അവൾക്ക് ഇഷ്ടമായ എന്റെ പെട്ടി.

ഇതിൽ ഞാൻ ഒപ്പുവയ്ക്കുന്നു.

20-11-1861
ആമി കർട്ടിസ് മാർച്ച്

സാക്ഷികൾ :

1. എസ്റ്റെലാ വാർനർ
2. തിയഡോർ ലോറൻസ്

ലാറി: "നിന്റെ തലയ്ക്കുള്ളിലെന്താണ്? ബെത്ത് അവളുടേതായ വസ്തുക്കൾ കൊടുക്കുന്നുവെന്ന് നിന്നോടാരെങ്കിലും പറഞ്ഞോ?"

ആമി വിവരിച്ചുകൊടുത്തു. പിന്നെ, പെട്ടെന്ന്, "എന്താണ് ബെത്തിന്റെ സ്ഥതി."?

ലാറി — "രോഗം കൂടിയതിൽപ്പിന്നെ ഒരുദിവസം അവൾ പറഞ്ഞു, ജോയോട് — എന്റെ പിയാനോ മെഗിന് പക്ഷിയെ നിനക്ക്, പഴയപാവ ജോയ്ക്ക്. കൊടുക്കാൻ കുറച്ചേ ഉള്ളു എന്നതിൽ അവൾ ദുഃഖിതയായിരുന്നു. തന്റെ മുടിച്ചുരുളുകൾ ബാക്കിയുള്ളവർക്ക്, ഗാഢമായ സ്നേഹം മുത്തശ്ശന്ന്. ഒരു വിൽപ്പത്രത്തെക്കുറിച്ച് അവൾ ചിന്തിച്ചുപോലുമില്ല." അവൻ സംസാരിക്കുന്നതൊടൊപ്പം, കടലാസിൽ നോക്കുകയും ഒപ്പിടുകയും ചയ്തു. വലിയൊരു കണ്ണീർത്തുള്ളി കടലാസിൽ പതിച്ചു. ആമിക്ക് വല്ലാത്ത വിഷമം.

ആമി — "ഒരിക്കൽ എഴുതിക്കഴിഞ്ഞ വിൽപ്പത്രത്തിൽ വീണ്ടും കൂട്ടിച്ചേർത്തുകൂടെ?"

ലാറി : "ആവാം അനുബന്ധം എന്നാണതിനു പറയുക."

ആമി: "എന്നാൽ അൽപ്പംകൂടി ചേർക്കണം. മുടിമുഴുവൻ മുറിച്ചെടുത്ത് എന്റെ കൂട്ടുകാർക്ക് നൽകണം." ആമിയുടെ വൻത്യാഗം കേട്ട് ലാറി പുഞ്ചിരിച്ചു. ഒരു മണിക്കൂറോളം അവളുമായി തമാശപറഞ്ഞിരുന്നു. അവളുടെ പ്രവൃത്തികളിൽ താൽപ്പര്യം കാണിച്ചു. പോകാൻ തുടങ്ങിയപ്പോൾ ലാറിയെ പിടിച്ചുനിർത്തി വിറയ്ക്കുന്ന ചുണ്ടുകളോടെ ചോദിച്ചു:

“ബെത്തിന് ആപത്തുണ്ടാകുമോ?”

ലാറി: “ഉവ്വെന്നു തോന്നുന്നു. എന്നാലും നല്ലതിനായി പ്രതീക്ഷിക്കാം. കരയാതെ.” സ്വന്തം അനുജത്തിയെയെന്നവണ്ണം ലാറി അവളെ ചുറ്റിപ്പിടിച്ചു. അതവൾക്ക് ആശ്വാസം നൽകി.

ലാറി പോയി. ആമി തന്റെ പ്രാർഥനാമുറിയിൽ എത്തി; ബെത്തിനായി കണ്ണീരോടെ പ്രാർഥിച്ചു. ഒരായിരം ടർക്കോയിസ് മോതിരം പോലും തന്റെ സഹോദരിക്കു പകരമാവില്ല.

36

അമ്മയോടൊരു രഹസ്യം പറയുന്നു

അമ്മയും പെൺമക്കളും തമ്മിലുള്ള പുനസ്സമാഗമം എങ്ങിനെ യെന്ന് പറയാനാവില്ല. അതു നമുക്ക് സങ്കൽപ്പിക്കാം. വീടുനിറയെ ആഹ്ലാദം. എല്ലാവരുടെയും ആശ സഫലമാവുന്നു.

ദീർഘമായ ഉറക്കത്തിൽനിന്ന് ബെത്ത് ഉണർന്ന് ആദ്യം കണ്ടത് പൂപ്പാത്രത്തിലെ പുതിയ റോസാപ്പൂവും അമ്മയുടെ മുഖവും തന്നെ. ക്ഷീണിതയാകയാൽ പുഞ്ചിരിക്കുക മാത്രം ചെയ്തു. തന്നെ വലയം ചെയ്ത കൈകളിൽ ഒതുങ്ങിക്കിടന്നു.

ബെത്ത് വീണ്ടും ഉറങ്ങി. അമ്മയുടെ കൈകൾ അവളുടെ ദേഹ ത്തുതന്നെ. പെൺകുട്ടികൾ അവിടെത്തന്നെ നിന്നു. ഹന്ന നല്ലൊരു പ്രഭാത ഭക്ഷണം ഒരുക്കിയിട്ടുണ്ട്. ജോയും മെഗും ചേർന്ന് അമ്മയ്ക്ക് ഭക്ഷണം കൊടുത്തു. അവർ, ഭർത്താവിന്റെ രോഗകാര്യങ്ങൾ പറഞ്ഞു കൊണ്ടിരുന്നു. മിസ്റ്റർ ബ്രൂക്ക് അടുത്തുണ്ട്. കൊടുങ്കാറ്റു കാരണം യാത്ര വൈകി. ഉൽക്കണ്ഠയുണ്ടായിരുന്നെങ്കിലും, ലാറിയുടെ മുഖഭാവം ആശ്വാ സമേകി.

എന്തൊരു നല്ല ദിവസം. മഞ്ഞു വീഴ്ചയുടെ ആരംഭമായതേയുള്ളൂ. തലയിൽനിന്നൊരു ഭാരം നീങ്ങിയപോലെ മെഗും ജോയും വിശ്രമിക്കാൻ കിടന്നു. മിസിസ്സ് മാർച്ച് ബെത്തിനടുത്തു നിന്ന് മാറിയില്ല. തന്റെ വലിയ കസേരയിൽ വിശ്രമിച്ചു. ഇടയ്ക്കുചെന്ന് ബെത്തിനെ നിരീക്ഷിക്കും, തൊട്ടുനോക്കും. നഷ്ടമായ ധനം തിരിച്ചുകിട്ടിയ പിശുക്കനെപ്പോലെ.

ആമിയെ ആശ്വസിപ്പിക്കാൻ ലാറി നിയോഗിക്കപ്പെട്ടു. ഞാൻ നിന്നോ ടങ്ങനെ പറഞ്ഞില്ലേ എന്ന് മാർച്ച് അമ്മായി ഇപ്പോൾ പറയാറില്ല. കൊച്ചു മുറിയിലെ തന്റെ പ്രാർഥന ഫലിക്കുന്നതായി ആമിക്കു തോന്നി. കണ്ണീർ തുടച്ചു. അമ്മയെ കാണാനുള്ള അക്ഷമ അടക്കി. മോതിരത്തെപ്പറ്റി

ചിന്തിച്ചു പോലുമില്ല. ഒരു നല്ല 'കൊച്ചു സ്ത്രീ' എന്നാണ് ലാറിയുടെയും അഭിപ്രായം. തെളിച്ചമുള്ള മഞ്ഞുകാലവസ്ഥയിൽ അവൾ പുറത്തുപോയി ആഹ്ലാദിക്കുമായിരുന്നു. എന്നാൽ ലാറി ഉറക്കം തൂങ്ങുന്നു. സോഫയിൽ ചെന്നു കിടക്കാൻ അവൾ ആവശ്യപ്പെട്ടു. ആമി, അമ്മയ്ക്ക് ഒരു കത്തെഴുതി വെച്ചു തിരിച്ചെത്തുമ്പോൾ ലാറി ഗാഢനിദ്രയിലാണ്. ഉറക്കം തടസപ്പെടരുതെന്നു കരുതി, മാർച്ച് അമ്മായി കർട്ടനുകൾ വലിച്ചു താഴ്ത്തിയിട്ട്, അനുകമ്പയോടെ നോക്കിക്കൊണ്ട് അടുത്തു വെറുതെയിരിക്കുന്നു.

രാത്രി വൈകുംവരെ അവൻ ഉണരുകയില്ലെന്ന് അവർക്കു തോന്നി. എന്നാൽ സംഭവിച്ചത് മറ്റൊന്ന്. അമ്മയെ കണ്ട് ആമി ആർത്തുവിളിച്ച ശബ്ദം കേട്ട് ലാറി ഉണർന്നു. ആ പട്ടണത്തിൽ, ആ സമയത്ത് സന്തോഷിക്കുന്ന ധാരാളം പെൺകുട്ടികൾ ഉണ്ടാവാം. എന്നാൽ ഏറ്റവും സന്തോഷിക്കുന്നത് ആമി തന്നെയെന്നതിൽ സംശയമില്ല. അവൾ അമ്മയുടെ മടിയിൽ കയറിയിരുന്ന് സംസാരിക്കാൻ തുടങ്ങി. പുഞ്ചിരിക്കുന്ന മുഖത്തിലെ നോട്ടവും ഇടയ്ക്കു പറയുന്ന ചുരുക്കം വാക്കുകളും, സ്നേഹത്തോടെയുള്ള ആലിംഗനവും അവൾക്ക് സാന്ത്വനവും സന്തോഷവുമായി. അവൾ തന്റെ ചാപ്പൽ കാട്ടിക്കൊടുത്തു. അതിന്റെ ഉദ്ദേശ്യമെന്തെന്നു പറഞ്ഞപ്പോൾ അവർ വിരോധം ഭാവിച്ചില്ല.

"നമുക്ക് ദുഃഖം തോന്നുമ്പോൾ, ഏകാന്തമായിരുന്ന് പ്രാർഥിക്കാൻ ഒരു സ്ഥലം വേണ്ടതുതന്നെ."

"അതെ, അമ്മേ, ഞാൻ വീട്ടിൽ വരുമ്പോൾ വലിയമുറിയുടെ ഒരു മൂല, പുസ്തകങ്ങളും ആ ചിത്രവും വെക്കാൻ വേണം. ഞാൻ ആ ചിത്രം വരയ്ക്കാൻ നോക്കി. സ്ത്രീയുടെ മുഖം നന്നായില്ല, എന്നാൽ കുഞ്ഞ് നന്നായി."

ഉണ്ണിയേശുവിന്റെ ചിത്രം അവൾ ചൂണ്ടിക്കാണിച്ചപ്പോൾ അമ്മ കണ്ടത് മറ്റൊന്നാണ്. അവർ ഒന്നും പറഞ്ഞില്ല. എന്നാൽ ആമി മനസിലാക്കി. ഒരു നിമിഷം കഴിഞ്ഞ്, അവൾ ഗൗരവത്തോടെ പറഞ്ഞു:

"അമ്മായി ഇന്നു തന്നതാണിത്. അവരെന്നെ അടുത്തേക്ക് വിളിച്ചു, ചുംബിച്ചു. ഈ മോതിരം എന്നെ അണിയിച്ചു. ഞാനവർക്കൊരു നേട്ടമാണെന്ന്! ഇത് സൂക്ഷിക്കാനാണ് ഇഷ്ടം. എനിക്ക് മോതിരം ഇട്ടുകൂടെ?"

"അത് വിലപിടിച്ചതാണ്. അത്തരമൊന്ന് ധരിക്കാൻ മാത്രം നീ വളർന്നിട്ടില്ല."

"ഞാൻ അഹങ്കരിക്കില്ല. ഭംഗിയുള്ളതുകൊണ്ടുമാത്രമല്ല ഞാനിത് ഇഷ്ടപ്പെടുന്നത്. കഥയിലെ പെൺകുട്ടി ബ്രെയ്സ്ലറ്റ് ധരിച്ചതുകൊണ്ടാണ്. അതെന്നെ എന്തോ ഒന്ന് ഓർമിപ്പിക്കുന്നു."

"നീ അമ്മായിയെ ആണോ ഉദ്ദേശിച്ചത്?" അമ്മ ചിരിച്ചു.

"അല്ല, ഞാൻ സ്വാർഥിയാവരുത് എന്നാണ് ഓർമിച്ചത്. ബെത്ത് സ്വാർഥിയല്ല. അതുകൊണ്ടാണ് എല്ലാവരും അവളെ ഇഷ്ടപ്പെടുന്നത്. ഞാനാണ് രോഗമായി കിടന്നതെങ്കിൽ സങ്കടപ്പെടാൻ ഇത്രയും പേർ

ഉണ്ടാകുമായിരുന്നില്ല. ഞാൻ ബെത്തിനെപോലെ ആവാൻ ശ്രമിക്കട്ടെ. ആരെങ്കിലും എപ്പോഴും ഇതെന്നെ ഓർമിപ്പിച്ചിരുന്നെങ്കിൽ ഞാൻ കൂടുതൽ നന്നായേനെ."

"വലിയമുറിയുടെ മൂലയിൽ ആണ് എനിക്കുവിശ്വാസം. ഏതായാലും നീ മോതിരം ധരിക്ക്, എന്നിട്ട് നല്ലത് ചെയ്യുക. നന്നാവാൻ ആത്മാർഥമായി ആഗ്രഹിക്കുന്നതിനാൽ നീ നന്നാവും. ഇനി ഞാൻ പോകട്ടെ. നിന്നെ വൈകാതെ കൊണ്ടുപോകാം." സായാഹ്നത്തിൽ മെഗ് അച്ഛന് എഴുതാനിരുന്നു.

ജോ, ബെത്ത് കിടന്ന മുകൾമുറിയിൽ എത്തി. അമ്മ അവിടെയുണ്ട്. അൽപ്പനേരം മുടിയിൽ തിരുപ്പിടിച്ച് നിന്നു, എന്തോ പറയാനെന്ന മട്ടിൽ

"എന്താ മോളേ."

"എനിക്കമ്മയോട് ഒരുകാര്യം പറയാനുണ്ട്.

"മെഗിനെപ്പറ്റി?"

"അമ്മ എന്തെളുപ്പത്തിൽ ഊഹിച്ചു. അതുതന്നെ. അതൊരു ചെറിയ കാര്യമാണ്. എന്നാലും സ്വസ്ഥതയില്ല."

"ബെത്ത് ഉറക്കമാണ്. ഇപ്പോൾ പറയ്. സ്വരം താഴ്ത്തിയാൽ മതി."

"മൊഫത് ഇവിടെ വന്നില്ലെന്നു ഞാൻ ആശിക്കുന്നു."

"ഇല്ല. വന്നാലും ഞനവനെ ഓടിക്കുമായിരുന്നു."

ജോ അമ്മയുടെ കാൽക്കൽ ഇരുന്നു.

"കഴഞ്ഞ ഗ്രീഷ്മത്തിൽ മെഗ് ഒരു ജോടി കയ്യുറകൾ ലോറൻസിന്റെ വീട്ടിൽ മറന്നുവെച്ചു. ഒന്നുമാത്രം തിരിച്ചുകിട്ടി. പിന്നെ ഞങ്ങൾ അക്കാര്യം മറന്നു. മറ്റേത് ബ്രൂക്ക് സൂക്ഷിച്ചിരിക്കുന്നു എന്ന് ലാറിയാണ് പറഞ്ഞത്. അത് ഒരിക്കൽ ബ്രൂക്കിന്റെ പോക്കറ്റിൽനിന്ന് വീണതുകണ്ട് ലാറി തമാശയാക്കി. തനിക്ക് മെഗ്ഗിനെ ഇഷ്ടമാണെന്ന് ബ്രൂക്ക് പറഞ്ഞുവത്രെ. പക്ഷേ, പറയാൻ ധൈര്യമില്ല. അവൾ ചെറുപ്പമാണ്. അയാൾ ദരിദ്രനാണ്. അത് ഭയങ്കരമായ അവസ്ഥയല്ലോ."

"മെഗിന് അങ്ങോട്ട് ഇഷ്ടമാണെന്ന് നിനക്ക് തോന്നുന്നുണ്ടോ?"

"ഈശ്വരാ, എന്നോട് കരുണ തോന്നണേ. ഈ പ്രേമം തുടങ്ങിയ കുണ്ടാമണ്ടികളെക്കുറിച്ച് എനിക്കൊന്നുമറിയില്ല."

താൽപ്പര്യവും നിന്ദയും അവളുടെ വാക്കുകളിൽ നിറഞ്ഞു നിന്നു.

"നോവലുകളിൽ പറയുന്നത് പെൺകുട്ടികൾ ഉറ്റുനോക്കുന്നു, ചുവന്നു തുടുക്കുന്നു, മോഹാലസ്യപ്പെടുന്നു, മെലിയുന്നു. വിഡ്ഢികളെപ്പോലെ പെരുമാറുന്നു എന്നെല്ലാമാണ്. എന്നാൽ മെഗിന് ഇതൊന്നുമില്ല. അവൾ തിന്നുന്നു, കുടിക്കുന്നു, ഉറങ്ങുന്നു, മറ്റുള്ളവരെപ്പോലെ. ഞാനയാളെക്കുറിച്ചു സംസാരിക്കുമ്പോൾ നേർക്കുനേരെ എന്റെ മുഖത്തു നോക്കുന്നു. എന്നാൽ അനുരാഗികളെ ലാറി തമാശയാക്കുമ്പോൾ അവളുടെ മുഖം അൽപ്പം തുടുക്കുന്നു."

"അപ്പോൾ മെഗിന് ജോണിയോട് താൽപ്പര്യമില്ല എന്നാണോ നീ

കരുതുന്നത്?"

"ആരാണത്?" ജോ തുറിച്ചു നോക്കി.

"മിസ്റ്റർ ബ്രൂക്ക്. ജോൺ എന്നാണ് ഞങ്ങൾ വിളിക്കുക. ആസ്പത്രിയിൽ നിന്ന് അങ്ങനെ പറഞ്ഞു ശീലിച്ചു."

"ഓ, അമ്മ അയാളുടെ ഭാഗം പിടിക്കുന്നു. അച്ഛന് അയാൾ നല്ലവനാണ്. അതുകൊണ്ട് അമ്മ അയാളെ അകറ്റി നിർത്തുകയില്ല. അങ്ങനെ മെഗ് അയാളെ കല്യാണം കഴിക്കും. പപ്പയോടും അമ്മയോടും നല്ലനിലയിൽ പെരുമാറി. നിങ്ങളുടെ ഇഷ്ടം സമ്പാദിക്കൽ! അതൊരു മോശമായ കാര്യം തന്നെ."

37

അമ്മയുമായി ജോയുടെ സംവാദം

"**മോ**ളേ, നീ കോപിക്കാതെ. ജോൺ എന്റെകൂടെ വന്നത് മിസ്റ്റർ ലോറൻസ് പറഞ്ഞിട്ടാണ്. അച്ഛനെ നന്നായി ശുശ്രൂഷിക്കും. പിന്നെങ്ങനെയാണ് ഇഷ്ടപ്പെടാതിരിക്കുക. മെഗിന്റെ കാര്യത്തിൽ അവൻ തികച്ചും മാന്യനാണ്. മെഗിനെ സ്നേഹിക്കുന്നുവെന്ന് പറഞ്ഞു. എന്നാൽ സൗകര്യമുള്ള ഒരു വീട് സമ്പാദിച്ചതിന്നുശേഷമേ വിവാഹത്തിനായി ചോദിക്കുകയുള്ളൂ. ഒരുകണക്കിൽ അവൻ ഞങ്ങളുടെ സമ്മതം ചോദിക്കുകയായിരുന്നു. വളരെ നല്ല ചെറുപ്പക്കാരൻ. പറയുന്നത് ശ്രദ്ധിക്കാതിരിക്കാനാവില്ല. എന്നാൽ മെഗ് ഇത്ര ചെറുപ്പത്തിൽ വിവാഹിതയാവുന്നത് ഞാൻ അനുവദിക്കില്ല."

ജോ :"അതു വിഡ്ഢിത്തം തന്നെയാണ്. അഹിതമായ കാര്യമാണ് രൂപംകൊള്ളുന്നത്. ഞാൻ മനസിലാക്കിയതിനേക്കാൾ മോശമാണ് സംഗതി. ഞാൻ തന്നെ മെഗിനെ വിവാഹം ചെയ്ത് അവളെ സുരക്ഷിതമായി ഇവിടെത്തന്നെ നിർത്താൻ കഴിഞ്ഞെങ്കിൽ!"

ഈ വിചിത്രമായ മുന്നൊരുക്കം കണ്ട്, അമ്മ പുഞ്ചിരിച്ചു. എന്നിട്ട് ഗൗരവത്തോടെ പറഞ്ഞു.

"ജോ, എനിക്കു നിന്നെ വിശ്വാസമാണ്. മെഗിനോട് ഇതുവരെ നീ ഇക്കാര്യംമൊന്നും ചോദിച്ചില്ലല്ലോ. ജോൺ തിരിച്ചുവന്നിട്ട്, രണ്ടുപേരെയും ഒന്നിച്ചു കാണുമ്പോൾ, മെഗിന് അവനോടുള്ള വികാരമെന്തെന്ന് എനിക്ക് ശരിക്കു മനസിലാക്കാൻ സാധിക്കും."

ജോ: "അയാളുടെ കണ്ണുകളാണ് അവളുടെ ആകർഷണം. മൃദുല ഹൃദയയാണവൾ. ആരെങ്കിലും അവളെ വികാരത്തോടെ നോക്കുമ്പോഴേക്ക്, വെയിലിൽ വെണ്ണപോലെ മനമുരുകും. അമ്മയുടെ കത്തുകളേക്കാൾ അവൾ അധികസമയം വായിക്കുന്നത് അയാളുടെ കുറിപ്പുകളാണ്. താനത് പറയുമ്പോൾ അവളെന്നെ പിച്ചും, അവൾക്ക് തവിട്ടുകണ്ണുകൾ

ഇഷ്ടമാണ്. ജോൺ എന്നത് ഭംഗിയില്ലാത്ത പേരാണെന്ന് വിചാരിക്കുന്നുമില്ല. അവൾ പ്രേമത്തിൽ കുടുങ്ങുകതന്നെ ചെയ്യും. അതോടെ, സമാധാനവും തമാശയും നിറഞ്ഞ ജീവിതത്തിലെ വിലയേറിയ നിമിഷങ്ങൾക്ക് അന്ത്യമാകും. ഓ, അതെന്തൊരു കഷ്ടമാണ്. ഞങ്ങളെല്ലാം എന്തുകൊണ്ട് ആൺകുട്ടികളായില്ല! എന്നാൽ പ്രശ്നമൊന്നും ഉണ്ടാകുമായിരുന്നില്ല."

സമാശ്വസിക്കാൻ പറ്റാത്ത അവസ്ഥയിലായിരുന്നു ജോ, അവൾ കാൽമുട്ടിൽ താടിയമർത്തി, ജോണിനു നേരെ മുഷ്ടിചുരുട്ടി.

മിസിസ്സ് മാർച്ച് നെടുവീർപ്പിട്ടു. ആശ്വാസത്തോടെ ജോ മുഖമുയർത്തി നോക്കി.

"അമ്മയ്ക്കത് ഇഷ്ടമല്ല, അല്ലേ?" എനിക്കതിൽ സന്തോഷമുണ്ട്. ബിസിനസ്സ് നടത്താൻ അയാളെ ദൂരെ പറഞ്ഞയക്കുക. മെഗിനോട് പറയണ്ട നമുക്കെല്ലാം സന്തോഷമായി കഴിയാം."

"ഞാൻ ദീർഘശ്വാസം വിട്ടത് തെറ്റായിപ്പോയി. സമയമാവുമ്പോൾ നിങ്ങളെല്ലാം വീടുവിട്ടുപോകുമെന്നത് സ്വാഭാവികമായ കാര്യമാണ്. കഴിയുന്നത്ര സമയം നിങ്ങളെല്ലാം ഇവിടെ നിൽക്കാൻ ഞാനാഗ്രഹിക്കുന്നു. പക്ഷേ, ഇതു സംഭവിച്ചത് വളരെ നേരത്തേയായിപ്പോയി. മെഗിനു പതിനേഴുവയസല്ലേ ഉള്ളൂ. നിങ്ങളിലാരും ഇരുപത് വയസ്സ് പൂർത്തിയാകുന്നതിനുമുമ്പ് വിവാഹതരാവരുത്, എന്നാണ് ഞങ്ങൾ തീരുമാനിച്ചത്. അവർക്കത്ര ഇഷ്ടമാണെങ്കിൽ മെഗിന് ഇരുപത് തികയുംവരെ കാത്തുനിൽക്കട്ടെ. സ്നേഹം എത്രത്തോളമുണ്ടന്ന് കണ്ടെത്തുകയുമാവാം."

"അവളെ ഒരു ധനികൻ വിവാഹം കഴിക്കണമെന്ന് അമ്മയ്ക്ക് ആഗ്രഹമില്ലേ?".

'ജോ, പണം നല്ലതും ഉപയോഗമുള്ളതും തന്നെ. ആവശ്യത്തിന് പണം ഇല്ലാത്തതുകൊണ്ടുമാത്രം നിങ്ങൾ കഷ്ടപ്പെടരുതെന്നുണ്ട്. പണത്തിനോട് അമിതമായ വാഞ്ഛ പാടില്ല. എളിമയോടെയാണ് തുടക്കം എന്നതിൽ സംതൃപ്തിയുണ്ടെനിക്ക്. ഒരു നല്ല മനുഷ്യന്റെ മനസു നേടിയ അവൾ സമ്പന്നതന്നെ. വീണുകിട്ടുന്ന ഭാഗ്യത്തേക്കാൾ നല്ലതാണത്.''

"എനിക്ക് മനസിലാവുന്നുണ്ട്, അമ്മേ. മെഗിന്റെ കാര്യമോർത്ത് നിരാശയുണ്ടെനിക്ക്. അവളെ ലാറിയെക്കൊണ്ട് വിവാഹം ചെയ്യിക്കണം എന്നായിരുന്നു ആഗ്രഹം. എന്നാൽ ധനികയായി ജീവിക്കാമല്ലോ. അവൾക്കങ്ങനെയാണല്ലോ ആശ!"

തെളിഞ്ഞ മുഖത്തോടെയാണവൾ ചോദിച്ചത്.

"അവൻ മെഗിനേക്കാൾ ചെറുപ്പമാണെന്ന് നിനക്കറിയില്ലേ?"

അതുസാരമില്ല, അവന് നല്ല പൊക്കമുണ്ടല്ലോ. പ്രായത്തിനൊത്ത വളർച്ചയും. ധനികനും ഉദാരമനസ്കനും നല്ലവനും നമ്മെയെല്ലാം സ്നേഹിക്കുന്നവനുമല്ലേ?"

"അവൻ മെഗിനു പറ്റിയ തരത്തിൽ മുതിർന്നിട്ടില്ല. ഇപ്പോഴും മറ്റൊരാളെ ആശ്രയിക്കേണ്ട മട്ടിലുമാണ്. നീയങ്ങനെ പ്ലാൻ ചെയ്യുകയൊന്നും വേണ്ടാ. സമയവും അവരുടെ മനസും അവരെ കൂട്ടിയിണക്കട്ടെ. സുര

ക്ഷിതമായമട്ടിൽ അത്തരം കാര്യങ്ങളിൽ തലയിടാൻ നമുക്കാവില്ല തന്നെ. നിന്റെ ഭാഷയിൽ പറഞ്ഞാൽ, 'കാൽപ്പനികമായ ചപ്പുചവറുകൾ' നമ്മുടെ തലയ്ക്കുള്ളിൽ കടന്നുകൂടാ. അത് സൗഹൃദം നശിപ്പിക്കും."

"ഇല്ല, ഞാനൊന്നും ചെയ്യുന്നില്ല. കാര്യങ്ങൾ ഇങ്ങനെ തലങ്ങും വിലങ്ങും കിടന്ന് കുരുക്കിൽ പെടുന്നത് കാണുമ്പോൾ വെറുപ്പ് തോന്നുന്നു. പരന്ന ഇരുമ്പുകട്ടികൾ ഞങ്ങളുടെ തലയിൽ വെച്ചാൽ വളർച്ചനിലയ്ക്കുമായിരിക്കും. മൊട്ടുകൾ വിടരാതിരിക്കില്ല. പൂച്ചക്കുഞ്ഞുങ്ങൾ പൂച്ചകളായി മാറുകതന്നെ ചെയ്യും. അതാണ് കഷ്ടം."

"എന്താ, ഇരുമ്പും പൂച്ചയുമെല്ലാം?"

എഴുതി പൂർത്തിയാക്കിയ കത്തുമായി മെഗ് മുറിയിലേക്കുവന്നു.

ജോ: "എന്റെ ഒരു മണ്ടൻ പ്രഭാഷണം തന്നെ. ഞാനുറങ്ങാൻ പോകുന്നു.

ജോ എഴുന്നേറ്റു.

മിസിസ്സ് മാർച്ച് : "എല്ലാം ശരിയായി. കത്ത് ഭംഗിയായിരിക്കുന്നു. എന്റെ സ്നേഹാന്വേഷണങ്ങൾ ജോണിനെ അറിയിക്കുന്നതായി എഴുത്."

"ജോൺ എന്നാണോ വിളിക്കുന്നത്?" മെഗ് ലജ്ജാപൂർവം പുഞ്ചിരിച്ചു.

"അതെ, അവൻ ഞങ്ങൾക്ക് മകനെപ്പോലെ. ഞങ്ങൾക്കവനെ ഇഷ്ടമാണ്."

മെഗ്: "എനിക്കതിൽ സന്തോഷമുണ്ട്. അയാൾ ഏകനാണല്ലോ. ഗുഡ്നൈറ്റ് മമ്മാ. അമ്മ ഇവിടെയെത്തിയപ്പോൾ ഞങ്ങൾക്കെന്തൊരു സുഖം."

മെഗിന്റെ സ്വരം ശാന്തമാണ്. അമ്മ മക്കളെ മൃദുവായി ചുംബിച്ചു. അവൾ കടന്നുപോയപ്പോൾ സംതൃപ്തിയോടെയും പശ്ചാത്താപത്തോടെയും മൊഴിഞ്ഞു, അവൾ ജോണിനെ സ്നേഹിക്കുന്നില്ല. എങ്കിലും സ്നേഹിച്ചേക്കും.

38

ബ്രൂക്കിനോട് ലാറിയുടെ പ്രതികാരം

രഹസ്യം ജോയുടെ ഉള്ളിൽ കനം തൂങ്ങിനിന്നു. സ്വാഭാവികത കാണിക്കാൻ വിഷമം. മെഗ് ഇത് ശ്രദ്ധിച്ചു. എന്നാൽ ഒന്നും ചോദിക്കുക യുണ്ടായില്ല. വിരുദ്ധമായ ഒരു നിലപാട് സ്വീകരിക്കുന്നതാണ് നല്ലത് എന്ന് മെഗിനറിയാം.

ചോദിച്ചില്ലെങ്കിൽ എല്ലാം പറയും ജോ. നിശ്ശബ്ദത നീണ്ടു പോയപ്പോൾ മെഗ് അത്ഭുതപ്പെട്ടു. എന്നാൽ രക്ഷാധികാരഭാവം മെഗിനെ വിഷമിപ്പിച്ചു. എങ്കിലും അന്തസ്സോടെ ഗൗരവം പാലിച്ചു. അമ്മയുടെ ആജ്ഞാനുവർത്തി എന്ന മട്ടിൽ നിന്നുകൊടുത്തു. ജോയ്ക്ക് മറ്റെന്തെങ്കിലും ഒരു വഴികണ്ടേ തീരൂ.

ബെത്തിന്റെ പരിചരണം മിസിസ്സ് മാർച്ച് ഏറ്റെടുത്തു. ആമി അവിടെ ഇല്ലാത്ത സ്ഥിതിക്ക് ലാറിമാത്രമാണ് ആശാകേന്ദ്രം. അവന്റെ കൂട്ടുകെട്ടിൽ ആനന്ദിക്കവെതന്നെ, അവനെ ഭയപ്പെട്ടു. രഹസ്യം തന്നിൽനിന്ന് ചോർത്തിയെടുക്കുമോ എന്നാണ് പേടി.

അതങ്ങനെതന്നെവന്നു, കുസൃതിക്കുടുക്കയായ അവൻ ജോയിൽ വന്ന മാറ്റം മനസിലാക്കി, അതു മെഗിനേയും ബ്രൂക്കിനേയും പറ്റിയാണെന്നും.

തന്റെ ട്യൂട്ടർ ആയ ബ്രൂക്ക് തന്നെ വിശ്വാസത്തിലെടുക്കാത്തതിൽ ലാറി ക്രുദ്ധനായി, അതിനു പ്രതികാരം ചെയ്യണമെന്നും ഉറച്ചു.

മെഗ്, അച്ഛൻ തിരിച്ചെത്തുമ്പോൾ ആവശ്യമായ കാര്യങ്ങളിൽ മുഴുകി. പെട്ടെന്നവളിൽ വല്ലാത്തൊരു മാറ്റം. ആരെങ്കിലും സംസാരിക്കാൻ തുടങ്ങുമ്പോൾ മുഖത്തുനോക്കിയാൽ മുഖം ചുവക്കും; എന്തോ പേടിക്കുന്നതുപോലെ. അമ്മ ചോദിച്ചപ്പോൾ അസുഖമൊന്നുമില്ലെന്നാണു പറഞ്ഞത്. ജോ ചോദിച്ചപ്പോൾ, തന്നെ വെറുതെവിടൂ, എന്നായി.

“ഇത് അതുതന്നെ, പ്രേമം! അതിന്റെ ലക്ഷണമെല്ലാമുണ്ട്. നെഞ്ചി

ടിപ്പ്, എതിർപ്പ്, ഭക്ഷണം വേണ്ടായ്ക, ഉറക്കമില്ലായ്മ, വീടിന്റെ കോണുകളിൽ വിഷണ്ണയായിരിക്കുക. 'സിൽവർ വോയ്സ്ഡ് ബ്രൂക്ക്' എന്ന ഗാനം അവൾ പാടുന്നത് ഞാൻ കേട്ടു. അമ്മപറയുമ്പോലെ 'ജോൺ' എന്നു പറയുന്നതും മുഖം ചെമ്പരത്തിപ്പൂപോലെ ചുവന്നതും കണ്ടു. നമ്മളെന്താണ് ചെയ്യുക, അമ്മേ?"

"കാത്തിരുന്നു കാണാം. അവളെ ഒറ്റയ്ക്കു വിടണം. ദയയും ക്ഷമയും വേണം. അച്ഛൻ വരുമ്പോൾ എല്ലാം ശരിയാക്കാം."

അടുത്ത ദിവസം ജോ കത്തുകൾ കൊണ്ടുവന്നു.

"എന്തുവിചിത്രം! മെഗ്, ഇതാ നിനക്ക് സീൽചെയ്ത കത്ത്. ലാറി എനിക്കുള്ള കത്ത് ഒട്ടിക്കാറില്ല."

ജോയും അമ്മയും പണികളിൽ മുഴുകി. മെഗിൽ നിന്നൊരു സ്വരം കേട്ടപ്പോൾ അവർ തലയുയർത്തി. നിവർത്തിപ്പിടിച്ച കത്തിൽ, മെഗ് ഭയത്തോടെ നോക്കുന്നു.

"എന്റെ കുട്ടീ എന്താണത്?"മിസിസ്സ് മാർച്ച് ഉറക്കെ ചോദിച്ചു.

ജോ കടലാസ് പിടിച്ചെടുക്കാൻ നോക്കി, കുഴപ്പം സൃഷ്ടിച്ചത് അതാണല്ലോ.

"ഇതൊരു ചതിയാണ്. ബ്രൂക്ക് ഇതയച്ചിട്ടില്ല. ജോ, നിനക്കെങ്ങനെ തോന്നി, ഇതു ചെയ്യാൻ?"

മുഖം കയ്യിലമർത്തി, മെഗ് പൊട്ടിക്കരഞ്ഞു.

"ഞാനോ! ഞാനൊന്നും ചെയ്തില്ലല്ലോ?" അവൾ എന്തിനെക്കുറിച്ചാണ് പറയുന്നത്? ജോ ആകെ വിഷമിച്ചു.

സ്വതവെ സൗമ്യയായ മെഗിന്റെ കണ്ണുകൾ കോപം കൊണ്ട് ചുവന്നു. അവൾ പോക്കറ്റിൽ നിന്ന് ചുരുട്ടിയ കടലാസ് എടുത്ത് ജോയുടെ നേരെ എറിഞ്ഞു. ശകാരിക്കും മട്ടിൽ പറഞ്ഞു.

"നീയാണത് എഴുതിയത്. ആ ചീത്തക്കുട്ടി നിന്നെ അതിനു സഹായിച്ചു. ഞങ്ങളോട് ഇത്ര ക്രൂരയാവാൻ നിനക്കെങ്ങനെ കഴിഞ്ഞു?"

ജോയും അമ്മയും ചേർന്നു കുറിപ്പ് വായിക്കുകയായിരുന്നതിനാൽ മെഗ് പറഞ്ഞത് മുഴുവൻ കേട്ടില്ല.

എന്റെ പ്രിയ മാർഗരറ്റ്,

വികാരങ്ങൾ തടുത്തുനിർത്താനാവില്ല എനിക്ക്. ഇവിടെനിന്ന് മടങ്ങും മുമ്പ് എല്ലാമറിയണം. നിന്റെ അച്ഛനമ്മമാരോട് പറയാൻ എനിക്ക് ധൈര്യം കിട്ടിയില്ല. നാം പരസ്പരം സ്നേഹിക്കുന്നുവെന്ന് അവർ അറിഞ്ഞാൽ, വിവാഹത്തിനു സമ്മതിക്കില്ലേ. മിസ്റ്റർ ലോറൻസ് എനിക്കെന്തെങ്കിലും ഒരു വഴികാണിച്ചുതരാതിരിക്കില്ല. പിന്നെ നമുക്ക് സന്തോഷമായി കഴിയാം. ഇക്കാര്യം ഇപ്പോൾ വീട്ടിൽ പറയരുത്. എന്നാൽ ലാറി മുഖേന അനുകൂലമായ മറുപടി വേണം.

—നിന്റെ സ്വന്തം ജോൺ

ജോ: "അത് ആ കൊച്ചുവില്ലൻ തന്നെ! അമ്മയോട് പറഞ്ഞകാര്യം രഹസ്യമാക്കിവെച്ചതിനുള്ള കൂലി! ഞാനവനെ നന്നായി ചീത്തപറയും.

മാപ്പുപറയിക്കാൻ ഇവിടെ കൊണ്ടുവരികയും ചെയ്യും."അവൾ കോപം കൊണ്ടു ജ്വലിച്ചു.

നീതി നടപ്പാക്കാൻ അവൾ ഉടൻ പുറപ്പെട്ടു. എന്നാൽ അമ്മ തടഞ്ഞു. മുഖത്ത് വല്ലാത്തൊരു ഭാവം.

"നിൽക്ക് : ആദ്യം നീ സ്വസ്ഥയാവ്. നീ ഒരുപാട് തമാശകളിച്ചിട്ടുണ്ട്. അതുകൊണ്ട് നിന്റെ കൈ ഇതിലുണ്ടെന്നാണ് ഞാൻ പേടിച്ചത്."

"എന്റെമ്മേ! ഇല്ല. ഇതു സത്യമാണ്. ആ കുറിപ്പ് ഞാൻ കണ്ടിട്ടേയില്ല. ഇതിൽ എന്റെ പങ്ക് ഉണ്ടായിരുന്നെങ്കിൽ, ഞാൻ ഇതിനേക്കാൾ ഭംഗിയായി ചെയ്യുമായിരുന്നു."

ജോയുടെ വാക്കുകൾ അമ്മ വിശ്വസിച്ചു.

"ഇത് അവന്റെ കയ്യക്ഷരം പോലെ."മെഗ് രണ്ടു കയ്യക്ഷരങ്ങളും ഒത്തുനോക്കി. അവളുടെ സ്വരത്തിൽ ഗദ്ഗദം.

"ശ്......ശ്......ഇത് ഞാൻ നോക്കിക്കോളാം. ഞാൻ കരുതിയതിനേക്കാൾ മോശമായ കാര്യമാണിത്. മാർഗരറ്റ്, എന്നോടെല്ലാം പറയ്."

അവർ മാർഗരറ്റിനു സമീപം ഇരുന്നു.

മെഗ്: "ആദ്യത്തെ കത്ത് ലാറിയാണ് തന്നത്, അവന് എന്തെങ്കിലും അറിയുന്നതായി കാണപ്പെട്ടില്ല."

മെഗ് മുഖം ഉയർത്തിയില്ല.

"എനിക്കു വിഷമം തോന്നി. അമ്മയോട് പറയണമെന്നു കരുതി. അമ്മയ്ക്ക് ബ്രൂക്കിനെ ഇഷ്ടമാണെന്ന കാര്യം ഞാനോർത്തു. അതുകൊണ്ട്, ആ രഹസ്യം കുറച്ചുകാലം സൂക്ഷിച്ചാലും സാരമില്ലെന്നു തോന്നി. അമ്മ എനിക്കു മാപ്പുതരണം. എന്റെ അവിവേകത്തിനു കൂലിയായി! അവന്റെ മുഖത്ത് എനിക്കിനി നോക്കാനാവില്ല."

"നീയെന്താണ് അവനോട് പറഞ്ഞത്."

"അതേപ്പറ്റി എന്തെങ്കിലും ചെയ്യാൻ മാത്രം ഞാൻ വളർന്നിട്ടില്ലെന്ന്. അമ്മയിൽനിന്ന് എന്തെങ്കിലും മറച്ചുവെക്കാൻ ഞാൻ ആഗ്രഹിച്ചില്ല. അച്ഛനോട് സംസാരിക്കാൻ പറഞ്ഞു. എന്നോട് കാട്ടിയ ദയയ്ക്ക് നന്ദിയുണ്ടെന്നും, എല്ലാകാലവും സുഹൃത്തായിരിക്കുമെന്നും."

മിസിസ്സ് മാർച്ച്, തൃപ്തയായെന്ന മട്ടിൽ പുഞ്ചിരിച്ചു. ജോ, അതിശയത്തോടെ, ചിരിച്ചുകൊണ്ട് കയ്യടിച്ചു;

"നീ കരോലിൻ പേഴ്സിക്കു സമാനയാണ്. നല്ല വീണ്ടുവിചാരമുണ്ട്. പിന്നെ, എന്തുണ്ടായി?"

മെഗ്: "തികച്ചും വ്യത്യസ്തമായ ഒരു കത്താണ് പിന്നീടു കിട്ടിയത്. എനിക്ക് ഒരു കത്തും അയച്ചിട്ടില്ലെന്ന്! എന്റെ സമർഥയായ സഹോദരി കളിപ്പിച്ചതാവാമെന്നും, അതിൽ ദുഃഖിക്കുന്നുവെന്നും. അറിയിച്ചു. കാരുണ്യവും ബഹുമാനവും നിറഞ്ഞ കത്ത്. എന്നാൽ, എന്നെ സംബന്ധിച്ച് ഭയാനകം."

മെഗ് അമ്മയെ ചാരിയിരുന്നു. ലാറിയെ ചീത്തവിളിച്ചുകൊണ്ട്, ജോ മുറിയിൽ അങ്ങോട്ടുമിങ്ങോട്ടു നടന്നു. പെട്ടെന്നുനിന്ന്, രണ്ടുകത്തുകളും കയ്യിൽ എടുത്ത് സൂക്ഷ്മമായി നിരീക്ഷിച്ചശേഷം പറഞ്ഞു,

"ഈ കത്തുകൾ ബ്രൂക്ക് കണ്ടിട്ടുണ്ടെന്ന് എനിക്കു വിശ്വാസമില്ല. രണ്ടും ലാറിതന്നെ എഴുതിയത്. ഞാനെന്റെ രഹസ്യങ്ങൾ അവനോട് പറയാത്തതുകൊണ്ട്, എന്നോട് നീരസം കാണിച്ച്, നിന്റേത് കരുതിവെച്ചതാണ്."

"ജോ, രഹസ്യമൊന്നും പാടില്ല. അമ്മയോടു പറയണം, കുഴപ്പമില്ലാതിരിക്കാൻ, ഞാൻ ചെയ്തതുപോലെ."

"നീ നന്നായി വരട്ടെ."

"അതുമതി, ജോ. നീ പോയി ലാറിയെകൊണ്ടുവാ. ഞാനിക്കാര്യം മുഴുവനായി പരിശോധിക്കട്ടെ. ഈ വൃത്തികെട്ട തമാശ അവസാനിപ്പിക്കണമല്ലോ."

ജോ ഓടി. അമ്മ മെഗിനോട് ബ്രൂക്കിന്റെ കാര്യം സംസാരിച്ചു.

"മോളേ, ഇനി നിന്റെ കാര്യം പറയ്. അവനൊരു വീടുണ്ടാകുന്നതുവരെ കാത്തിരിക്കാൻ മാത്രം നീ അവനെ സ്നേഹിക്കുന്നുണ്ടോ? അതോ, തൽക്കാലത്തേക്ക് അൽപ്പം സ്വതന്ത്രയായി നിൽക്കണമെന്നു കരുതിയാണോ?"

മെഗ് : "എനിക്ക് പേടിയും വിഷമവും ഉണ്ട്. കുറേക്കാലത്തേക്ക് ഇത്തരം സ്നേഹബന്ധങ്ങളൊന്നും വേണ്ടെന്നുണ്ടെനിക്ക്. ഒരുപക്ഷേ, ഒരിക്കലും വേണ്ട."

അവൾ അൽപ്പം കോപത്തോടെ തുടർന്നു: "ജോണിന്ന് ഇക്കാര്യം അറിയില്ലെങ്കിൽ പറയുകയും വേണ്ടാ. ജോയും ലാറിയും ഇനി ഇക്കാര്യം സംസാരിക്കരുത്. എന്നെ ഇങ്ങനെ വഞ്ചിക്കുന്നതും വിഡ്ഢിയാക്കുന്നതും ലജ്ജാകരമാണ്.

39

ജോ ലാറിയെ അനുനയിപ്പിക്കുന്നു

സ്വതവെ സൗമ്യശീലയായ മെഗ് കോപിക്കുന്നതും, ഈ വൃത്തികെട്ട സംഭവത്തിൽ അവളുടെ അഭിമാനം വ്രണപ്പെടുന്നതും കണ്ട് അമ്മ അവളെ വീണ്ടും ആശ്വസിപ്പിച്ചു. ഹാളിൽ ലാറിയുടെ കാലടി ശബ്ദം കേട്ട് അവൾ ഉടൻ അവിടെ നിന്നുമാറി. മിസിസ്സ് മാർച്ച് തനിയെ അവനെ സ്വീകരിച്ചു. ജോ അവനോടൊന്നും പറഞ്ഞിരുന്നില്ല. എന്നാൽ മിസിസ്സ് മാർച്ചിന്റെ മുഖം കണ്ടപ്പോൾ അവനു സംഗതി മനസിലായി. കുറ്റബോധത്തോടെ തൊപ്പിയിൽ തെരുപ്പിടിച്ചു നിന്നു. ജോയെ അമ്മ പറഞ്ഞയച്ചു.

അവർ ഹാളിൽ അങ്ങോട്ടുമിങ്ങോട്ടും ഒരു പാറാവുകാരനെപ്പോലെ നടന്നു. മുറിയിൽ സ്വരം ഉയരുകയും താഴുകയും ചെയ്യുന്നു. സംഭാഷണം എന്തെന്ന് പെൺകുട്ടികൾ അറിഞ്ഞില്ല.

അര മണിക്കൂർ കഴിഞ്ഞ് മിസിസ്സ് മാർച്ച് മക്കളെ വിളിച്ചു. ലാറി അമ്മയുടെ സമീപത്തു നിൽക്കുന്നു. പശ്ചാത്താപ ഭാരത്തോടെയുള്ള അവന്റെ മുഖം കണ്ട്, ജോ അപ്പോൾതന്നെ മാപ്പു കൊടുത്തു. മെഗിനോടവൽ മാപ്പു ചോദിച്ചു. ബ്രൂക്ക് ഈ തമാശയൊന്നും അറിഞ്ഞില്ലെന്ന് ഉറപ്പുപറഞ്ഞപ്പോൾ ആശ്വാസവുമായി.

"ഞാൻ മരിക്കുന്നതുവരെ ഇക്കാര്യം ബ്രൂക്കിനോട് പറയില്ല. മെഗ്, നീയെനിക്കു മാപ്പുതരണം. ചെയ്ത കാര്യത്തിൽ ഞാൻ ഏറെ ദുഃഖിക്കുന്നു."

ലാറി ലജ്ജിക്കുന്നതായി തോന്നി.

"ഞാൻ ശ്രമിക്കാം. മാന്യന്മാർക്കു ചേരാത്ത പ്രവൃത്തിയാണ് നീ ചെയ്തത്. ഇത്രയേറെ പകയും കാപട്യവും നിന്നിലുണ്ടെന്ന് ഞാനറിഞ്ഞില്ല, ലാറി."

ലാറി: "വെറുക്കത്തക്ക ഒരു കാര്യം തന്നെയിത്. കുറെക്കാലത്തേക്ക് നിങ്ങളോടൊന്നു സംസാരിക്കാൻപോലുമുള്ള അർഹതയില്ലെനിക്ക്. എന്നാൽ, നീ എന്നോട് സംസാരിക്കില്ലേ?" ലാറികൈകൾ രണ്ടും ചേർത്തു വെച്ചു, യാചനാഭാവത്തിൽ. പശ്ചാത്താപംകൊണ്ട് കണ്ണുകൾ വിചിത്ര രീതിയിൽ ചലിച്ചു. ഇനിയും അവനോട് അമർഷം കാണിക്കാനാവില്ല. മെഗ് മാപ്പുനൽകി. മാർച്ചിന്റെ ഗൗരവമുള്ള മുഖം അയഞ്ഞു.

ലാറിക്കെതിരെ, മനസു കഠിനമാക്കാൻ യത്നിച്ചുകൊണ്ട് ജോ മാറി നിന്നു. എന്നാൽ നിരാകരണം മുഖത്തു കാണിക്കാനേ കഴിഞ്ഞുള്ളൂ. ലാറി ഒന്നുരണ്ടു തവണ അവളുടെ മുഖത്തു നോക്കി. മനസലിയുന്ന ലക്ഷണം കാണാതെ അവൻ വേദനപ്പെട്ടു. പിന്നീടുള്ള സമയം മുഴുവൻ അവൻ ജോയക്കു പുറംതിരിഞ്ഞാണ് നിന്നത്. ഏതാനും നിമിഷത്തിനുശേഷം, തിരിച്ചു പോകുമ്പോൾ ഒന്നുതലകുനിച്ചു, ഒന്നും മിണ്ടിയില്ല.

ലാറി പോയ്ക്കഴിഞ്ഞ ഉടൻ, അവനു മാപ്പു കൊടുത്തിരുന്നെങ്കിൽ, എന്നവളാശിച്ചു. അമ്മയും മെഗും മുകളിൽ പോയപ്പോൾ അവൾക്ക്, തികഞ്ഞ ഏകാന്തത. ലാറിയെ അടുത്തു കിട്ടാൻ ആഗ്രഹിക്കുകയും ചെയ്തു.

ഉള്ളിലെ ചോദന തടുക്കാനാവാതെ ജോ ആ വലിയ വീട്ടിലേക്ക് കയറിച്ചെന്നു.

"മിസ്റ്റർ ലോറൻസ് അകത്തുണ്ടോ?"

"ഉവ്വ്, പക്ഷേ ഇപ്പോൾ കാണാൻ പറ്റുമെന്ന് തോന്നുന്നില്ല."

വേലക്കാരിയാണ് പറഞ്ഞത്.

"അതെന്താ, രോഗമെന്തെങ്കിലും?"

"ഇല്ല. ലാറിയുമായി സംസാരിച്ചു. അവൻ എന്തോകാര്യത്തിന് ശുണ്ഠിപിടിച്ചമട്ടാണ്. അത് വൃദ്ധനെയും ശുണ്ഠിപിടിപ്പിച്ചു. ഞാൻ അടുത്തു ചെന്നില്ല."

"ലാറി എവിടെ?"

"മുറിയിൽ അടച്ചിരിപ്പാണ്. ഒന്നും പറയുന്നില്ല. ഡിന്നർ എന്തുചെയ്യണമെന്നറിയില്ല."

"ഞാൻ പോയി കാര്യമറിഞ്ഞുവരാം. അവർ രണ്ടാളേയും എനിക്കു പേടിയില്ല."

ജോ മുകളിൽ കയറി. ലാറിയുടെ വാതിലിൽ മുട്ടി.

"നിർത്ത് അല്ലെങ്കിൽ വാതിൽ തുറന്ന് നല്ലതു തരുന്നുണ്ട് ഞാൻ." ലാറി ഉള്ളിൽ നിന്നുവിളിച്ചുപറഞ്ഞു.

ജോ വീണ്ടും വാതിലിൽ ഇടിച്ചു. വാതിൽ മലർക്കെ തുറന്നു. ലാറിയുടെ അത്ഭുതം മാറുന്നതിന്നുമുമ്പ് അവൾ മുറിയിൽ ചാടിവീണു. ഇപ്പോഴും അവൻ സമനിലയിൽ എത്തിയിട്ടില്ല. ജോയുടെ മുഖത്ത് തീവ്രമായ പശ്ചാത്താപം. അവൾ മുട്ടുകുത്തി യാചന സ്വരത്തിൽ പറഞ്ഞു –

"ഞാൻ കാണിച്ച വൈരാഗ്യത്തിന് ദയവായി എനിക്കു മാപ്പു തരൂ. ഞാൻ അതിനായി വന്നതാണ്."

"അതെല്ലാം ശരിയായി. എഴുന്നേൽക്ക്. നീയൊരു ഭീരുവാകല്ലേ." അവൻ അഹന്തയോടെ പറഞ്ഞു.

"നന്ദി. എന്താണുണ്ടായതെന്നു പറയ്".

"എന്നെ പിടിച്ചു കുലുക്കി. എനിക്കത് സഹിക്കാനായില്ല." ലാറി കോപാകുലനായി പറഞ്ഞു.

"ആരാണങ്ങനെ ചെയ്ത്."

"മുത്തശ്ശൻ. മറ്റാരെങ്കിലുമായിരുന്നെങ്കിൽ ഞാൻ.... ഞാൻ..." ശക്തമായ തന്റെ വലതുമുഷ്ടി ഓങ്ങിക്കൊണ്ടാണവൻ പൂർത്തിയാക്കിയത്.

"അതു സാരമില്ല. ഞാനും അങ്ങനെ ചെയ്യാറുണ്ടല്ലോ. നീയതു സാരമാക്കാറുമില്ല."

"പൂയ്... നീയൊരു പെൺകുട്ടിയല്ലേ? അതും തമാശയ്ക്കല്ലേ? പക്ഷെ, എന്നെ പിടിച്ചുകുലുക്കാൻ മറ്റൊരു പുരുഷനെയും ഞാനനുവദിക്കില്ല."

ജോ: "ഒരു ഇടിമേഘംപോലെ നിൽക്കുന്ന നിന്നെ ആരെങ്കിലും അങ്ങനെ ചെയ്യുമെന്ന് എനിക്കു തോന്നുന്നില്ല. എന്തുകൊണ്ടാണങ്ങനെ സംഭവിച്ചത്?"

ലാറി: "നിന്റെ അമ്മ എന്നോടാവശ്യപ്പെട്ട കാര്യം ഞാൻ പറഞ്ഞില്ല. ആരോടും പറയില്ലന്ന് ഞാൻ വാഗ്ദാനം ചെയ്തിരുന്നു. എന്റെ വാക്കു തെറ്റിച്ചില്ല, ഞാൻ."

ജോ: "മുത്തശ്ശനെ മറ്റെന്തെങ്കിലും പറഞ്ഞ് സന്തുഷ്ടനാക്കിക്കൂടെ."?

ലാറി: "വേണ്ട, സത്യമറിയണം. മെഗിന്റെ പേര് ഇതിലേക്ക് വലിച്ചിഴക്കാതെ കഴിഞ്ഞെങ്കിൽ, എന്റെ പങ്ക് ഞാൻ പറയുമായിരുന്നു. അങ്ങനെ കഴിയാത്തതിനാൽ ഞാൻ മിണ്ടിയില്ല. എല്ലാ ശകാരവും സഹിച്ചു, കോളറിൽ പിടികൂടുന്നതുവരെ. പിന്നെ എനിക്കു ദ്വേഷ്യം വന്നു. കൂടുതലെന്തെങ്കിലും സംഭവിക്കാതിരിക്കാൻ ഇവിടെവന്ന് അടച്ചിരുന്നു."

ജോ: "ഇതു നല്ലകാര്യമല്ല. അദ്ദേഹം ദുഃഖിക്കുമെന്നറിയില്ലേ? താഴേക്കുവാ. ഞാൻ സഹായിക്കാം."

ലാറി: "ഞാൻ വന്നതു തന്നെ! ഒരു ചെറിയ തമാശ ചെയ്തുപോയതിന് എല്ലാവരുടെയും പ്രസംഗം കേൾക്കണം! ഇടികൊള്ളണം.! മെഗിനെക്കുറിച്ച് ദുഃഖമുണ്ട്. ഒരു പുരുഷനെപ്പോലെ ഞാൻ മാപ്പുചോദിച്ചില്ലേ? പക്ഷേ ഞാൻ വീണ്ടും അങ്ങനെ ചെയ്യില്ല; തെറ്റല്ലെന്ന് എനിക്ക് തോന്നുന്ന കാലത്തോളം!

ജോ : "അദ്ദേഹത്തിനത് അറിയില്ല"

ലാറി : "എന്നെ വിശ്വസിക്കേണ്ടതാണ്. ഞാൻ കൊച്ചുകുഞ്ഞാണെന്ന മട്ടിൽ പ്രവർത്തിക്കരുത്. അതുകൊണ്ട് ഫലമില്ല, ജോ എന്റെ കാര്യം നോക്കാൻ ഞാൻ തന്നെ മതിയെന്നയാൾ മനസിലാക്കണം. എന്നെ ആരുടെയും ഏപ്രൺ ചരടിൽ കെട്ടിയിടേണ്ട കാര്യമില്ല."

"നീയെന്തൊരു കാന്താരി"! ജോ ദീർഘശ്വാസം വിട്ടു. "ആവട്ടെ, ഈ കാര്യം നീ തീർപ്പാക്കുന്നതെങ്ങനെ".

ലാറി: "എന്നോട് മാപ്പു ചോദിക്കേണ്ടതാണ്. കാര്യം എന്താണെന്നു

പറയാൻ എനിക്കാവില്ല എന്നുപറയുമ്പോൾ അതു വിശ്വസിക്കണം."

ജോ: "നിനക്കു നല്ലതു വരട്ടെ. അദ്ദേഹം അതു ചെയ്യില്ല."

ലാറി: "അതുവരെ ഞാൻ താഴേക്കു വരുന്നില്ല"

ജോ: "നോക്ക്, ലാറി, വിവരക്കേട് പറയാതെ. അതു പോകട്ടെ. എനിക്കാവുന്നത് ഞാൻ ചെയ്യാം. നിനക്ക് ഇവിടെത്തന്നെ ഇരിക്കാനാവില്ല. ഈ നാടകം കളി എന്തിന്ന്? "

ലാറി :"ദീർഘകാലം ഇവിടെ കഴിയാൻ ഏതായാലും വിചാരിക്കുന്നില്ല. എവിടേക്കെങ്കിലും ഒരു യാത്രപോകും. എന്നെ കാണാതിരിക്കുമ്പോൾ മുത്തശ്ശൻ എന്റെ പാട്ടിന്നുവരും !"

ജോ :"അദ്ദേഹത്തെ വിഷമിപ്പിക്കാനായി മാത്രം നീ സ്ഥലം വിടരുത്."

ലാറി : "പ്രസംഗം വേണ്ടാ. ഞാൻ വാഷിങ്ടണിൽ പോയി ബ്രൂക്കിനെ കാണാം. അവിടെ സന്തോഷമായി കഴിയും"

ജോ : "എന്തു തമാശ! എനിക്കും നിന്റെ കൂടെ ഓടിപ്പോരാൻ തോന്നുന്നു."

വാഷിങ്ടണിൽ പോകുന്ന കാര്യം കേട്ടപ്പോൾ, താനൊരു ഉപദേഷ്ടാവാണെന്ന കാര്യം ജോ മറന്നു പോയി.

ലാറി : "എങ്കിൽ വാ. എന്തുകൊണ്ടു വയ്യാ? പോയി നീ അച്ഛനെ അത്ഭുതപ്പെടുത്തണം. അതൊരു രസമുള്ള തമാശയാവും."

ജോ, ഒരു കത്തെഴുതി വെച്ച്, നമുക്ക് രണ്ടാൾക്കും കൂടി സ്ഥലം വിടാം."

40

ലോറൻസുമായൊരു കൂടിക്കാഴ്ച

ഒരു നിമിഷം. ജോ അനുകൂലിക്കുന്നതായി തോന്നി. ആകാംക്ഷയുണ്ടാക്കുന്ന പദ്ധതിയാണെങ്കിലും, ജോയ്ക്ക് പറ്റിയതു തന്നെ. വീട്ടിൽ തന്നെയിരിക്കലും, മേൽനോട്ടത്തിന്ന് ആളുണ്ടാവുകയും! എല്ലാം കൂടി അവൾക്ക് മടുത്തുകഴിഞ്ഞു. ഒരു മാറ്റം അനിവാര്യമാണ്. അച്ഛനെകുറിച്ചുള്ള ചിന്തകൾ, പട്ടാളക്യാമ്പിലെ പുത്തൻ അനുഭവങ്ങൾ. ആസ്പത്രി, സ്വാതന്ത്ര്യം, തമാശ. എല്ലാം തന്നെ അവളെ വശീകരിച്ചു. ആകാംക്ഷയോടെ പുറത്തേക്കു നോക്കിയപ്പോൾ അവളുടെ കണ്ണുകൾ തിളങ്ങി. എതിരെയുള്ള പഴയവീട്ടിൽ അതു തങ്ങിനിന്നു. വിഷാദം നിറഞ്ഞ ഒരു തീരുമാനത്തോടെ അവൾ തല ചലിപ്പിച്ചു.

ജോ : "ഞാനൊരു ആൺകുട്ടിയായിരുന്നെങ്കിൽ നമുക്കൊന്നിച്ച് ഓടിപ്പോകാമായിരുന്നു. എന്നിട്ട് സന്തോഷിക്കാം. എന്നാൽ, കഷ്ടത നിറഞ്ഞ ഒരു പെൺകുട്ടിയാണല്ലോ ഞാൻ. ശരിയായ വഴിയിൽ സഞ്ചരിച്ച് വീട്ടിൽ തന്നെ നിൽക്കേണ്ടതുണ്ട്. ലാറി എന്നെ പ്രലോഭിപ്പിക്കാതെ. അതൊരു തലതിരിഞ്ഞ പദ്ധതിയാണ്."

ലാറി: "അതാണതിന്റെ തമാശ."

ജോ: "നാവടക്ക്." ചെവിപൊത്തിക്കൊണ്ടവൾ ഉറക്കെപറഞ്ഞു.

ലാറി: "ഇങ്ങനെയൊരു കാര്യം മെഗിനോടു പറഞ്ഞാൽ അവൾ തണുപ്പൻ മട്ടിലിരിക്കും. നിനക്ക് കുറെക്കൂടി ചുണയുണ്ടെന്നാണ് ഞാൻ കരുതിയത്."

ജോ: "ചീത്തക്കുട്ടി! മിണ്ടാതിരി. അവിടെയിരുന്ന് നീ ചെയ്ത പാപങ്ങളെക്കുറിച്ച് ചിന്തിക്ക്. എന്റെ വിഷമം വർധിപ്പിക്കാനായി നീ പോകരുത്. മുത്തശ്ശനെക്കൊണ്ട് നിന്നോട് മാപ്പുപറയിച്ചാൽ നീ പോകില്ലല്ലോ."

ലാറി: "ശരി, പക്ഷേ, നിനക്കതു സാധിക്കില്ല."

ജോ: "ചെറിയവനെ എനിക്കു കൈകാര്യം ചെയ്യാമെങ്കിൽ കിഴവനെയും എനിക്കു നിയന്ത്രിക്കാം."

ഇതും പറഞ്ഞ്, ജോ എഴുന്നേറ്റ് നേരെ ചെന്ന് മിസ്റ്റർ ലോറൻസിന്റെ വാതിലിൽ മുട്ടി.

"കടന്നുവാ."

ലോറൻസിന്റെ സ്വരം കൂടുതൽ പരുക്കനാണ്.

"സർ, ഇതു ഞാനാണ്. ഒരു പുസ്തകം മടക്കാൻ വന്നതാണ്" സൗമ്യമായി പറഞ്ഞുകൊണ്ട്, മുറയിലേക്കു കടന്നു, ജോ.

"വേറെ വേണോ?" രൗദ്രമായ ഭാവവും വെറിപിടിച്ച മട്ടും കാണിക്കാതിരിക്കാൻ അയാൾ ശ്രമിക്കുന്നു.

ജോ: "ദയവായിതരണം. കിഴവൻ സാമിനെ എനിക്കിഷ്ടമായി. അതിന്റെ രണ്ടാം വാല്യം വേണം."

മിസ്റ്റർ ലോറൻസിനെ പ്രസാദിപ്പിക്കാൻ വേണ്ടിയാണ് ജോ അങ്ങനെ പറഞ്ഞത്. നല്ല പുസ്തകമെന്ന് പറഞ്ഞ് അതു വായിക്കാൻ ശുപാർശ ചെയ്തത് അദ്ദേഹം തന്നെ.

അയാളുടെ ജടപിടിച്ച പുരികത്തിന്റെ വളവുമാറി. ജോൺസൺ സാഹിത്യം സൂക്ഷിച്ച അലമാരക്കടുത്തേക്ക് അയാൾ നീങ്ങി. ജോ ചാടിച്ചെന്ന് കോണിയുടെ മുകൾപ്പടിയിൽ ഇരുന്നു, പുസ്തകം തിരയുന്നു എന്നമട്ടിൽ. എറ്റവും നന്നായ വിധത്തിൽ വിഷയം എങ്ങനെ അവതരിപ്പിക്കാം എന്നു ചിന്തിക്കയായിരുന്നു അവൾ. അവളുടെ മനസിൽ എന്തോ കിടന്നു തിരിയുന്നു എന്നു ലോറൻസിനും ബോധ്യപ്പെട്ടു. മുറിയിൽ പലതവണ നടന്നശേഷം, ലോറൻസ് അവളുടെ മുമ്പിൽ വന്നു നിന്നു.

ലോറൻസ്: "അവൻ എന്തിനാണവിടെ വന്നത്. തിരിച്ചുവന്നപ്പോൾ അവന്റെ മട്ടു കണ്ടിട്ട്, എന്തോ കുരുത്തക്കേട് ഒപ്പിച്ചിട്ടുണ്ടെന്നു മനസിലായി. ഒറ്റവാക്കും അവൻ പറഞ്ഞില്ല. സംഗതി അറിയാൻ ഞാൻ ഭയപ്പെടുത്തിയപ്പോൾ, അവൻ മുകളിൽ കയറി അടച്ചിരുന്നു."

ജോ: അവൻ തെറ്റു ചെയ്തു. പക്ഷേ, ഞങ്ങൾ മാപ്പു കൊടുത്തു. അത് മറ്റാരോടും പറയില്ലെന്ന് ഉറപ്പു വരുത്തിയതാണ്."

ജോ വൈമനസ്യത്തോടെ പറഞ്ഞു.

ലോറൻസ്: "അതുമതിയായില്ല. നിങ്ങൾ, പെൺകുട്ടികളിൽ നിന്ന്, ഒരു വാഗ്ദാനത്തിന്റെ പേരിൽ അവൻ രക്ഷപ്പെട്ടു നിൽക്കരുത്. തെറ്റായത് ചെയ്തിട്ടുണ്ടെങ്കിൽ പ്രായശ്ചിത്തം ചെയ്യുക തന്നെ വേണം. മാപ്പു ചോദിക്കണം, ശിക്ഷയും വേണം. അങ്ങനെയല്ലേ, ജോ?"

ലോറൻസിന്റെ ഭയപ്പെടുത്തുന്ന ഭാവം കണ്ട്, ജോയ്ക്ക് ഓടിപ്പോകാൻ തോന്നി. എന്നാൽ അവൾ കോണിയുടെ മുകളിലെ പടിയിലും, അയാൾ അതിനു തൊട്ടുതാഴെയുമാണ് നിൽക്കുന്നത്. വഴിയിൽ ഒരു സിംഹം! അവൾ അവിടെത്തന്നെ ഇരിക്കേണ്ടിവന്നു.

ജോ: "തീർച്ചയായും, സർ. എനിക്ക് പറയാൻ കഴിയില്ല. അമ്മ വിലക്കിയിട്ടുണ്ട്. ലാറി പശ്ചാത്തപിച്ചു, മാപ്പുചോദിച്ചു, വേണ്ട ശിക്ഷ അനുഭ

വിച്ചു കഴിഞ്ഞു. അവനെ രക്ഷിക്കാനല്ല ഞങ്ങൾ നിശ്ശബ്ദരാകുന്നത്. മറ്റൊരാളെ രക്ഷിക്കാനാണ്. താങ്കൾ ഇടപെട്ടാൽ വീണ്ടും കുഴപ്പമാകും. ദയവായി അരുത്. കുറച്ച് എന്റെ തെറ്റുമുണ്ട്. ഇപ്പോൾ എല്ലാം ശരിയായി. നമുക്കത് മറക്കാം. നമുക്ക് റാംബ്ലറിനെക്കുറിച്ചോ മറ്റൊന്തെങ്കിലുമോ സംസാരിക്കാം."

ലോറൻസ്: "ങ്ഹും .....റാംബ്ലർ! ...... നീ താഴെ ഇറങ്ങിവാ. എന്റെയീ അലവലാതി പയ്യൻ നിങ്ങളോട് നന്ദികേടൊന്നും കാണിച്ചില്ലെന്നു പറയ്. നിങ്ങൾ അവനോട് ഇത്രയേറെ ദയ കാണിച്ചിട്ട്, അവൻ വൃത്തികേട് കാണിച്ചെങ്കിൽ, ഞാനെന്റെ കൈകൊണ്ട് തന്നെ അവനെ പ്രഹരിക്കും." ഭീഷണി ഭയജനകമായിരുന്നു. എന്നാൽ ജോ പേടിച്ചില്ല. മുൻ കോപിയായ ലോറൻസ്, എന്തുവന്നാലും കൊച്ചുമകനെ ദ്രോഹിക്കില്ലെന്ന് അവൾക്കറിയാം.

ജോ അനുസരണയോടെ താഴെയിറങ്ങി. ദോഷകരമല്ലാത്തവിധത്തിൽ ചില കാര്യങ്ങൾ പറഞ്ഞു.

ലോറൻസ്: "ങ്ഹാ. നല്ലത്. ആരോടും പറയരുതെന്ന വ്യവസ്ഥയിലാണ് അവൻ മിണ്ടാത്തത്! ദുശ്ശാഠ്യം കൊണ്ടല്ല. എങ്കിൽ ഞാനവനു മാപ്പുനൽകും. അവനൊരു തന്നിഷ്ടക്കാരനാണ്. കൈകാര്യം ചെയ്യാൻ എളുപ്പമല്ല."

ജോ: "ഞാനും അങ്ങനെത്തന്നെ. എന്നാൽ ദയാപൂർണമായ ഒരു വാക്ക് എന്നെ നിയന്ത്രിക്കും. രാജാവിന്റെ കുതിരകൾക്കും പടയാളികൾക്കും സാധിക്കാത്ത കാര്യമാണത്.

ലോറൻസ്: "എനിക്കവനോട് ദയയില്ല എന്നാണോ നീ പറയുന്നത്?" സ്വരത്തിന് നല്ല മൂർച്ചയുണ്ട്.

ജോ: "അല്ല സർ, ഒരിക്കലുമല്ല. ചിലപ്പോൾ വളരെ ദയ കാണിയ്ക്കുന്നു. താങ്കളുടെ ക്ഷമ പരീക്ഷിക്കപ്പെടുമ്പോൾ കുപിതനാവുന്നു. അങ്ങനെയല്ലേ?

എല്ലാം പറയാൻ അവൾ ഉറച്ചമട്ട് കാണിച്ചെങ്കിലും ധീരഭാഷണത്തിനുശേഷം ശാന്തമായ മട്ട് കാണിച്ചെങ്കിലും ഉള്ളിൽ ഒരു വിറയൽ!

വൃദ്ധൻ തന്റെ കണ്ണട ഊരി മേശയിലേക്കെറിഞ്ഞു തുറന്നു പറഞ്ഞു:

"നീ പറഞ്ഞതു ശരി; ഞാനങ്ങനെയാണ്. ഞാനവനെ സ്നേഹിക്കുന്നു. എന്നാൽ, ക്ഷമ നശിച്ച്, സഹിക്കാതാവുമ്പോൾ അതെങ്ങനെ അവസാനിക്കുമെന്ന് എനിക്കറിയില്ല; ഇതിങ്ങനെ തുടർന്നാൽ...."

"ഞാൻ പറയാം, അവൻ ഓടിപ്പോകും!"

ഇങ്ങനെ പറഞ്ഞുപോയതിൽ, പെട്ടെന്നവൾ ദുഃഖിച്ചു. ലോറൻസിന്റെ ചുവന്നിരുന്ന മുഖം പെട്ടെന്നു മാറി. തന്റെ മേശയ്ക്കു മുകളിൽ തൂങ്ങുന്ന സുന്ദരനായ യുവാവിന്റെ ഛായാപടത്തിലേക്ക്, വിഷമത്തോടെ നോക്കിനിന്നു. ലാറിയുടെ പിതാവാണിത്. യുവാവായിരിക്കുമ്പോൾ

വീട്ടിൽ നിന്നോടിപ്പോയി. ഒരു യുവതിയെ വിവാഹം കഴിച്ചു. അത് ലോറൻസിന്ന് ഇഷ്ടപ്പെട്ടതുമില്ല.

ജോ : "അത്രയധികം വിഷമമില്ലെങ്കിൽ അവനതു ചെയ്യില്ല. പഠിച്ച് ക്ഷീണിക്കുമ്പോൾ ഭീഷണിമുഴക്കുന്നതാണ്. ഞാനും അങ്ങനെ ചിന്തിക്കാറുണ്ട്, പ്രത്യേകിച്ചും എന്റെ മുടി മുറിച്ചപ്പോൾ. അങ്ങനെ എപ്പോഴെങ്കിലും ഞങ്ങളെ കാണാതാവുമ്പോൾ, 'ഇന്ത്യയിലേക്കു പുറപ്പെട്ട കപ്പലിൽ രണ്ടു ആൺകുട്ടികളെ കണ്ടുവോ'എന്നാണ് പരസ്യം ചെയ്യേണ്ടത്."

അവൾ ചിരിച്ചുകൊണ്ടാണ് സംസാരിക്കുന്നത്. ലോറൻസിന്ന് ആശ്വാസം തോന്നി. എല്ലാം ഒരു തമാശയായെടുത്ത മട്ട്.

"ഇതെന്തൊരു പെണ്ണ്! എന്തു ധൈര്യമാണിങ്ങനെ പറയാൻ? ആൺകുട്ടികളും പെൺകുട്ടികളും നന്നായി വരട്ടെ! അവരെന്തൊരു യാതനയാണ്. എന്നാൽ അവരില്ലാതെ കഴിയാനും വയ്യ!"

ലോറൻസ് ജോയുടെ കവിളിൽ വാത്സല്യത്തോടെ തഴുകി.

"നീ പോയി അവനെ ഭക്ഷണം കഴിക്കാൻ വിളിക്ക്. എല്ലാം ശരിയായെന്നു പറയ്. മുത്തശ്ശനെ വിഷമിപ്പിക്കരുതെന്ന് അവനെ ഉപദേശിക്ക്. എനിക്കത് സഹിക്കാനാവില്ല."

41

മിസ്റ്റർ മാർച്ച് തിരിച്ചെത്തുന്നു

ജോ: "അവൻ വരില്ല സർ. പറഞ്ഞതു വിശ്വസിക്കാത്തതിലാണ് അവനു വിഷമം. പിടിച്ചുകുലുക്കിയതാണ് അവനെ വിഷമിപ്പിച്ചതെന്ന് ഞാൻ കരുതുന്നു."

കരുണ കാണിക്കണേ എന്ന് അഭിനയിക്കാൻ ശ്രമിച്ചെങ്കിലും ജോ പരാജയപ്പെട്ടു. മിസ്റ്റർ ലാറൻസ് ചിരിക്കാൻ തുടങ്ങി.

"ഞാൻ ദുഃഖിക്കുന്നു. എന്നെ പിടിച്ചു കുലുക്കാത്തതിന് ഞാനവനോട് നന്ദിപറയേണ്ടതുണ്ടെന്ന് കരുതുന്നു. അവനെന്താണ് പ്രതീക്ഷിക്കുന്നത്.

"സർ, താങ്കളുടെ സ്ഥാനത്ത് ഞാനായിരുന്നെങ്കിൽ ഒരു ക്ഷമാപണം എഴുതിക്കൊടുക്കുമായിരുന്നു. ഔപചാരികമായ ഒരു ക്ഷമാപണം എഴുതിക്കൊടുത്താൽ താനെന്തൊരു വിഡ്ഢിയാണെന്നവർ മനസിലാക്കും. അവനിവിടെ വരും, ശ്രമിച്ചുനോക്ക്, തമാശ അവന് ഇഷ്ടമാണല്ലോ. ഞാനത് കൊണ്ടുപോയി കൊടുക്കാം."

ലോറൻസ് ജോയെ തീക്ഷ്ണമായി നോക്കി. കണ്ണടവെച്ചു, മെല്ലെ പറഞ്ഞു. "നീയൊരു ദുസ്സാമർഥ്യക്കാരിതന്നെ. അവനെ കൈകാര്യം ചെയ്യുന്നത് നീയും ബെത്തുമായതുകൊണ്ട് ഞാനതു സാരമാക്കുന്നില്ല. ഒരു കടലാസ് കൊണ്ടു വാ. നമുക്കീ നാടകം അവസാനിപ്പിക്കാം."

ഒരു മാന്യൻ മറ്റൊരു മാന്യന് എഴുതുന്ന തരത്തിലായിരുന്നു കുറിപ്പ്. ലോറൻസിന്റെ കഷണ്ടിത്തലയിൽ ഒരു മുത്തം വെച്ച് ജോ മുകളിലേക്കോടി. പൂട്ടിയിട്ട വാതിലിനുതാഴേക്കൂടി കുറിപ്പ് ഉള്ളിലേക്കു നീക്കി. കീഴടങ്ങണമെന്നും, അൽപ്പം മയത്തിൽ പെരുമാറണമെന്നും ആവശ്യപ്പെട്ടു. അൽപ്പനേരം അവിടെത്തന്നെനിന്നു സാവകാശം താഴേക്കിറങ്ങി. കൈവരിയിൽ കൂടി ഊർന്നിറങ്ങി, അവൻ മുമ്പിൽ ചെന്നുനിന്നു.

"ജോ, നീ എന്തു നല്ലകുട്ടി. നിനക്ക് അടി കിട്ടിയോ?"

"ഇല്ല. മൊത്തത്തിൽ ശാന്തനായിരുന്നു മുത്തശ്ശൻ."

"അപ്പോൾ അതു ശരിയായി. നീ എന്നെ വിട്ടുപോയാലും ഞാൻ ആ ചെകുത്താന്റെ അടുത്ത് പോകാൻ തയ്യാറായിരുന്നു." അവൻ ക്ഷമാപണപൂർവം പറഞ്ഞു.

"അങ്ങനെ സംസാരിക്കല്ലേ ലാറി, എന്റെ മോനെ. നീ ഒരു പുതിയ അധ്യായം തുടങ്ങ്"

"ഞാനത് തുടങ്ങുകയും നശിപ്പിക്കുകയുമാണ്." അവൻ ദുഃഖർത്തനായി പറഞ്ഞു.

"പോയി ഭക്ഷണം കഴിക്ക്. അപ്പോൾ സുഖം തോന്നും. വിശപ്പു തോന്നുമ്പോഴാണ് ആണുങ്ങൾ ഇങ്ങനെ 'മാക്രിക്കരച്ചിൽ ഉണ്ടാക്കുന്നത്."

ജോ വാതിൽ തുറന്ന് പുറത്തുപോയി. കാര്യം അവിടെ തീർന്നുവെന്ന് എല്ലാവരും കരുതി. എന്നാൽ മേഘം ഉരുണ്ടുകൂടി. അഹിതമായത് നടന്നിരിക്കുന്നു. എല്ലാവരും മറന്നെങ്കിലും മെഗ് മാത്രം ഒന്നും മറന്നില്ല. മെഗ് ഒരു പ്രത്യേക വ്യക്തിയെ ഉദ്ദേശിച്ചതല്ല. എന്നാൽ ഒരുപാട് ചിന്തിക്കുകയും ധാരാളം സ്വപ്നം കാണുകയും ചെയ്തു. ജോ ഒരിക്കൽ സ്റ്റാമ്പിന്നു വേണ്ടി മെഗിന്റെ മേശപരതി. അതിൽ, 'മിസിസ്സ് ജോൺ ബ്രൂക്ക്' എന്ന് ഒരു കടലാസിൽ എഴുതിവെച്ചിരിക്കുന്നു. ജോ ആർത്തനാദം ഉണ്ടാക്കി. ലാറിയുടെ കുസൃതി കാരണം, 'ആ ചീത്ത ദിവസം' പെട്ടെന്ന് അടുത്തെത്തിയതായി അവൾ കണ്ടു.

ഒരു കൊടുങ്കാറ്റിനുശേഷമുള്ള തെളിച്ചമുള്ള ദിവസങ്ങളായിരുന്നു അത്. പുതുവത്സരാരംഭത്തിൽ മിസിസ്സ് മാർച്ച് മടങ്ങാൻ തീർച്ചയാക്കി. ബെത്ത് സോഫയിൽ കിടന്ന് പൂച്ചക്കുട്ടികളെ കളിപ്പിക്കാൻ തുടങ്ങി. ഒരിക്കൽ ജീവസ്സുറ്റ അവളുടെ കൈകാലുകൾ മരവിച്ചും ദുർബലമായും ഇരുന്നു. ജോ, അവളെ കൈകളിലെടുത്ത് കാറ്റും വെളിച്ചവും കൊള്ളിക്കാൻ പുറത്തുകൊണ്ടുപോകും. ആവശ്യമായ ഭക്ഷണവും മെഗ് സന്തോഷത്തോടെ പാകംചെയ്യുന്നു. ആമിക്ക്, മോതിരത്തോട് വലിയ കടപ്പാട്. വീട്ടിൽ തിരിച്ചെത്തിയതിന്റെ സന്തോഷസൂചകമായി, തന്റെ 'വിലപ്പെട്ട നിധി'കളിൽ ചിലതെല്ലാം സഹോദരിമാർക്ക് ദാനം ചെയ്തു.

സൗമ്യമായ കാലാവസ്ഥയോടെ ദിനങ്ങൾ കടന്നുപോകുന്നു. ക്രിസ്തുമസ് വന്നു. നല്ല ദിവസങ്ങൾ വരാൻ പോകുന്നുവെന്ന് ഹന്നയ്ക്ക് തോന്നിപോലും! ഹന്നയ്ക്ക് പ്രവചനം സാധിക്കുമെന്ന് വ്യക്തമായി. എന്തുപ്രവൃത്തിയും വിജയകരമായി. മിസ്റ്റർ മാർച്ച് വൈകാതെ എത്തുമെന്നൊരു കത്തുകിട്ടി. അന്നു കാലത്ത് ബെത്തിന് നല്ല സുഖം തോന്നി. അമ്മ സമ്മാനിച്ച ഒരുടുപ്പാണവൾ ധരിച്ചത്. പതുപതുത്ത ഇളം ചുവപ്പു നിറത്തിലുള്ള മേലുടുപ്പ്. വിജയഹർഷത്തോടെ അവൾ ജാലകത്തിനടുത്ത് തോട്ടത്തിലേക്ക് നോക്കിനിന്നു. അവിടെ ജോയും ലാറിയുമുണ്ട്. തോട്ടത്തിൽ ഒരു ഹിമകന്യക. തലയിൽ കിരീടം. ഒരു കയ്യിൽ കുട്ടനി

റയെ പൂക്കളും ഫലങ്ങളും. മറ്റേതിൽ ഒരു ഗാനത്തിന്റെ ചുരുൾ. മഴവിൽ ചാരുതയുള്ള ഒരു ഷാൾ ചുമലിനെ ആവരണം ചെയ്യുന്നു. കരോൾ ഗാനങ്ങൾ ചുണ്ടിൽ നിന്നുതിരുന്നു.

ഇതെല്ലാം കണ്ട് ബെത്ത് എത്രയാണ് ചിരിച്ചത്! ലാറി നിരന്തരം അങ്ങോട്ടുമിങ്ങോട്ടും ഓടി ക്രിസ്തുമസ്സ് സമ്മാനങ്ങൾ കൊണ്ടുവരുന്നു. ഓരോ സമ്മാനവും ലഭിക്കുമ്പോൾ, വിഡ്ഢിത്തം നിറഞ്ഞ വാക്കുകൾ ജോ പുലമ്പിക്കൊണ്ടിരുന്നു.

ആഹ്ലാദപ്രകടനങ്ങൾക്കു ശേഷം ജോ മുറിയിലേക്കു വന്നു. വിശ്രമിക്കുന്നതിന്നായി, ബെത്തിനെ മുറിയിൽ നിന്നെടുത്തുകൊണ്ടുപോയി.

“എനിക്കു വളരെ സന്തോഷമുണ്ട്. അച്ഛൻ കൂടി ഇവിടെ ഉണ്ടായിരുന്നെങ്കിൽ സന്തോഷം പൂർണമായേനെ.”

“എനിക്കും അങ്ങനെത്തന്നെ!”ഏറെനാളായി താനാഗ്രഹിച്ച ഒരു പുസ്തകം പോക്കറ്റിൽ ഉണ്ട്. അതു തടവിക്കൊണ്ടാണ് ജോ പറയുന്നത്.

“ഞാനും സന്തോഷിക്കുന്നു”. അരികുകൾ മനോഹരമാക്കിയ, മഡോണയുടെയും കുഞ്ഞിന്റേയും ചിത്രം നോക്കിക്കൊണ്ട് ആമി പറഞ്ഞു. അമ്മ അതിന് അഴകുള്ള ഒരു ഫ്രെയിം തയ്യാറാക്കിയിട്ടുണ്ട്.

“ഞാനും.” ആദ്യമായി കിട്ടിയ പട്ടുടുപ്പിന്റെ വെള്ളിഞൊറികൾ ഒതുക്കിക്കൊണ്ട് മെഗ് പറഞ്ഞു. ലോറൻസാണ് അവൾക്കതു നൽകിയത്.

“ഞാൻ മത്രം മറ്റൊരുതരത്തിൽ ആവുന്നതെങ്ങനെ?” മിസിസ്സ് മാർച്ച് നന്ദിയോടെ പറഞ്ഞു. അവരുടെ കണ്ണുകൾ ഭർത്താവിന്റെ കത്തിൽനിന്ന്, ബെത്തിന്റെ ചിരിക്കുന്ന മുഖത്തേക്ക് നീങ്ങിക്കൊണ്ടിരുന്നു. തന്റെ മാറിൽ മക്കൾ കുത്തിവെച്ച ഒരു ബ്രൂക്ക് അവർ സ്നേഹത്തോടെ തടവിക്കൊണ്ടിരുന്നു. ചാരനിറവും സ്വർണവും കലർന്ന മണികളും, കടുത്ത നറിട്ടു നിറത്തിലുള്ള പട്ടുനാരുകളും ചേർത്തുണ്ടാക്കിയ, മനോഹര വസ്തു!

അരമണിക്കൂർ കഴിഞ്ഞു. എല്ലാവരും പറയുന്നു സന്തോഷമാണെന്ന്. എന്നാൽ സന്തോഷം പൂർണമാവാൻ ഒന്നുകൂടി വേണം, അതുംവന്നു.

ലാറി വാതിൽ തുറന്ന് തല ഉള്ളിലേക്ക് കാണിച്ചു.

അവൻ ഒരു കരണം മറിഞ്ഞു. ഇന്ത്യൻ യുദ്ധകാഹളം മുഴക്കി. മുഖം നിറയെ അമർത്തിവെച്ച ഉദ്വേഗം. സന്തോഷം നിറഞ്ഞ ശബ്ദം. എല്ലാവരും ചാടിയെഴുന്നേറ്റു. അവൻ ശ്വാസം വിടാതെ വിചിത്രമായ സ്വരത്തിൽ വിളിച്ചു കൂവി – “ഇതാ, മാർച്ച് കുടുംബത്തിലേക്ക് ഒരു സമ്മാനം കൂടി.”

പറഞ്ഞു തീർന്നതും, അവനെ പിന്നിൽ നിന്നാരോ മാറ്റി നിർത്തി. അവന്റെ സ്ഥാനത്ത് പൊക്കം കൂടിയ ഒരു മനുഷ്യൻ പ്രത്യക്ഷമായി. തണുപ്പടിക്കാതിരിക്കാൻ കണ്ണുകൾവരെ മൂടിപ്പൊതിഞ്ഞിട്ടുണ്ട്. പൊക്കമുള്ള മറ്റൊരാളിന്റെ കൈകളിൽ ചാഞ്ഞുകൊണ്ടാണ് വന്നത്. എല്ലാവരും പരിഭ്രമത്തോടെ ഓടിച്ചെന്നു.

ഏതാനും നിമിഷത്തേക്ക് അവരെല്ലാം തമാശമറന്നു. ആരുമൊന്നും മിണ്ടുന്നില്ല. നാലു ജോടി സ്നേഹപൂർണമായ കരങ്ങൾകൊണ്ട് മിസ്റ്റർ മാർച്ച് മറയ്ക്കപ്പെട്ടു. വികാരാധിക്യംകൊണ്ട് ഏതാണ്ട് ബോധരഹിതയായ ജോയെ, ലാറി അടുത്ത മുറിയിലേക്കു കൊണ്ടുപോയി.

ബ്രൂക്ക് മെഗിനെ ചുംബിച്ചു, അസംഗതമായതെന്തോ പറഞ്ഞുകൊണ്ട്. അന്തസ്സുകാരിയായ ആമി ഒരു സ്റ്റൂളിൽ തട്ടിതടഞ്ഞു വീണു. അവിടന്ന് എഴുന്നേൽക്കാൻ ശ്രമിക്കാതെ അച്ഛന്റെ കാലുകളിൽ ചുംബിച്ചു.

മിസിസ്സ് മാർച്ചിനാണ് ആദ്യം പരിസരബോധം വന്നത്. അവർ കയ്യുർത്തി താക്കീതോടെ പറഞ്ഞു. "ശ്, ബെത്ത്നെ നോക്ക്!"

42

ഹൃദ്യമായൊരു കുടുംബ സംഗമം

പക്ഷേ വൈകിപ്പോയിരുന്നു. വായനമുറിയുടെ വാതിൽ മലർക്കെ തുറന്നു. ശരീരം മൂടിപ്പുതച്ച ബെത്ത് അവിടെയെത്തി. ദൈഹ്യഥലുകളിൽ ശക്തി സംഭരിച്ച ജോ അവളുടെ അടുത്തേക്കോടിയെത്തി. അടുത്ത നിമിഷം ബെത്ത് അച്ഛന്റെ കൈകളിൽ വന്നു.

സംഭവത്തിന്ന് കാൽപ്പനിക സ്വഭാവമൊന്നുമില്ല. ഒരു തുറന്ന ചിരി എല്ലാവരെയും സമനിലയിൽ എത്തിച്ചു.

വാതിലിന്റെ മറവിൽ നിൽക്കുന്ന ഹന്നയെ അവരെല്ലാം കണ്ടു. കയ്യിലൊരു ടർക്കി! തൂവൽ പറിച്ചത്. ബദ്ധപ്പാടിൽ അത് അടുക്കളയിൽ വെക്കാൻ മറന്നു. ഹന്നയുടെ നിൽപ്പുകണ്ട് സകലരും ചിരിച്ചു. മിസിസ്സ് മാർച്ച് ബ്രൂക്കിനോട് നന്ദി പറയാൻ തിരിഞ്ഞു. ഒരു ദീർഘയാത്രയ്ക്കു ശേഷം, മാർച്ചിനു വിശ്രമം ആവശ്യമാണെന്ന് ബ്രൂക്ക് പെട്ടെന്നോർത്തു. ലാറിയെ ഏൽപ്പിച്ച് പിരിഞ്ഞു പോയി. മാർച്ചും ബെത്തും കൂടി ഒരു വലിയ കസേരയിലിരുന്ന് മെല്ലെ സംസാരിച്ചു തുടങ്ങി.

മുന്നറിയിപ്പു നൽകാതെവന്ന്, വീട്ടുകാരെയെല്ലാം അത്ഭുതപ്പെടുത്തണമെന്ന് മാർച്ചിന്നു തോന്നി. നല്ല കാലാവസ്ഥ വന്നപ്പോൾ ഡോക്ടർ അനുവാദം നൽകി. എന്തും ചെയ്യാൻ തൽപ്പരനായ ബ്രൂക്ക് ഉടൻ യാത്രയ്ക്കൊരുങ്ങി.

മാർച്ച് സംസാരം നിർത്തി, മെഗിനെ നോക്കി. അവൾ തീക്കൊള്ളികൾ കുത്തിയിളക്കുന്നു. മാർച്ച് ചോദ്യഭാവത്തിൽ പത്നിയെ നോക്കി. മിസിസ്സ് മാർച്ച് സാവകാശം തലയിളക്കി. ജോ ഇതുകണ്ടു. നോട്ടത്തിന്റെ അർഥം മനസിലാക്കി, ഭീഷണമായ മുഖഭാവത്തോടെ അടുക്കളയിലേക്കു നീങ്ങി. വീഞ്ഞും സൂപ്പും കൊണ്ടുവരാൻ. തവിട്ടുകണ്ണുകളുള്ള മാന്യയുവാക്കളെ താൻ വെറുക്കുന്നു!

അത്തരമൊരു ക്രസ്തുമസ് ഡിന്നർ മുമ്പ് ഉണ്ടായിട്ടില്ല. ഉള്ളുനിറച്ച്, തവിട്ടുനിറത്തിൽ പൊരിച്ചെടുത്ത തടിയൻ ടർക്കി, ഒരു കാഴ്ച തന്നെയായിരുന്നു. പിന്നെ, പുഡ്ഡിങ്ങ്, ജെല്ലി എല്ലാം നന്നായിരുന്നു.

"എന്റെ മനസുനിറയെ സന്തോഷമാണ്! ഞാൻ പുഡ്ഡിംങ്ങ് വറുത്തില്ല എന്നതും, മഹാത്ഭുതം തന്നെയാണ്"ഹന്ന സന്തോഷാതിരേകത്തോടെ പറഞ്ഞു.

മിസ്റ്റർ ലോറൻസും പേരക്കുട്ടിയും അവരോടൊപ്പം ഭക്ഷണം കഴിച്ചു. ഒപ്പം ബ്രൂക്കും. ജോ, കോപംകൊണ്ട് ജ്വലിച്ചു. ഇതുകണ്ട് ലാറിക്കു തമാശ. മേശയുടെ ഒരറ്റത്തുള്ള രണ്ടു ചാരുകസേരകളിലാണ് ബെത്തും അച്ഛനും. ഇറച്ചിയും അൽപ്പം പഴങ്ങളും മാത്രമാണവർ ഭക്ഷിച്ചത്. മറ്റുള്ളവർ നന്നായി തിന്നുകയും കുടിക്കുകയും കഥപറയുകയും പാട്ടുപാടുകയും ചെയ്തു. അച്ഛനില്ലാതിരുന്നപ്പോഴത്തെ ചില സംഭവങ്ങൾ അനുസ്മരിച്ചു. ആകെപ്പാടെ നല്ലൊരു ദിവസം.

ആഘോഷത്തിന്റെ ഭാഗമായി ഒരു സവാരിക്കു മുതിർന്നെങ്കിലും, പെൺകുട്ടികൾ അച്ഛനെ വിടാൻ ഒരുങ്ങിയില്ല. അതിഥികൾ പിരിഞ്ഞു. രാത്രിവന്നപ്പോൾ അവരെല്ലാം നെരുപ്പോടിനു ചുറ്റും ഇരുന്നു.

"ഒരു വർഷം മുമ്പ് ക്രിസ്തുമസ് ദിനത്തിലുണ്ടായ കാര്യങ്ങൾ ഓർക്കുന്നുവോ?" ജോ ചോദിച്ചു.

"മൊത്തമായി നോക്കിയാൽ, ഇതൊരു സന്തോഷമുള്ളവർഷമാണ്." മെഗ് പുഞ്ചിരിച്ചു.

"അൽപ്പം കടുപ്പമുള്ള വർഷംതന്നെ." തിളങ്ങുന്ന മോതിരം നോക്കിയാണ് ആമി പറഞ്ഞത്.

"അതുകഴിഞ്ഞല്ലോ, അച്ഛൻ തിരികെ എത്തിയില്ലേ? അച്ഛന്റെ മടിയിലിരുന്ന് ബെത്ത് പറഞ്ഞു."

"പരുപരുക്കൻ റോഡുതന്നെയായിരുന്നു അത്, അല്ലേ എന്റെ കൊച്ചു യാത്രക്കാരേ. പക്ഷേ, നിങ്ങൾ ധീരമായി മുന്നേറി. ശരിയായ വഴിക്കു തിരിച്ചുവിട്ടാൽ എല്ലാ വൈഷമ്യങ്ങളും വഴിമാറിപ്പോകും."

ചുറ്റുമിരുന്ന മക്കളുടെ മുഖത്തുനോക്കി, അയാൾ.

"എങ്ങനെയാണറിഞ്ഞത്. അമ്മ പറഞ്ഞോ?" ജോ ചോദിച്ചു.

"മുഴുവൻ പറഞ്ഞില്ല. വൈക്കോൽ തുരുമ്പുപറക്കുമ്പോൾ കാറ്റിന്റെ ഗതി അറിയില്ലേ? ഇന്നു പലതും കണ്ടെത്തി."

"അതെന്തെല്ലാമാണ്?" മെഗ് അക്ഷമയോടെ ചോദിച്ചു.

"ഒന്ന് ഇതുതന്നെ."തന്റെ കസേരയിൽ പിടിച്ച കൈ അദ്ദേഹം കയ്യിലെടുത്തു. പരുക്കനായ ചൂണ്ടുവിരൽ, അതിനു പിൻവശം പൊള്ളലിന്റെ കറുപ്പ്, കൈവെള്ളയിൽ രണ്ടുമൂന്നു പാടുകൾ.

"ഒരിക്കൽ ഈ കൈ വെളുത്തതും മൃദുലമായതുമായിരുന്നെന്ന് ഞാനോർക്കുന്നു. നിങ്ങളുടെ പ്രഥമചിന്തയും അതു സൂക്ഷിക്കുന്നതു തന്നെ. കൈകൾ അന്ന് മനോഹരമായിരുന്നു. ഇന്ന് അതിനേക്കാൾ മനോഹരം."

ക്ഷമയോടെയുള്ള തന്റെ അധ്വാനങ്ങൾക്ക് ഒരു പാരിതോഷികം അവൾ പ്രതീക്ഷിച്ചിരുന്നുവെങ്കിൽ അത് ഇന്നാണ് കിട്ടിയത്. അച്ഛൻ മെഗിന്റെ കൈത്തലം മെല്ലെ അമർത്തി.

"എന്താണ് ജോയെപ്പറ്റി? എന്തെങ്കിലും നല്ലത് പറയ്. അവൾ കഠിനമായി ജോലിയെടുത്തിട്ടുണ്ട്. എന്നോട് വളരെ അടുപ്പമായിരുന്നു." ബെത്ത് അച്ഛന്റെ ചെവിയിൽ പറഞ്ഞു.

മാർച്ച് ചിരിച്ചു. തന്റെ എതിർവശത്ത് ഇരുന്ന പൊക്കംകൂടിയ മകളെ നോക്കി. അസാധാരണമായ ഒരു മൃദുലഭാവം അവളുടെ മുഖത്ത് തെളിയുന്നു.

"തലനിറയെ മുറിച്ചുരുളൻ മുടിയാണെങ്കിലും, ഒരു വർഷം മുമ്പ് ഇവിടെ വിട്ടുപോയ, 'മകൻ ജോ'യെ ഞാൻ കാണുന്നില്ല. പകരം, ഒരു ചെറുപ്പക്കാരിയെ കാണുന്നു. കോളർ ശരിയായി പിന്നുകുത്തി, വൃത്തിയായ ലേസ്ബൂട്ടു ധരിച്ച്, ചൂളംകുത്താതെ, അപരിഷ്കൃതമായി സംസാരിക്കാതെ, നിലത്ത് കിടക്കാതെ ഒരു പെൺകുട്ടി. ശ്രദ്ധകൊണ്ടും ഉൽക്കണ്ഠയാലും അവളുടെ മുഖം മെലിഞ്ഞും വിളർത്തുമിരിക്കുന്നു. എനിക്കത് നോക്കിയിരിക്കാൻ ഇഷ്ടമാണ്. കാരണം, അവിടെ കൂടുതൽ മാന്യതയുണ്ട്. ശബ്ദം കുറഞ്ഞു. പണ്ടത്തെപ്പോലെ ചാടിവീഴുന്നുമില്ല. ഒച്ചപ്പാടില്ലാത്ത ചലനങ്ങൾ. അമ്മയെന്നവണ്ണം ബെത്തിനെ പരിചരിക്കുന്നു. അനിയന്ത്രിതയായ എന്റെ മകളെ ഒരുകണക്കിൽ ഞാൻ നഷ്ടപ്പെട്ടു. തൽസ്ഥാനത്ത് ശക്തയും സഹായമനസുള്ളവളും മൃദുലമനസ്കയുമായ സ്ത്രീയെയാണ് കിട്ടിയതെങ്കിൽ എനിക്കു തൃപ്തിയായി."

"മുടി മുറിച്ചു ചെറുതാക്കിയാൽ, ഒരാൾ ശാന്തമാനസ്കയാവുമോ എന്നെനിക്കറിയില്ല. എന്നാൽ ഈ വാഷിങ്ടൺ മുഴുവൻ തിരഞ്ഞു നടന്നാലും, എന്റെ മകൾ കൊടുത്തയച്ച ഇരുപത്തഞ്ചു ഡോളറോളം മൂല്യമുള്ള മറ്റൊന്നും കണ്ടെത്താനാവില്ല."

ജോയുടെ തീഷ്ണണതയുള്ള കണ്ണുകൾ ഒരു നിമിഷനേരത്തോളം മങ്ങിയിരുന്നു. അവളുടെ മെലിഞ്ഞ മുഖം തീയുടെ വെളിച്ചത്തിൽ അരുണിമയാർന്നു. അച്ഛന്റെ പ്രശംസ അവളെ ധന്യയാക്കി.

"ഇനി ബെത്ത്!" ആമിക്കു ധൃതിയായി. അവൾ തന്റെ ഊഴം കാത്തിരിപ്പാണ്.

"അവളെപ്പറ്റി കുറച്ചേ പറയൂ. അധികം പറഞ്ഞാൽ അവൾ എഴുന്നേറ്റു പോയ്ക്കളയും; മുമ്പത്തെപ്പോലെ ഇപ്പോൾ ലജ്ജയില്ലെങ്കിലും."

പ്രസന്നചിത്തനായാണ് അദ്ദേഹം പറഞ്ഞത്. ബെത്തിന്റെ രോഗാവസ്ഥ ഓർത്തു. അവളെ ചേർത്തടുപ്പിച്ചു നിർത്തി, കവിളോടു കവിൾ ചേർത്തു.

"മോളേ, നിന്നെ സുരക്ഷിതയായി കിട്ടിയല്ലോ. ഇനി നിന്നെ ഞാൻ തന്നെ ശുശ്രൂഷിക്കും."

ഒരുനിമിഷത്തെ നിശ്ശബ്ദതയ്ക്കുശേഷം, തന്റെ കാൽക്കൽ ഇരുന്ന ആമിയെ നോക്കി, തിളങ്ങുന്ന തലമുടിയിൽ തലോടി.

"ഡിന്നർ സമയത്ത് ആമി മുരിങ്ങയ്ക്കാ തിന്നു. അമ്മയ്ക്കുവേണ്ടി ഓടി നടന്നു. അവളുടെ സ്ഥാനം മെഗിനു നൽകി. ആർക്കെങ്കിലും ഇനി യെന്തെങ്കിലും വേണോയെന്ന് ക്ഷമയോടെയും തമാശയോടെയും അന്വേ ഷിച്ചു. അവൾ ഗ്ലാസ്സിലോ സ്വയമോ അലങ്കാരപ്പണിയൊന്നും നടത്തിയി ല്ല. മനോഹരമായ ഒരു മോതിരം വിരലിലണിഞ്ഞ കാര്യം പറയുകപോലും ചെയ്തില്ല. ഇപ്പോഴവൾ മറ്റുള്ളവരുടെ കാര്യം കൂടുതലായി ശ്രദ്ധിക്കു കയും തന്നെക്കുറിച്ച് കുറച്ചുമാത്രം ശ്രദ്ധിക്കുകയും ചെയ്യുന്നു." ആമി അച്ഛന് നന്ദി പറഞ്ഞു. മോതിരം കിട്ടിയ കാര്യവും.

"നീ എന്താണ് ചിന്തിക്കുന്നത് ബെത്ത് ?" ചോദ്യം ജോയുടേതാണ്.

"ഞാനിന്ന് *പിൽഗ്രിംസ് പ്രോഗ്രസ്സ്* വായിച്ചു. അനേകം കഷ്ടപ്പാടു കൾക്കുശേഷം ക്രിസ്റ്റ്യനും ഹോപും ഒരു പുൽമൈതാനത്തെത്തി. യാത്ര അവസാനിക്കും മുമ്പ്, നാം ഇപ്പോൾ ചെയ്യുന്നതുപോലെ സന്തോഷ ത്തോടെ വിശ്രമിച്ചു."

ഇത്രയും പറഞ്ഞ്, ബെത്ത് അച്ഛന്റെ കൈകൾക്കിടയിൽനിന്ന് ഊർന്നിറങ്ങി. "പാടുന്ന സമയമാണിത്. ഞാനെന്റെ പഴയസ്ഥലത്ത് പോയിരിക്കട്ടെ. യാത്രക്കാർ കേട്ട ആട്ടിടയന്റെ ഗാനം പാടാൻ ഞാനൊന്നു ശ്രമിച്ചു നോക്കട്ടെ. ആ സംഗീതം അച്ഛനു വേണ്ടി തയ്യാറാക്കിയതാണ്. കാരണം അച്ഛന് ആ കവിത ഇഷ്ടമാണ്."

ചെറിയ പിയാനോയുടെ മുമ്പിൽ ബെത്ത് ഇരുന്നു. അതിന്റെ 'കീ'യിൽ വിരലോടിച്ചു തുടങ്ങി. അവളുടെ മധുരസ്വരം വീണ്ടും അവർ കേട്ടു; വീണ്ടും കേൾക്കാനിടയില്ല എന്നു ഭയപ്പെട്ടത്:

താഴെചരിക്കുന്നവൻ വീഴ്ച ഭയക്കുന്നില്ല
താഴെയുള്ളവന്ന് അഹംഭാവമില്ല
വിനീതനെന്നും ദൈവം തുണയേകിടും.

എനിക്കുള്ളതിൽ ഞാൻ തൃപ്തൻ,
അത് കൂടിയാലും, കുറഞ്ഞാലും
സംതൃപ്തി ഞാനെന്നും കാംക്ഷിക്കുന്നു പ്രഭോ
അങ്ങയിലും അതാണല്ലോ കാണ്മൂ.

അവരുടെ നിറവൊരു ഭാരം തന്നെ
അതെന്നുമൊരു തീർഥയാത്രയിൽ
ഇവിടെ കുറച്ചുമാത്രം
ഇവിടെ പരമാനന്ദമതിന്നു ശേഷം
യുഗങ്ങളോളം.

43

മെഗ് വിഷമസന്ധിയിൽ

തേനീച്ചകൾ റാണിയുടെ പുറകെ കൂടിനിൽക്കുന്നതുപോലെ, അമ്മയും മക്കളും മാർച്ചിനെ ചുറ്റിപ്പറ്റിനിന്നു. മറ്റു കാര്യങ്ങൾ അവഗണിക്കപ്പെട്ടു.

ബെത്തിന്റെ സോഫയ്ക്കു സമീപം വലിയ കസേരയിൽ ഇരുന്നപ്പോൾ മൂന്നുപേരും അടുത്തുതന്നെനിന്നു. ഹന്നയുടെ തല ഇടയ്ക്കിടെ വാതിൽക്കൽ പ്രത്യക്ഷപ്പെടുന്നു; അവർക്കു പ്രിയങ്കരനായ വ്യക്തിയെ കാണാനാണത്. സന്തോഷം പൂർണമാവാൻ മറ്റൊന്നും വേണ്ടതായി തോന്നിയില്ല. പക്ഷേ എന്തോ ഒന്നു വേണം, എന്ന് മൂത്ത പെൺകുട്ടികൾക്ക് തോന്നി, അവരത് സമ്മതിച്ചില്ലെങ്കിലും. മെഗ് നോക്കുന്ന ഭാഗത്തേക്ക് നോക്കിയശേഷം, മാർച്ചും പത്നിയും പരസ്പരം നോക്കി.

സംയമം പാലിക്കാനുള്ള കടുത്ത ശ്രമം പരാജയപ്പെട്ട്, ജോ ബ്രൂക്കിന്റെ കുടയ്ക്കു നേരെ മുഷ്ടി ചുരുട്ടി. മയക്കത്തിൽ നിന്ന മെഗ്, ബെൽ മുഴങ്ങിയപ്പോൾ ഞെട്ടി. ജോൺ എന്നു പറയുന്നതുകേട്ട്, മുഖം തുടുത്തു.

ലാറി ഉച്ചയ്ക്ക് അതുവഴി കടന്നുപോയി. മെഗിനെ ജാലകത്തിന്നു സമീപം കണ്ടപ്പോൾ, അവളെ പരിഹസിക്കുന്നതിന്ന്, മഞ്ഞിൽ ഒരു കാൽമുട്ട് കുത്തിയിരുന്ന്, നെഞ്ചത്തടിക്കുകയും, മുടി പിച്ചിപ്പറിക്കുകയും, കൈകൾ കൂട്ടിത്തിരുമ്മുകയും ചെയ്തു. നന്നായി പെരുമാറാനും അവിടെന്നു കടന്നു പോകാനും മെഗ് ആവശ്യപ്പെട്ടു. അവൻ, ഇല്ലാത്ത കണ്ണുനീർ വരുത്തി, കരയുന്നതായി ഭാവിച്ചു.

മെഗ്: "എന്താണവൻ അങ്ങനെ ചെയ്തത്?"

ജോ: "നിന്റെ ജോൺ പോവുകയാണെന്ന് ! അവന്റെ മനസിൽ തട്ടുന്നുവെന്നാണ് പറഞ്ഞത്." ശകാരത്തിന്റെ സ്വരമായിരുന്നു അത്.

മെഗ്: "എന്റെ ജോൺ എന്നുപറയരുത്. അതു ശരിയല്ല." 'നിന്റെ ജോൺ' എന്ന പ്രയോഗം അവളെ പുളകമണിയിച്ചു എന്നത് സ്പഷ്ടം.

"ജോ, എന്നെയിട്ടു കളിപ്പിക്കാതെ. ഞാനയാളെക്കുറിച്ച് അധികം ചിന്തിക്കുന്നില്ലെന്ന് നിന്നോട് പറഞ്ഞിട്ടുണ്ടല്ലോ. മുമ്പത്തെപ്പോലെ ഞങ്ങളെന്നും സൃഹൃത്തുക്കളായിരിക്കും, അത്രതന്നെ!"

ജോ: "എന്തോപറഞ്ഞു കാണും. ലാറിയുടെ കുസൃതി അതെല്ലാം തകരാറിലാക്കി. എനിക്കും അമ്മയ്ക്കും അതറിയാം. കുറച്ചുകാലമായി നിന്റെ മട്ടുമാറുന്നു. നീ എന്നിൽനിന്ന് വളരെ അകന്നപോലെ. നിന്നെ വിഷമിപ്പിക്കാൻ പറഞ്ഞതല്ല. എല്ലാം ഒരു തീർപ്പായി കാണാൻ ഞാനാഗ്രഹിക്കുന്നു. കാത്തിരിപ്പ് ഞാൻ വെറുക്കുന്നു. നീയത് ചെയ്യാനാഗ്രഹിക്കുന്നെങ്കിൽ ഉടൻ നടത്തണം."

ജോ ശുണ്ഠിയോടെ പറഞ്ഞു.

മെഗ്: "അയാൾ അതെക്കുറിച്ച് സംസാരിക്കുംവരെ എനിക്കൊന്നും പറയാനാവില്ല. അയാൾ അതു പറയില്ല. കാരണം, ഞാൻ വളരെ ചെറുപ്പമാണെന്ന് അച്ഛൻ പറഞ്ഞു കഴിഞ്ഞു."

ജോ: "അയാൾ നിന്നോടു സംസാരിക്കുമ്പോൾ എന്തുപറയണമെന്ന് നീ ചിന്തിക്കില്ല. വെറുതെ കരയുകയോ മുഖം ചുവപ്പിച്ചു നിൽക്കുകയോ ചെയ്യും. 'വേണ്ട' എന്നു പറയാതെ, അവന്റെ വഴിക്കു വിടും."

മെഗ്: "നീ വിചാരിക്കുംപോലെ വിഡ്ഢിയും ദുർബലയുമല്ല ഞാൻ. എന്താണ് പറയേണ്ടതെന്ന് എനിക്കറിയാം. ഞാനത് കണ്ടുവച്ചിട്ടുണ്ട്. എന്തു വരുമെന്നറിയില്ല. ഞാനതിന് തയ്യാറാവേണ്ടിയിരിക്കുന്നു."

"എന്താണ് നീ പറയാൻ പോകുന്നതെന്ന് എന്നോട് പറയാമോ?" ജോ ബഹുമാനത്തോടെ ചോദിച്ചു.

മെഗ്: "ഞാൻ ഉറച്ച സ്വരത്തിൽ, ശാന്തമായി പറയും. നന്ദി, ബ്രൂക്ക്, നിങ്ങൾക്കു ദയയുണ്ട്. ഞാൻ വളരെ ചെറുപ്പമായതുകൊണ്ട്, ഇപ്പോൾ ഒരു വിവാഹം സാധ്യമല്ല എന്ന കാര്യത്തിൽ അച്ഛനോട് യോജിക്കുന്നു. ഇനിയൊന്നും പറയരുത്. നമുക്ക് സുഹൃത്തുക്കളായി കഴിയാം. എന്ന്.

ജോ: "നീയങ്ങനെ പറയുമെന്ന് എനിക്കു വിശ്വാസമില്ല. പറഞ്ഞാലും അയാൾ വിശ്വസിക്കില്ല. നോവലുകളിൽ കാണുന്ന പരിത്യക്തരായ പ്രണയികൾ പോലെയാവും നിങ്ങൾ! അതിൽ ഭേദം നീ സമ്മതിക്കയാണ്.

മെഗ്: "ഇല്ല, ഞാനുറച്ചു തീരുമാനിച്ചതായി പറയും എന്നിട്ട്, മുറിയിൽ നിന്ന് അന്തസ്സോടെ ഇറങ്ങിപ്പോവും.

അഭിനയിച്ചു കാണിക്കാൻ മെഗ് കസേരയിൽ നിന്നെഴുന്നേറ്റു. അപ്പോൾ, പുറത്ത് കാലടി ശബ്ദം. അവൾ വീണ്ടും കസേരയിലിരുന്നു. കയ്യിലുള്ള തുണി തുന്നാൻ തുടങ്ങി. അതിപ്പോൾ തീർക്കണമെന്നമട്ടിൽ. ജോ, ചിരി പണിപ്പെട്ട് അമർത്തി. ആരോ വാതിലിൽ മുട്ടിയപ്പോൾ രൗദ്രഭാവത്തിൽ വാതിൽ തുറന്നു.

"ഞാൻ കുടയെടുക്കാൻ വന്നതാണ്. ഇന്ന് അച്ഛന് എങ്ങനെയിരിക്കുന്നെന്ന് നോക്കാമെന്നും തോന്നി." അയാൾ അൽപ്പം ജാള്യതയോടെ പറഞ്ഞു.

ജോ: "അതു നന്നായി. അച്ഛൻ റാക്കിൽ ഉണ്ട്. ഞാനത് കൊണ്ടുവരാം. നീയിവിടെയുണ്ടെന്ന് അതിനോടു പറയാം."

അച്ഛന്റെയും കുടയുടേയും കാര്യം കൂടിക്കുഴഞ്ഞുപോയി!

മെഗിന് അവളുടെ പ്രഭാഷണം നടത്താൻ സൗകര്യമൊരുക്കിക്കൊണ്ട്, ജോ പെട്ടെന്നു പുറത്തുപോയി.

മെഗ്, പുറത്തുകടക്കാനെന്നവണ്ണം വാതിലിലെത്തി.

"അമ്മ താങ്കളെ കാണാനാഗ്രഹിക്കുന്നു. ഇരിക്ക്, ഞാനവരെ വിളിക്കാം."

"പോകരുത്. നിനക്കെന്നെ പേടിയാണോ, മാർഗരറ്റ്?" ആദ്യമാണയാൾ മാർഗരറ്റിനെ പേരുവിളിച്ച് സംസാരിക്കുന്നത്. അവളുടെ മുഖം അരുണിമ പൂണ്ടു. ബ്രൂക്കിന്റെ വേദന മുഖത്ത് നിഴലിച്ചു. താൻ പരുഷമായി പെരുമാറിയോ എന്ന് മെഗിനു സംശയം.

സന്ദർഭം ലഘൂകരിക്കാൻ അവൾ കൈനീട്ടി. നന്ദി പ്രകടിപ്പിക്കുന്ന അംഗവിക്ഷേപത്തോടെ പറഞ്ഞു, "അച്ഛനോട് ദയയോടെ പെരുമാറുന്ന താങ്കളെ ഞാനെന്തിനു പേടിക്കണം.! ഞാനെങ്ങനെ നന്ദി പറയേണ്ടു?"

"എങ്ങനെയെന്ന് ഞാൻ പറയണോ?"

അവളുടെ ചെറിയകൈത്തലം അയാൾ തന്റെ കൈകൾക്കുള്ളിലാക്കി, മെഗിനെ ഉറ്റുനോക്കി. അവളുടെ മനസിന്ന് ചാഞ്ചാട്ടം!

"ദയവായി വേണ്ട," അവൾ കൈ പിൻവലിക്കാൻ ശ്രമിച്ചു. ഭയപ്പെട്ടതായി തോന്നി.

"ഞാൻ നിന്നെ വിഷമിപ്പിക്കുന്നില്ല. എന്റെ കാര്യത്തിൽ നീ അൽപ്പമെങ്കിലും താൽപ്പര്യമെടുക്കണം. ഞാൻ നിന്നെ അതിയായി സ്നേഹിക്കുന്നു.

ഇതാണ് തന്റെ പ്രസംഗത്തിനു പറ്റിയസമയം! എന്നാൽ മെഗ് ഒരുക്കമല്ല. ജോയോട് പറഞ്ഞതെല്ലാം അവൾ മറന്നു! അവൾ തലതാഴ്ത്തി "എനിക്കറിയില്ല" എന്നുമാത്രം പ്രതിവചിച്ചു. പറഞ്ഞതു കേൾക്കാൻ ജോണിനു നന്നായി കുനിയേണ്ടിവന്നു!.

തൃപ്തനായെന്ന വണ്ണം അയാൾ പുഞ്ചിരിച്ചു.

"നീ ശ്രമിച്ചു നോക്ക്, എനിക്കതറിയണം. ഒടുവിൽ ഞാനാഗ്രഹിച്ചത് എനിക്ക് ലഭിക്കുമോ എന്നറിയാതെ, സ്വസ്ഥമായി ജോലി ചെയ്യാനാവില്ല."

"ഞാൻ വളരെ ചെറുപ്പമാണല്ലോ?"

"ഞാൻ കാത്തിരിക്കാം. അപ്പോഴേക്ക് നിനക്കെന്നെ ഇഷ്ടപ്പെടാൻ കഴിഞ്ഞേക്കും. അതൊരു കടുത്ത പരീക്ഷണം തന്നെയാണ്, അല്ലേ."

"ഞാനതിനു ശ്രമിക്കാം. പക്ഷേ...."

"അതുപഠിക്കാൻ ശ്രമിക്കണം. പഠിപ്പിക്കാൻ എനിക്ക് ഇഷ്ടമാണ്. ജർമൻ ഭാഷ പഠിപ്പിക്കുന്നതിനേക്കാൾ എളുപ്പമാണിത്."

ജോൺ അവളുടെ മറ്റെകയ്യും കൂട്ടിപ്പിടിച്ചു.

കെഞ്ചുന്നതുപോലെയാണയാളുടെ സ്വരം. പക്ഷേ, മെഗ് ഒളിഞ്ഞു നോക്കിയപ്പോൾ കണ്ടത്, ആർദ്രവും സന്തോഷപൂർണവുമായ മിഴികളാണ്. തന്റെ ശ്രമത്തിൽ വിജയിച്ചു. എന്ന സംതൃപ്തമായ ചിരി. ഇതവളെ അൽപ്പമൊന്ന് ചൊടിപ്പിച്ചു. ആനിമൊഫത് തന്ന വിഡ്ഢിപ്പാഠങ്ങൾ അവളുടെ മനസിലേക്കു വന്നു. ചെറുപ്പക്കാരുടെ നെഞ്ചകത്ത് ഉറങ്ങിക്കിടക്കുന്ന സ്നേഹത്തിന്റെ ശക്തി പെട്ടെന്നുണരുകയും കീഴടക്കുകയും ചെയ്യും! മനസ്സ് ചഞ്ചലവും വിസ്മയം പൂണ്ടതുമായി മാറി. എന്തു ചെയ്യണമെന്നറിയാതെ, ക്രൂരമായ ഒരു ചോദനയോടെ കൈകൾ പിൻവലിച്ചു.

"ഞാനൊന്നും തെരഞ്ഞെടുക്കുന്നില്ല. ദയവായി പോകൂ. എന്നെ വെറുതെ വിടൂ."

ചേതോഹരമായ തന്റെ കൊട്ടാരം തകർന്നതുപോലെ ബ്രൂക്കിന്നു തോന്നി. അതയാളെ വിഷമിപ്പിച്ചു.

"നീ യഥാർഥത്തിൽ അതുതന്നെയോ ഉദ്ദേശിക്കുന്നത്?" അവൾ നടന്നു തുടങ്ങിയിരുന്നു.

"അതെ. ഇത്തരം കാര്യങ്ങളെക്കുറിച്ച് ചിന്തിച്ചു വിഷമിക്കാൻ ഞാനിഷ്ടപ്പെടുന്നില്ല. അച്ഛൻ പറയുന്നു, അതിന്റെ ആവശ്യമില്ലെന്ന്. ഇതു വളരെ പെട്ടെന്നായിപ്പോയി."

"ക്രമേണ നിന്റെ മനസുമാറുമെന്ന് ഞാനാശിക്കട്ടെ. നിനക്കു സമയമാകും വരെ ഞാൻ കാത്തിരിക്കാം. എന്നെയിട്ട് കളിപ്പിക്കരുത്, മെഗ്. ഞാൻ നിന്നെ അങ്ങനെയല്ല കരുതിയത്."

"എന്നെപ്പറ്റി ചിന്തിക്കയേ വേണ്ട" തന്റെ പ്രണയിയുടെ ക്ഷമയും, സ്വന്തം ശക്തിയും പരീക്ഷിക്കാനെന്നവണ്ണം മെഗ് പറഞ്ഞു.

44

മാർച്ച്അമ്മായി മെഗിനെ ഗുണദോഷിക്കുന്നു

നോവലുകളിൽ, താനാരാധിക്കുന്ന വീരനായകന്മാരുടേതുപോലാണ് ഇപ്പോഴയാളുടെ മുഖം. ഗൗരവം നിറഞ്ഞതും വിവർണ്ണവും. എന്നാൽ നോവലിലെ നായകന്മാരെപ്പോലെ നെറ്റിയിൽ അടിക്കുകയോ, ചവിട്ടിക്കുലുക്കി നടക്കുകയോ ചെയ്തില്ല. പ്രത്യാശാഭരിതമായ കണ്ണുകളോടെ അവളെ നോക്കിക്കൊണ്ടു നിന്നു. അവളുടെ മനസിൽ അവളറിയാതെ പശ്ചാത്താപം വന്നു.

പെട്ടെന്ന് മാർച്ച്അമ്മായി കടന്നുവന്നു. തന്റെ ബന്ധുവിനെ കാണാൻ ആകാംക്ഷയോടെയാണ് വരവ്. പുറത്തുപോയപ്പോൾ ലാറി പറഞ്ഞതുകേട്ട്, നേരെ ഇങ്ങോട്ടുവന്നു. മറ്റുള്ളവരെല്ലാം വീട്ടിന്റെ പുറകുവശത്ത് പല ജോലികളിൽ ഏർപ്പെട്ടിരിക്കയാൽ, നേരെ ഉള്ളിലേക്ക് ചെന്ന് എല്ലാവരേയും അത്ഭുതപ്പെടുത്തണമെന്നായിരുന്നു, മനസിൽ, രണ്ടുപേർ അത്ഭുതപ്പെടുകതന്നെ ചെയ്തു. ഒരു പ്രേതത്തെ കണ്ടാലെന്ന വണ്ണം മെഗ് ഞെട്ടി. ബ്രൂക്ക്, പെട്ടെന്ന് വായന മുറിയിലേക്കു കടന്നു.

"ഇതെന്താണിത്?"

വിവർണമായ മുഖത്തോടെ നിൽക്കുന്ന ചെറുപ്പക്കാരനെയും ചുവന്നു തുടുത്ത മെഗിനെയും അവർ നോക്കി.

"അത് അച്ഛന്റെ സുഹൃത്താണ്. ഇപ്പോൾ നിങ്ങളെ കണ്ടിട്ട് എനിക്കത്ഭുതം തോന്നുന്നു."

"അതു മനസിലായി." അവർ ഇരുന്നു.

"അച്ഛന്റെ സുഹൃത്ത് എന്തുപറഞ്ഞിട്ടാണ്; നിന്റെ മുഖമിങ്ങനെ ചെമ്പരത്തിപോലെ ചുമന്നത്.? വേണ്ടാത്തതെന്തോ നടക്കുന്നു!"

"ഞങ്ങൾ സംസാരിക്കയായിരുന്നു. ബ്രൂക്ക് കുടയെടുക്കാൻ വന്നതാണ്."

"ങ്ഹാ, ബ്രൂക്ക്! അവന്റെ ടീച്ചർ. ഇപ്പോഴെനിക്ക് മനസിലാവുന്നു.

അച്ഛന് കത്തെഴുതുമ്പോൾ ജോ അതിലെന്തോ എഴുതിയത് ഞാനോർക്കുന്നു. ജോയെ നിർബന്ധിച്ചപ്പോൾ അവൾ പറഞ്ഞതാണ്. നീയവനെ സ്വീകരിച്ചിട്ടൊന്നുമില്ലല്ലോ?"

"......ശ്.....ശ്.....മെല്ലെ പറയ്. അയാൾ കേൾക്കും. ഞാൻ അമ്മയെ വിളിക്കാം." മെഗ് ധൃതിവെച്ചു.

"ഇതുവരെയില്ല! ഞാൻ നിന്നോടൊരുകാര്യം പറയാം. ഞാനെന്റെ മനസുമാറ്റും. ഈ പാചകക്കാരനെയാണോ നീ കല്യാണം കഴിക്കാൻ പോകുന്നത്? അങ്ങനെചെയ്താൽ, എന്റെ ഒരൊറ്റ പൈസയും നിനക്കു തരില്ല. ഓർത്തോ, വിവരക്കേടു കാണിക്കരുത്."

ഏറ്റവും സൗമ്യരായവരിൽപ്പോലും ഒരു വിശുദ്ധവികാരം ജനിപ്പിക്കാൻ മാർച്ച്അമ്മായിക്കു കഴിയും. ബ്രൂക്കിനെ സ്വീകരിക്കണമെന്ന് അമ്മായി ആവശ്യപ്പെട്ടാൽ, അതേപ്പറ്റി ചിന്തിക്കാൻ പോലുമാവില്ലെന്ന് മെഗ് പറയുമായിരുന്നു. അയാളെ സ്വീകരിക്കരുതെന്ന് കർശനമായി പറഞ്ഞപ്പോൾ, അങ്ങനെത്തന്നെ ചെയ്യുമെന്നവൾ ഉറച്ചു. ചായ്‌വും തലതിരിഞ്ഞ മാർഗവും തീരുമാനം എളുപ്പമാക്കുന്നു. അസാധാരണമായ മനക്കരുത്തോടെ മെഗ് കിഴവിയെ എതിർത്തു.

"എനിക്കിഷ്ടമുള്ളവരെ ഞാൻ വിവാഹം ചെയ്യും. നിങ്ങളുടെ സ്വത്ത് നിങ്ങൾക്കിഷ്ടമുള്ളവർക്ക് കൊടുക്കാം."

"അതാപ്പോ നന്നായത്! എന്റെ ഉപദേശം സ്വീകരിക്കുന്നത് ഇങ്ങനെയാണോ, മിസ്സ്? നീ ഒരു ചെറിയ വീട്ടിൽ ജീവിതം ആരംഭിച്ച്, അതൊരു പരാജയമാകുമ്പോൾ ഇതേക്കുറിച്ച് ദുഃഖിക്കും."

"വലിയ വീട്ടിൽ ആളുകൾ അനുഭവിക്കുന്നതിനേക്കാൾ മോശമാവില്ല, അത്." മെഗ് തിരിച്ചടിച്ചു.

മാർച്ച് അമ്മായി കണ്ണടവെച്ച് അവളെ നന്നായൊന്നു നോക്കി. ഈയൊരു ഭാവത്തിൽ അവളെ മുമ്പ് അവർ കണ്ടിരുന്നില്ല. തന്റെയീ ഭാവം അവൾ തന്നെ അറിയാനിടവന്നില്ല. സ്വയം ധീരയും സ്വതന്ത്രയുമാണെന്നു തോന്നി. ജോണിന്റെ കാര്യം വരുമ്പോൾ പ്രതിരോധിക്കാൻ സന്തോഷമുണ്ട്. അവൾക്കിഷ്ടമാണെങ്കിൽ അയാളെ സ്നേഹിക്കാനുള്ള അവകാശമുണ്ട്.

തെറ്റായ മട്ടിലാണ് താൻ ആരംഭിച്ചതെന്ന് മാർച്ച് അമ്മായിക്ക് ബോധ്യം വന്നു. നയമൊന്നു മാറ്റി; മൃദു സമീപനം വരുത്തി.

"മെഗ്, എന്റെ മോളേ, നീ വിവേകം കാണിക്കണം. നീ ഒരു ധനിക കുടുംബത്തിലേക്ക് വിവാഹിതയാവണം. എന്നാലേ സ്വന്തം കുടുംബത്തെ സഹായിക്കാൻ പറ്റൂ."

"അച്ഛനും അമ്മയും അങ്ങനെ കരുതുന്നില്ല. ദരിദ്രനെങ്കിലും അവർക്ക് ജോണിനെ ഇഷ്ടമാണ്."

"കുട്ടികളേക്കാൾ ലോകവിവരമൊന്നും അവർക്കില്ല." മാർച്ച് അമ്മായി തന്റെ വാദം തുടർന്നു:

"ബ്രൂക്ക് ദരിദ്രനാണ്. അവന്ന് ധനികബന്ധങ്ങൾ പോലും ഇല്ല."

"ഇല്ല. എന്നാൽ നല്ല സുഹൃത്തുക്കൾ ഉണ്ട്."

"സുഹൃത്ത് ഉണ്ടെന്നു കരുതി എന്തു ഗുണം? നീ നോക്ക്, അവർ എന്തു തണുപ്പൻമട്ടാണ് കാണിക്കുകയെന്ന് അപ്പോഴറിയാം. അവന് ബിസിനസ്സ് ഉണ്ടോ?"

"ഇതുവരെ ഇല്ല. മിസ്റ്റർ ലോറൻസ് സഹായിക്കും."

"അതൊന്നും എല്ലാകാലത്തുമുണ്ടാവില്ല. ആ കിഴവൻ എപ്പോഴും ഉടക്കുന്ന സ്വഭാവക്കാരനാണ്. അയാളെ ആശ്രയിക്കാൻ പറ്റില്ല. അപ്പോൾ നീ, പണമോ പദവിയോ ബിസിനസോ ഒന്നുമില്ലാത്ത ആളെ വിവാഹം കഴിക്കും! ഇന്നത്തേക്കാൾ കഠിനമായി നീ ജോലിചെയ്യേണ്ടിവരും. എന്റെ അടുത്ത് നിനക്ക് സുഖമായി കഴിഞ്ഞുകൂടെ? മെഗ്, നിനക്ക് വിവരമുണ്ടെന്നാണ് ഞാൻ ധരിച്ചത്."

"എന്റെ ആയുസിന്റെ പകുതിക്കാലം കാത്തിരുന്നാലും, ഇതിനേക്കാൾ നന്നായി ചെയ്യാനെനിക്കു പറ്റില്ല. ജോൺ നല്ലവനും അറിവുള്ളവനുമാണ്. ധീരനും ഉത്സാഹശാലിയുമാണ്. ജോലിചെയ്യാൻ തയാറാണ്. ജോലി കിട്ടുകയും ചെയ്യും. എല്ലാവരും അയാളെ ഇഷ്ടപ്പെടുന്നു, ബഹുമാനിക്കുന്നു. അയാൾ എന്നെ സംരക്ഷിക്കുമെന്നതിൽ എനിക്കഭിമാനമുണ്ട്. ഞാൻ ദരിദ്രയും വിഡ്ഢിയുമാണെങ്കിലും!"

ആത്മാർഥതയോടെയുള്ള ഈ സംസാരംകൊണ്ട് മെഗ് കൂടുതൽ സുന്ദരിയായി കാണപ്പെട്ടു.

"നിനക്ക് ധനിക ബന്ധങ്ങൾ ഉണ്ടെന്ന് അവനറിയാം. അതുകൊണ്ടാണ് നിന്നെ സ്നേഹിക്കുന്നത്."

"അമ്മായീ, നിങ്ങൾക്കെങ്ങനെ ധൈര്യംവന്നു അതുപറയാൻ. അത്തരം ഹീനമനസൊന്നുമില്ലയാൾക്ക്. ഇനിയും ഇങ്ങനെ പറഞ്ഞാൽ, നിങ്ങൾ പറയുന്നതൊന്നും ഞാൻ കേൾക്കില്ല."

മെഗ് ക്ഷോഭിച്ചു. ഒടുവിൽ പറഞ്ഞകാര്യം അവൾക്കു മറക്കാൻ കഴിയുന്നില്ല.

"പണത്തിനുവേണ്ടി എന്റെ ജോൺ വിവാഹം കഴിക്കില്ല. ദരിദ്രയായതുകൊണ്ടുമാത്രം എനിക്കു പേടിയില്ല. ഞങ്ങൾ ജോലി ചെയ്യാൻ തയാറാണ്. ഇതുവരെ എനിക്കു സന്തോഷം തന്നെയായിരുന്നു. അയാളെ സ്നേഹിക്കുന്നു. ഞാൻ അയാൾക്കൊപ്പ..."

മെഗ് പെട്ടെന്നു നിർത്തി. താൻ തീരുമാനമൊന്നും എടുത്തിട്ടില്ലല്ലോ! 'എന്റെ ജോൺ'എന്നവൾ പറഞ്ഞു. അയാൾ അതെങ്ങാൻ കേട്ടിരുന്നെങ്കിലോ!

അമ്മായിക്കു ദ്വേഷ്യം വന്നു. തന്റെ സുന്ദരിയായ മരുമകൾക്ക് ഒരു നല്ല ഭർത്താവിനെ നേടിയെടുക്കണം എന്നവർ ആത്മാർഥമായി ആഗ്രഹിച്ചു. ഇപ്പോൾ സന്തോഷം തുടിക്കുന്ന യുവത്വമുള്ള മുഖത്ത് ദൃശ്യമായ എന്തോ ഒന്ന് അവരെ കുപിതയും ദുഃഖിതയുമാക്കി.

"ശരി. ഞാനിതിൽനിന്ന് കൈകഴുകുന്നു. ഇച്ഛാശക്തിയുണ്ട് നിനക്ക്. ഈ വിഡ്ഢിത്തംകൊണ്ട് നീ എന്തെല്ലാമോ നഷ്ടപ്പെടുത്തുന്നു. ബാക്കി കൂടെ പറയട്ടെ. എനിക്കു നിരാശയുണ്ട്. ഈയവസ്ഥയിൽ എനിക്ക് നിന്റെ അച്ഛനെ കാണാനാവില്ല. നീ വിവാഹിതയാവുമ്പോൾ എന്നിൽ നിന്ന്

യാതൊന്നും പ്രതീക്ഷിക്കരുത്. ബ്രൂക്കിന്റെ സുഹൃത്തുക്കൾ നിന്നെ സംരക്ഷിക്കും. ഞാൻ ഇത് ഇവിടെ അവസാനിപ്പിക്കുന്നു."

വാതിൽ വലിച്ചടച്ച് അവർ രോഷത്തോടെ പുറത്തിറങ്ങിപ്പോയി. പെൺകുട്ടിയുടെ ധൈര്യമെല്ലാം അവർ കൊണ്ടുപോയോ?

തനിച്ചായപ്പോൾ, കരയണോ ചിരിക്കണോ എന്നറിയാതെ മെഗ് സ്തംഭിച്ചുനിന്നു. അവളുടെ മനസ്സ് സമനില പ്രാപിക്കും മുമ്പ്, ബ്രൂക്ക് കടന്നു വന്നു.

"ഞാനെല്ലാം കേട്ടു. എനിക്കുവേണ്ടി വാദിച്ചതിൽ നന്ദിയുണ്ട്. അമ്മായിയോടും നന്ദിയുണ്ട്. നീയെന്നെ കുറച്ചെങ്കിലും ശ്രദ്ധിക്കുന്നുവെന്നതിന്ന് തെളിവായല്ലോ."

"അമ്മായി നിങ്ങളെ ശകാരിക്കുംവരം അതെത്രത്തോളമെന്ന് ഞാനറിഞ്ഞിരുന്നില്ല."

"അപ്പോൾ ഞാനിനി പോകേണ്ടതില്ല, അല്ലേ?"

ജോയെ കേൾപ്പിച്ച പ്രസംഗം നടത്താനും ഇറങ്ങിപ്പോകാനും നല്ലൊരു ചാൻസ്. മെഗ് ഇതു രണ്ടും ചെയ്തില്ല. ജോയുടെ കണ്ണിൽ മെഗ് സ്വയം അവമാനിതയായി. "അതെ, ജോൺ" എന്നു പിറുപിറുത്തു കൊണ്ട് മെഗ്, ബ്രൂക്കിന്റെ കോട്ടിൽ മുഖം ഒളിപ്പിച്ചു.

45

ജോയുടെ ദുഃഖം

പതിനഞ്ചു നിമിഷം കഴിഞ്ഞു. ജോ താഴേക്കിറങ്ങിവന്നു. വാതിലിനടുത്തെത്തി. ഉള്ളിൽനിന്ന് യാതൊരു ശബ്ദവുമില്ല. സംതൃപ്തിയോടെ സ്വയം പുഞ്ചിരിച്ചു. അങ്ങനെ, അവൾ അയാളെ പറഞ്ഞയച്ചുവല്ലോ. അക്കാര്യം തീർന്നു. ഞാൻ പോയി തമാശയൊക്കെ ഒന്നുകേൾക്കട്ടെ. എന്നിട്ടു വേണം ഒന്നുറക്കെ ചിരിക്കാൻ!

പക്ഷേ, ജോയ്ക്ക് ചിരിക്കാൻ കഴിഞ്ഞില്ല. ധീരയായ സഹോദരിയെ അഭിനന്ദിക്കാനും, തന്റെ ശത്രുവിന്റെ പതനത്തിൽ ആഹ്ലാദിക്കാനും തിടുക്കംപൂണ്ട അവൾ വാതിൽ തുറന്നു.

ജോ സ്തബ്ധയായി നിന്നു! ബ്രൂക്ക് സോഫയിൽ ഇരിക്കുന്നു. മെഗ് അയാളുടെ മടിയിലും. തണുത്ത വെള്ളം പെട്ടെന്നു ശരീരത്തിൽ പതിച്ച പോലെ, ജോ ഞെട്ടി ഒരു ദീർഘശ്വാസമെടുത്തു. വിചിത്രമായ ശബ്ദം കേട്ട് മെഗ് തലയുയർത്തി പെട്ടെന്നെഴുന്നേറ്റു മുഖത്ത് ലജ്ജയും അഭിമാനവും. അയാൾ ചിരിച്ചു. ജോയെ ചുംബിച്ചുകൊണ്ട് തണുപ്പൻ മട്ടിൽ പറഞ്ഞു, "ജോ, സഹോദരീ, ഞങ്ങളെ അനുമോദിക്ക്."

ഒരു ആഘാതമേൽപ്പിച്ചിട്ട്, നിന്ദയും! ഇത് ഇത്തിരി കൂടിപ്പോയി. കൈകൊണ്ടോ‌ന്തോ മുദ്രകാണിച്ച് ഒന്നും മിണ്ടാതെ ജോ പെട്ടെന്ന് അപ്രത്യക്ഷയായി. മുകളിലേക്കോടിച്ചെന്ന്, എല്ലാവരേയും ഞെട്ടിച്ചുകൊണ്ടവൾ പെട്ടെന്നു പറഞ്ഞു: "ആരെങ്കിലും താഴേക്ക് പോ. ജോൺ എന്തെല്ലാമോ ചെയ്യുന്നു. മെഗ് അതിനു വഴങ്ങുന്നു."

അച്ഛനും അമ്മയും താഴേക്കു പോയി. ജോ കിടക്കയിൽ വീണു. സംഭവം ബെത്തിനോടും ആമിയോടും പറയവെ അവൾ പൊട്ടിക്കരഞ്ഞു. അതൊരു നല്ല കാര്യമായാണ് പെൺകുട്ടികൾക്ക് തോന്നിയത്. അതുകൊണ്ടു തന്നെ ജോയ്ക്ക് ആശ്വാസം കിട്ടിയില്ല. അവൾ മച്ചിൻ മുകളിലേക്കോടി.

അന്നുച്ചയ്ക്ക് പാർലറിൽ എന്തെല്ലാം നടന്നുവെന്ന് ആർക്കറിയാം. എന്നാൽ വളരെയേറെ സംസാരം നടന്നിട്ടുണ്ട്.

ബ്രൂക്ക് സുഹൃത്തുക്കളെ അമ്പരപ്പിച്ചു. എല്ലാകാര്യവും അവർ ഏറ്റു.

ഭക്ഷണത്തിനു മണിയടിച്ചു. ബ്രൂക്കാണ് മെഗിനെ ഭക്ഷണമുറിയിലേക്കു നയിച്ചത്. രണ്ടാളും വളരെ സന്തോഷത്തിലാണ്. ജോയ്ക്ക് അസൂയയില്ല, മുഖം മ്ലാനമായുമില്ല.

"സന്തോഷമുള്ളതൊന്നും ഇപ്പോൾ സംഭവിക്കില്ല എന്ന് നിനക്കിനി പറയാനാവില്ല." താൻ വരയ്ക്കാനുദ്ദേശിക്കുന്ന ചിത്രത്തിൽ അവരുടെ സ്ഥാനം എവിടെയായിരിക്കുമെന്ന് ചിന്തിച്ചുകൊണ്ട് മെഗിനോടാണ് ആമി പറഞ്ഞത്.

മെഗ്: "ഇല്ല. എനിക്കുറപ്പുണ്ട്, അതു സാധിക്കില്ലെന്ന്. ഞാനതു പറഞ്ഞതിൽ പിന്നെ, എന്തെല്ലാം സംഭവിച്ചു. ഒരു വർഷം മുമ്പ് എന്ന പോലെ തോന്നുന്നു."

"സന്തോഷം, ദുഃഖത്തിനുതൊട്ടു പിന്നാലെയുണ്ട്. മാറ്റം തുടങ്ങിക്കഴിഞ്ഞുവെന്ന് ഞാൻ കരുതുന്നു."—മിസിസ്സ് മാർച്ച് തുടർന്നു: "പല കുടുംബങ്ങളിലും ഇടയ്ക്കിടെ നിരവധി സംഭവങ്ങൾ ഉണ്ടാകുന്നു. ഇത് അത്തരം ഒന്നാണ്. എന്നാൽ എല്ലാം ശുഭമായി പര്യവസാനിച്ചു."

"അടുത്തത് ഇതിനേക്കാൾ നന്നാവുമെന്ന് നമുക്ക് പ്രതീക്ഷിക്കാം." ജോ പിറുപിറുത്തു. തന്റെ കൺമുമ്പിൽ മെഗ്, ഒരപരിചിതനുമായി അടുത്തിടപഴകുന്നത് അവൾക്കു സഹിക്കാനാവുന്നില്ല. ജോ വളരെ കുറച്ചു പേരെ മാത്രമേ നന്നായി സ്നേഹിക്കാറുള്ളൂ. ആ സ്നേഹം പങ്കുവെക്കപ്പെടുകയോ നഷ്ടപ്പെടുകയോ ചെയ്യുന്നത് ഭയാനകമായ ഒരനുഭവമാണവൾക്ക്.

"മൂന്നാംവർഷം ഇതിനേക്കാൾ ഭംഗിയായവസാനിക്കും; എന്റെ പദ്ധതിക്കനുസരിച്ച് എനിക്കു പ്രവർത്തിക്കാൻ കഴിഞ്ഞാൽ." ബ്രൂക്ക് മെഗിനെ നോക്കി പുഞ്ചിരിച്ചു.

"അപ്പോൾ വളരെക്കാലം കാത്തുനിൽക്കണ്ടേ." ആമിക്ക് കല്യാണം കൂടാൻ ധൃതിയായി.

"അതിന്നുമുമ്പ് എനിക്ക് കുറെയേറെ പഠിക്കാനുണ്ട്. മൂന്നു വർഷത്തിന്റെ ദൈർഘ്യം പോരെന്നാണ് എനിക്കു തോന്നുന്നത്." മുമ്പൊരിക്കലുമില്ലാത്ത മധുരമായൊരു ഭാവം മെഗ് പ്രകടിപ്പിച്ചു.

"നീ കാത്തിരുന്നാൽ മതി. ഞാനാണ് ജോലി ചെയ്യുക." മെഗിന്റെ തൂവാല നിലത്തുവീണത് എടുത്തുകൊണ്ടാണ്, ജോലി ആരംഭിച്ചത്!

ജോ തലകുലുക്കി. വാതിൽ തുറന്നടയുന്ന ശബ്ദം കേട്ട് അവൾക്കാശ്വാസമായി. തന്നോടെന്നവണ്ണം പറഞ്ഞു:

"ലാറിവരുന്നു. ഇനി നമുക്ക് കാര്യമായെന്തെങ്കിലും സംസാരിക്കാം."

എന്നാൽ ജോയ്ക്കു തെറ്റുപറ്റി. അവൻ തുള്ളിക്കളിച്ചുകൊണ്ടാണ് വരവുതന്നെ. ചൈതന്യം നിറഞ്ഞു കവിയുന്ന മട്ട്. 'പ്രതിശ്രുതവധു' വായ മിസിസ്സ് ജോൺ ബ്രൂക്കിന് ഒരു ബൊക്കെയുമായാണ് വരവ്. എല്ലാം ഭംഗിയായി നടക്കുന്നത് തന്റെ കാര്യസ്ഥതയിൽ ആണെന്ന മട്ട്.

ലാറി: "ബ്രൂക്ക് എല്ലാം ചെയ്തിരിക്കും. എന്തെങ്കിലും ചെയ്യണമെന്നു വെച്ചാൽ അതു ചെയ്തിരിക്കും, ആകാശം ഇടിഞ്ഞു വീണാലും."

അവൻ ബൊക്കയും അഭിനന്ദനങ്ങളും സമ്മാനിച്ചു.

"ശുപാർശയ്ക്ക് ഞാൻ കടപ്പെട്ടിരിക്കുന്നു. ഭാവിയിലേക്കുള്ള നല്ല ശകുനമായി കണക്കാക്കുന്നു. കല്യാണത്തിന് ഇപ്പോഴേ ക്ഷണിക്കുന്നു." കുസൃതിയായ ശിഷ്യന്റെ സാന്നിധ്യത്തിലും ബ്രൂക്കിന് ആഹ്ലാദം.

"ഭൂമിയുടെ അറ്റത്തായാലും ഞാനത് എത്തിച്ചേരും അന്ന് ജോയുടെ മുഖം കാണുന്നതുകൊണ്ടുമാത്രം എന്റെ ദീർഘയാത്ര സഫലമാകും. എന്താണ് മുഖത്ത് പ്രസാദമില്ലാത്തത്. എന്താണ് കാര്യം."

ജോയുടെ മുഖം അപ്പോഴാണ് ലാറി ശ്രദ്ധിച്ചത്. അവളെ അനുഗമിച്ച്, ലാറി, പാർലറിന്റെ മൂലയിൽ എത്തി. അവിടെനിന്നവരെല്ലാം, മിസ്റ്റർ ലോറൻസിനെ സ്വീകരിക്കാൻ പോയിരിക്കുന്നു.

ജോ: "ഞാനിന്ന് അംഗീകരിക്കുന്നില്ല. എന്നാലും സഹിക്കാൻ തീർച്ചയാക്കി. എതിരായൊന്നും പറയില്ല." അവൾ ശാന്തമായി പറഞ്ഞു: "മെഗിനെ വിട്ടുകൊടുക്കുന്നത് എനിക്കെന്തുമാത്രം വിഷമകരമാണെന്ന് നിനക്കറിയമോ?"— ഒരു വിതുമ്പലോടെയാണവൾ പൂർത്തിയാക്കിയത്.

"നീ അവളെ വിട്ടുകൊടുക്കുന്നില്ലല്ലോ. തുല്യമായി പങ്കിടുകയല്ലേ ചെയ്യുന്നുള്ളൂ." ആശ്വസിപ്പിക്കാനെന്നവണ്ണം ലാറി പറഞ്ഞു.

"വീണ്ടും മുമ്പത്തെപ്പോലെയാവില്ല, ഒരിക്കലും! എനിക്കെന്റെ പ്രിയ സുഹൃത്തിനെയാണ് നഷ്ടമാകുന്നത്." ജോ നെടുവീർപ്പിട്ടു.

ലാറി: "എന്തായാലും നിനക്കെന്നെ കിട്ടിയില്ലേ. ഞാൻ അത്ര നല്ലവനല്ലെന്ന് എനിക്കറിയാം. പക്ഷേ, ഞാനെന്നും നിന്നോടൊപ്പം നിൽക്കും, ജോ, എന്റെ ജീവിതം മുഴുവൻ. ഞാനിതാ വാക്കുതരുന്നു."

അവൻ ഉദ്ദേശിച്ചതുതന്നെയാണവൻ പറഞ്ഞതും.

"എനിക്കറിയാം നീയങ്ങനെയാണെന്ന്. ഞാനെന്നും നിന്നോട് കടപ്പെട്ടിരിക്കും. നീയെന്നും എനിക്കാശ്വാസമാണ്, ലാറി." — ജോ നന്ദിയോടെ ഹസ്തദാനം ചെയ്തു.

ലാറി: "ശരി! ഇനിയൊന്നു ചിരിക്ക്. നീ കാണുന്നില്ലേ? എല്ലാം ശരിയായി. മെഗ് സന്തോഷമായിരിക്കുന്നു."

ബ്രൂക്ക് നല്ലവനാണ്. അയാൾ ഒരുയാത്രയൊക്കെ നടത്തിയിട്ട് വൈകാതെ എവിടെയെങ്കിലും ഉറച്ചുനിൽക്കും. മുത്തശ്ശൻ അതിനു സഹായിക്കും. മെഗ് പ്രത്യേകമായൊരു കൊച്ചുവീട്ടിൽ കഴിയുന്നതു കണ്ട് നമുക്ക് സന്തോഷിക്കാം. പിന്നെ, നമുക്കും നല്ലകാലം വരും. എന്റെ കോളേജുവിദ്യാഭ്യാസം കഴിഞ്ഞ് നമുക്ക് വിദേശത്തു പോകാം. അല്ലെങ്കിൽ സന്തോഷകരമായൊരു യാത്ര നടത്താം. ഇത് നിനക്ക് ആശ്വാസം തരുന്നില്ലേ."

"ഉണ്ട്! എന്നാൽ മൂന്നുവർഷത്തിനുള്ളിൽ എന്തു സംഭവിക്കുമെന്നറിയില്ലല്ലോ" ജോ ചിന്താകുലയായി.

"അതുശരിയാണ്. മൂന്നുവർഷം കഴിയുമ്പോൾ നാം എവിടെയായിരിക്കുമെന്ന് നീയൊന്നു സങ്കൽപ്പിക്ക്. എനിക്കതിനു കഴിയുന്നു."

ജോ: "ഞാനതു ചിന്തിക്കുന്നില്ല. കാരണം, ദുഃഖകരമായ എന്തെങ്കിലും ഞാൻ കണ്ടേക്കും. ഇപ്പോൾ എല്ലാവരും സന്തോഷിക്കുന്നതായി കാണുന്നു. ഇതിനേക്കാൾ കൂടുതൽ മെച്ചമായിരിക്കുമെന്ന് എനിക്കു തോന്നുന്നില്ല."

ജോയുടെ കണ്ണുകൾ മുറിയിൽ ചുറ്റിയലഞ്ഞു. കണ്ണുകൾ പ്രകാശിച്ചു.

അച്ഛനും അമ്മയും അടുത്തടുത്ത് ഇരിക്കുന്നു. ഏതാണ്ട് ഇരുപതു വർഷം മുമ്പ് ആരംഭിച്ച ദാമ്പത്യത്തിന് പുതുജീവൻ വന്നപോലുണ്ട്.

സ്വന്തമായ മനോഹര ലോകത്ത് വിഹരിക്കുന്ന യുവമിഥുനങ്ങളെ വരയ്ക്കാൻ ശ്രമിക്കയാണ്, ആമി. എന്നാൽ മുഖത്തെ പ്രകാശം അവൾക്കു പകർത്താനാവില്ല, ഒരിക്കലും.

ബെത്ത് സോഫയിലിരുന്ന് പഴയൊരു സുഹൃത്തിനോട് സംസാരിക്കുന്നു. അവൻ ബെത്തിന്റെ കൈ സ്വന്തം കയ്യിലെടുത്തു. അവൾ നടക്കുന്ന ശാന്തമായ വഴിയിലൂടെ അവനെ നയിക്കാൻ ശക്തിയുണ്ടവൾക്ക്.

ജോ, അവൾക്കിഷ്ടമായ ഉയരംകുറഞ്ഞ ഇരിപ്പിടത്തിൽ ഇരുന്നു. ശാന്തവും ഗൗരവം മുറ്റിയതുമായ മുഖം. ലാറി അവളുടെ കസേരയ്ക്കു പിന്നിൽ ചാരിനിൽക്കുന്നു. അവന്റെ താടി അവളുടെ ചുരുളൻ തലമുടിയിൽ ചേർച്ചു വെച്ചിട്ടുണ്ട്. അവൻ സൗഹൃദഭാവത്തിൽ പുഞ്ചിരിക്കുന്നു. മുമ്പിലെ കണ്ണാടിയിൽ ദൃശ്യമായ ജോയുടെ മുഖത്തുനോക്കി അവൻ മെല്ലെ തല ചലിപ്പിച്ചു.

ലിറ്റിൽ വിമൻ എന്ന കുടുംബനാടകത്തിന് തിരശ്ശീല വീഴുന്നു.

www.ingramcontent.com/pod-product-compliance
Lightning Source LLC
LaVergne TN
LVHW090347051026
849518LV00006B/2068
* 9 7 8 8 1 2 6 2 0 5 4 8 6 *